சிவ தாண்டவம்

ஆனந்த குமாரஸ்வாமி

(22 ஆகஸ்ட் 1877 – 9 செப் 1947)

இலங்கையில் பிறந்தவர். மெய்யியல்வாதி, வரலாற்று ஆசிரியர், இந்தியக் கலைகள் குறித்த மிக முக்கியமான ஆய்வாளர். இந்தியக் கலை கலாசாரங்களை மேற்குலகுக்கு அறிமுகம் செய்தவர்களில் மிகவும் முக்கியமானவர். ஹிந்து, கிரேக்க, ரோமானிய மரபுகளின்மூலம் வெகுவாக உத்வேகம் பெற்றவர். கலைகள், வரலாறு, தத்துவ மரபுகள், விமர்சன நோக்கிலான சமூகப் பார்வை ஆகியவை தொடர்பாக பல நூல்கள் எழுதியிருக்கிறார். இந்தியக் கலைகளை மையமாகக் கொண்டு பாஸ்டனில் நுண்கலைகளுக்கான அருங்காட்சியம் ஒன்றையும் உருவாக்கியிருக்கிறார்.

B.R. மகாதேவன்

சுசீந்திரத்தையடுத்த ஆஸ்ரமம் கிராமத்தில் வளர்ந்தவர். இலக்கியப் பயணத்தை ஒரு கவிஞராக ஆரம்பித்தவர். மொழிபெயர்ப்பு, திரைப்பட விமர்சனம் என இயங்கி வருகிறார். அழகிய மரம், தென்னாப்பிரிக்க சத்தியாக்கிரகம், காஷ்மீர்: முதல் யுத்தம், கத்தியின்றி ரத்தமின்றி, மறைக்கப்பட்ட பாரதம் உட்படப் பல நூல்களை எழுதியும் மொழிபெயர்த்தும் வந்திருக்கிறார்.

சிவ தாண்டவம்

இந்தியக் கலைகளும் கலாசாரமும்

ஆனந்த குமாரசுவாமி

தமிழில்: B.R. மகாதேவன்

கிழக்கு

சிவ தாண்டவம்: இந்தியக் கலைகளும் கலாசாரமும்

Siva Thandavam: India Kalaigalum Kalaachaaramum

Ananda Coomaraswamy ©

First Edition: December 2023

216 Pages

Printed in India.

ISBN: 978-93-86737-94-6

Kizhakku - 1348

Kizhakku Pathippagam

177/103, First Floor, Ambal's Building, Lloyds Road,
Royapettah, Chennai - 600 014. Ph: +91-44-4200-9603
Email : support@nhm.in Website : www.nhm.in

kizhakkupathippagam kizhakku_nhm

Cover Image: Nataraja photo by EvaL Miko

Kizhakku Pathippagam is an imprint of New Horizon Media Private Limited

பொருளடக்கம்

1

மனித குல நன்மைக்கு இந்தியாவின் கொடை

ஒவ்வொரு மனித இனமும் உலக நாகரிகத்துக்குத் தனது சுய வெளிப்பாடு மற்றும் சுய தரிசனத்தின் மூலம் ஏதேனும் முக்கியமான பங்களிப்பை ஆற்றியிருக்கும். தனது பிரச்னை களுக்குத் தானாகத் தீர்வுகளைக் கண்டடைந்ததன் மூலம் ஒவ்வொரு இனத்துக்கும் ஒரு பண்பு நலன் உருவாகியிருக்கும். அதுவும் தனது துர் பாக்கியங்கள் மூலம் பெற்ற அனுபவங்களும் கூட உலகுக்கு அந்த இனம் அளிக்கும் கொடையாகவே இருக்கும். அந்த வகையில் நம் இந்தியாவின் கொடை என்பது அதன் இந்தியத் தன்மையே. தனது ஸ்வபாவத்துக்குப் பதிலாக பல நாடுகளில் இருந்து பெற்றவற்றைக் கலந்துகட்டி எதையேனும் முன்வைக்க முயன்றால் அதுவே மிகப் பெரிய அவமானமாக ஆகும். ஏனென்றால் அப்படி முடிவெடுத்தால் அது வெறுங்கையுடன்தான் உலகின் முன் வந்து நிற்க வேண்டியிருக்கும்.

உலகுக்கு இந்தியாவின் இப்படியான மகத்துவமான பங்களிப்பு என்ன என்று பார்ப்பதற்கு முன்பாக எந்தவொரு மனித இனத்துக்கும் அதற்கென்றே உரிய, முழுவதும் தனித்தன்மை வாய்ந்த அம்சம் எதுவும் இருக்கமுடியாது என்பதைப் புரிந்து கொண்டாகவேண்டும். ஓர் இனத்தின் தனித்தன்மை என்பது

நாமாகத் தேர்ந்தெடுப்பதாகவும் அழுத்தம் தருவதாகவும் இருக்குமே அல்லாமல், அந்த இனத்துக்கு மட்டுமே இருக்கும் விசேஷ மனித குணமாகவெல்லாம் இருக்காது. உலகம் என்பதை நாடுகளை அங்கத்தினராகக் கொண்ட ஒரு குடும்பம் என்று எடுத்துக்கொண்டாலே, அதில் இந்தியாவின் இடம் என்பதை நன்கு புரிந்துகொள்ளமுடியும். புதிய நாடுகள் / இனங்கள் சந்தித்திருக்காத பல பிரச்னைகளை இந்தியா தீர்த்துவைத்திருக்கிறது; அவை பெற்றிருக்காத பல அனுபவங்களை அது பெற்றிருக்கிறது.

உலக உயிர்கள் அனைத்தையும் ஒன்றாகப் பார்க்கும் உள்ளொளியே இந்திய அனுபவங்களின் ஆன்மாவாகவும் சாராம்சமாகவும் திகழ்கிறது. உலகம் முழுவதுமான இந்த ஒருமையை அங்கீகரித்து ஏற்பதுதான் மிகவும் உன்னதமான விஷயம். அதுவே விடுதலை. இதுதான் இந்திய சிந்தனையின் உள்ளார்ந்த மற்றும் பிரிக்க முடியாத நம்பிக்கை. உலகுக்கு இந்தியா அளிக்கும் கொடைகள் எல்லாமே அதன் தத்துவ மரபில் இருந்தே முளைத்து வருகின்றன. இந்தத் தத்துவம் பிற நாட்டினருக்குத் தெரியாத ஒன்றல்ல. இயேசு, பிளேக், லாவோ சீ, ரூமி எனப் பலரும் சொன்ன நற்செய்திகள்தான். எனினும் வேறு எந்த நாட்டிலும் இனத்திலும் இந்தத் தத்துவமானது சமூகவியல் மற்றும் கல்வியின் அடிப்படையாக ஆக்கப்பட்டிருக்க வில்லை. அது இந்தியாவில் மட்டுமே நடந்திருக்கும் அதிசயம்.

ஒவ்வொரு மனித இனமும் தன்னுடைய பிரச்னைகளைத் தமக்கு உரிய வழியில், நேரத்தில் தீர்த்துக் கொண்டாக வேண்டும். இந்தியாவுக்கென்றே இருந்த தனியான பிரச்னைகளுக்கான பழங்கால இந்தியாவின் தீர்வுகள் எல்லாம் மிகவும் முக்கியத்துவம் வாய்ந்தவையே என்றாலும் இன்றைய நவீனக் காலச்சூழலுக்கு அவற்றை அப்படியே நேரடியாகப் பயன்படுத்த முடியும் என்று நான் சொல்லமாட்டேன். வாழ்க்கையின் அடிப்படை அர்த்தம், நோக்கம் ஆகியவற்றைப் பிற நாட்டினரைவிட மிகத் தெளிவாக அழுத்தமாக நம் முன்னோர் புரிந்துகொண்டிருக்கிறார்கள்; வாழ்வின் இலக்கை அடையும் நோக்கில் பிறரைவிட மிகத் தெளிவாகத் திட்டமிட்டு ஒரு சமூக அமைப்பை உருவாக்கியிருக் கிறார்கள் என்று நிச்சயம் சொல்வேன்.

இந்தச் சமூக அமைப்பானது ஏதோ ஒரு சமூகப் பிரிவுக்குச் சாதகமானதாக உருவாக்கப்படவில்லை. ஒவ்வொரு பிரிவின் திறமைக்கு ஏற்பவும் ஒவ்வொன்றின் தேவைகளுக்கு ஏற்பவும் உருவாக்கப்பட்டது. இந்த இலக்கில் ரிஷிகள் எந்த அளவுக்கு வெற்றி பெற்றார்கள் என்பதில் மாற்றுக் கருத்துகள் இருக்கலாம்.

இன்றைய நலிவடைந்த நிலையில் இருக்கும் இந்தியச் சமூகத்தைப் பார்த்துவிட்டு ஏதோ பிராமணச் சமூகத்தின் லட்சியங்களை மட்டுமே இந்தியச் சமூகம் முன்னெடுத்திருப்பதாகச் சொல்லக் கூடாது.

இந்து சமூகத்தின் குறைகளுடன் சேர்த்துப் பார்த்தாலுமே இன்று இருக்கும் இந்து சமூகமானது உலகில் பெருமளவில் பின்பற்றப் படும் எந்தவொரு சமூக அமைப்பைவிடவும் மிகவும் உன்னத மானது; அதிலும் இன்று 'நவீன நாகரிகம்' என்று சொல்லப் படுவதைவிடப் பலப் பல மடங்கு உயர்வானது என்பது பெரும் பாலானவர்களுக்குத் தெரியும். பெரும்பாலான ஐரோப்பியர்களும் ஆங்கிலக் கல்வி பெற்ற இந்தியர்களும் இந்தப் பார்வையைத் தொடர்ந்து தக்கவைப்பது சிரமம் என்று சொல்கிறார்கள். எனினும் இந்தியக் கலாசாரத்தின் மிகவும் வெளிப்படையாகத் தெரியக் கூடியதும் தனிச் சிறப்பு வாய்ந்ததுமாகவும் இருப்பது என்ன வென்றால், அது தொடர்ந்து வாழ்வின் அர்த்தமும் நோக்கமும் என்ன என்பதை இடைவிடாது தேடியவண்ணம் இருக்கிறது; அப்படியான இலக்கை மையமாகக் கொண்ட, அப்படியான இலக்கை அடைவதற்கான நல்லிணக்கமான சமூகம் ஒன்றை உருவாக்க விரும்புகிறது; நவீன உலகில் இந்தப் பார்வைக்கு மிக முக்கியமான இடம் இருக்கத்தான் செய்கிறது.

தேவ நகரம் ஒன்றை அதாவது கடவுள்கள் வாழும் தேவலோகத்தை அடையவேண்டும்; மண்ணில் உருவாக்கவேண்டும் என்பதுதான் பிராமணச் சிந்தனை. அப்படியான ஓர் உலகத்தைப் புதிதாக உருவாக்க மனித இனம் தொடர்ந்து முயற்சி செய்தவண்ணம் இருக்கிறது. அந்த உலகை நிர்மாணிப்பதற்கான திட்டங்கள், வேறுபடலாம். ஆனால் அந்த உலகுக்கான வரையறைகளை இந்தியாவிடமிருந்தே நாம் கற்றுக்கொள்ளமுடியும். சனாதன தர்மத்தின் அஸ்திவாரங்களைக் கொண்டே அந்தத் தேவலோகத்தை உருவாக்க முடியும்.

தத்துவங்களின் மதிப்பு என்ன என்ற விஷயத்தில் சராசரி நவீன ஐரோப்பியரின் சிந்தனையில் இருந்து இந்தியருடைய சிந்தனை வேறுபடுகிறது. ஐரோப்பாவிலும் அமெரிக்காவிலும் தத்துவப் படிப்பு என்பது அதனளவிலேயே போதுமானதாகப் பார்க்கப் படுகிறது. சாதாரண மனிதர்களுக்கு அதனால் பெரிய பலன் எதுவும் இல்லை என்றும் கருதப்படுகிறது. மாறாக, இந்தியாவில் தத்துவப் படிப்பு என்பது வெறும் மூளை சார்ந்த பயிற்சியாகப் பார்க்கப்படவில்லை. சத்தியத்தை நம் கண்களில் இருந்து

மறைக்கும் அவித்யையில் இருந்து (அறியாமையில் இருந்து) விடுதலை பெறவேண்டும்; ஆழ்ந்த தர்ம நம்பிக்கையுடன், மோக்ஷத்தை அடைவதை இலக்காகக் கொள்ளவேண்டும். இதுவே நம்முடைய தத்துவப் படிப்பின் நோக்கம்.

வாழ்க்கைப் பயணத்துக்கு வழிகாட்டும் வரைபடமாகவே தத்துவம் நம்மால் பார்க்கப்படுகிறது. அதன் அடிப்படையிலேயே வாழ்வின் அர்த்தமும் இலக்கை அடைவதற்கான வழிமுறைகளும் வரையறுக்கப்பட்டுள்ளன. அனைவருக்கும் சம்பந்தமானது என்பதால், இந்தியர்கள் அனைவருமே தத்துவக் கல்வியை ஆர்வத்துடன் கற்றிருக்கிறார்கள்.

இந்தப் பிராமணியப் பார்வைக்கும் நவீன அரசியல் பார்வைக்கும் இடையில் அடிப்படையிலேயே வித்தியாசம் இருக்கிறது. அரசியலில் லட்சியவாதம் சாத்தியமே இல்லை என்று நவீன அரசியல்வாதிகள் கருதுகிறார்கள். அதோடு, சமூகப் பிரச்னைகள் உருவாகும்போது அவற்றைத் தீர்த்துக்கொள்ளலாம் என்று அவர்கள் கருதுகிறார்கள். இதுபோலவேதான் நவீன மருத்துவமும் நோயை வரும் முன் காக்கும் வழிமுறைகளை விட்டுவிட்டு, வந்தபின் தீர்க்கும் வழிமுறைகளுக்குத்தான் அதிக முக்கியத்துவம் தருகிறது. அதாவது சமூகத்தில் நடக்கும் அசாதாரண நிகழ்வுகளில் இருந்து காப்பாற்றிக்கொள்ள அரசியல்வாதிகள் முயற்சிகள் எடுக்கிறார்கள். அவற்றுக்கெல்லாம் காரணமாக இருக்கும் சமூகச் சூழலை மாற்றியமைக்க எதுவும் செய்வதில்லை.

மதம் மற்றும் தத்துவங்களில் இருக்கும் போதனைகள் உண்மையாக இருக்கலாம்; அல்லாமலும் இருக்கலாம். எப்படியானாலும் களத்தில் செயல்படும் சீர்திருத்தவாதிக்கு அவையெல்லாம் ஒரு பொருட்டே இல்லை என்றே மேற்கத்திய சமூகவியலாளர்கள் சொல்கிறார்கள். நேர்மாறாக, வாழ்வின் நோக்கம் மற்றும் அர்த்தத்தை ஆராயாத சிந்தனைகளையெல்லாம் பிராமணர்கள் நடைமுறைச் சாத்தியமற்றவையாக, பயனற்றவையாகவே கருதுகிறார்கள்.

நாம் தத்துவத்தைப் பார்க்கும் கோணத்தில் இருந்து ஐரோப்பியர்கள் பார்க்கும் விதத்தில் இருக்கும் இந்த வித்தியாசத்தை நம்மால் எளிதில் புரிந்துகொள்ளமுடியும்தான். ஐரோப்பியர்களுடைய வாழ்க்கையின் நெருக்கடிகள், அதை மீற அவர்கள் முன்னெடுக்கும் போராட்டங்கள் எல்லாம் எதையும் ஆழ்ந்து சிந்திக்கப் போதிய நேரத்தைத் தருவதில்லை. உலகியலில் பற்றற்றவர்களாகவும் பந்த

பாசங்களில் இருந்து விலகியவர்களாகவும் இருப்பவர்களால்தான் தத்துவங்களைப் புரிந்துகொள்ளமுடியும். ஐரோப்பியர்களுடைய அரசியல் ஆதிக்கம் எவ்வளவு உயர்வாக இருந்தபோதிலும் இந்த விட்டு விலகிய சுதந்தர நிலைக்கு அவர்கள் இன்னும் வந்து சேரவில்லை.

எங்கெல்லாம் நவீனத் தொழில்மயமாக்கம் வெற்றிகரமாக நடந்துவருகின்றனவோ அங்கெல்லாம் பிராமணர், க்ஷத்ரியர், சூத்ரர் ஆகிய மூவர்ணத்தினருமே வைஸ்யர்களால் சுரண்டப் படுகிறார்கள். இப்படியாக வணிக நோக்கே அனைத்தையும் தீர்மானிக்கும் பகுதிகளில் அடிப்படைத் தேவைகளுக்காகத் தொடர்ச்சியான பதற்றம் நீடித்தபடியே இருக்கும். தொழில்மய உலகில் சிக்கிய ஒருவர் தனக்கும் தன் குடும்பத்துக்கும் நாளைய உணவைத் தேடியே தொடர்ந்து சிந்தித்தபடி இருக்கவேண்டி யிருக்கும். வெறுமனே வாழ்வது தொடர்பான எண்ணங்களே முன்னுரிமை பெற்று நிற்கும். ஆன்ம சக்தியைப் பெறுவது தொடர்பான எண்ணங்கள் பின்னுக்குப் போய்விடும்.

தேசத்தின் அவைகளில் அனைவரையும் சமமாகப் பாவித்து ஒவ்வொரு குடிமகனுடைய குரலுக்கும் இடம் தரவேண்டும் என்ற கருதுகோளானது, இயல்பாகவே சிந்தனைத் திறமை கொண்டவர் களுடைய குரலை மங்கிப் போகச் செய்துவிடுகிறது. எந்தவொரு தெளிவான சிந்தனையும் அதற்கான ஓய்வும் வசதியும் இல்லாதவர் களுடையவர்களின் குரலினால் அவை மூழ்கடிக்கப்பட்டும் போகின்றன. இதனால் அனைத்து வர்க்கங்களுமே சில தனி நபர் / தனி அமைப்பின் எல்லையற்ற சுரண்டலுக்கு ஆளாகும் நிலை உருவாகிவிடுகிறது. ஏனென்றால் தத்துவார்த்த அடிப்படைகள் இல்லாத அரசியல் சக்திகள் எல்லாம் வெறும் சந்தர்ப்பவாத சக்திகளாகத்தான் ஆகிவிடுகின்றன. இன்றைய ஐரோப்பாவின் முன்னால் இருக்கும் கேள்வி, தனக்கான அரசியல் சக்தியை அடையாளம் கண்டுகொண்டு அதற்குக் கீழ்ப்படிய எப்படிக் கற்றுக்கொள்ளப்போகிறது?

இந்தப் பிரச்னைக்குத்தான் இந்தியா தனக்கேயான ஒரு தீர்வை வெகு காலத்துக்கு முன்பே கண்டடைந்துவிட்டது. இந்திய தத்துவ மரபானது பிராமணர்கள், க்ஷத்ரியர்கள் என்ற இரண்டு மேட்டுக் குடிகளை உருவாக்கியிருக்கிறது. இந்தியச் சமூகங்களின் முன்னோக்கிய நகர்வுகளின் மூலம் க்ஷத்ரிய வகுப்பு உருவாகி வந்திருக்கிறது. முதலாவது வகுப்பு தெளிவான வரையறை, விரிவான விதிகள், முறையான ஒழுங்கமைவு, மதம் சார்

பிரதிநிதித்துவம், சடங்கு சம்பிரதாயங்களின் செயலாக்கம் ஆகியவற்றின் அடிப்படையில் உருவாக்கப்பட்டது.

நேர்த்தியான வலுவான நிறுவனமயமாக்கம் மட்டுமல்லாமல், தமது சிந்தனைகளை நடைமுறைப்படுத்தும் வலிமையையும் பெற்றதாகப் பிராமணக் குலம் இருந்தது. தனி நபர்கள் என்னதான் தவறுகள் செய்திருந்தாலும் பிராமண குலம் என்பது பிற ஹிந்துக்களினால் மதிப்பு மரியாதையுடனே பார்க்கப்பட்டது. இன்றுமே மிக உயர்வாகவும் பாசத்துடனுமே பார்க்கப்படுகிறது. பிராமணர்களின் செல்வாக்கு பல அடுக்குகள் கொண்டது. எல்லாவற்றுக்கும் மேலாகக் கல்வி, கற்பித்தல், துறவு நிலை ஆகிய அவர்களுடைய தர்மமே இதற்கெல்லாம் முக்கியமான காரணம்.

பௌத்தம் பற்றி நான் விரிவாகப் பேச விரும்பவில்லை. ஓர் அடைப்புக் குறிக்குள் இடுவதுபோல் சுருக்கிப் பேசவே விரும்புகிறேன். ஏனென்றால் பௌத்தர்கள் ஒருபோதும் மக்கள் சமூகத்தை ஒருங்கிணைக்க முயற்சி மேற்கொண்டதில்லை. ஞானம் பெற்றவர்கள் வாழ்க்கையின் இருண்ட, லௌகிக விஷயங்களை விட்டுவிட்டு ஒளி மிகுந்த துறவு வாழ்க்கையை முன்னெடுக்க வேண்டும் என்பதே அவர்களுடைய தத்துவம். பௌத்தம் முன்வைக்கும் தீர்வானது, தனி நபர்களை உலகியல் நெருப்பில் எரிந்து அழிவதில் இருந்து காப்பாற்றக்கூடியதுதானே ஒழிய, மறுமையில் நரகத்தில் எரிவதில் இருந்து காப்பாற்றக்கூடியது அல்ல. ஒரு நபருடைய ஆசைத் தீயில் இருந்து அவரைக் காப்பதுதான் அதன் நோக்கம்.

பிறப்பு-இறப்பு தளைகளில் இருந்து விடுபடுவது மிக உயரிய லட்சியம் மட்டுமே அல்ல; அதுதான் வாழ்வின் ஒரே முழுமையான இலக்கு என்று அது கருதுகிறது. இந்த இலக்கை அடைவதற்காகத் தன் வாழ்க்கையை அர்ப்பணிப்பவர் எவரோ அவரே ஞானவான். பிறருக்கு இந்த ஞானத்தை வழங்க எவர் தன்னை முழுமையாக அர்ப்பணிக்கிறாரோ அவரே பெருங்கருணை மிகுந்தவர்.

எனினும் இந்தியச் சாம்ராஜ்ஜியங்களின் செயல்பாட்டில் பௌத்தம் மிக அழுத்தமான, நீண்டு நிலைத்திருக்கும் தாக்கத்தைச் செலுத்தியிருக்கிறது. பிராமணத் தத்துவ ஞானிகள் அரசர்களுக்கு ஆலோசனைகள் வழங்கி வழிகாட்டியதுபோலவே பௌத்தத் துறவிகளும் ராஜ குருவாக இருந்து வழிகாட்டியிருக்கிறார்கள். மைத்ரேய (நட்பு) பாவமானது தனி மனிதப் பண்பில் செலுத்திய தாக்கத்தின் மூலமாகச் சமூகவியலிலும் பாதிப்பை ஏற்படுத்தியது.

எது இந்தியருடையது... எது பௌத்தருடையது என்று பிரித்துப் பார்ப்பது மிகவும் சிரமம். எனினும் மாமன்னர் அசோகர் எனும் ஓர் அரசர் மேல் பௌத்தம் எந்த அளவுக்கு மிகப் பெரிய தாக்கத்தைச் செலுத்தியிருக்கிறது என்பதை வைத்து பௌத்தப் போதனைகள் ஒருவருடைய நடத்தை மற்றும் கொள்கைகளை எப்படிப் பாதிக்கும் என்பதை நன்கு புரிந்துகொள்ளமுடியும். 'கீழைத்தேய நாடுகளில் பழங்காலம் தொட்டே சாம்ராஜ்ஜியங்கள் எல்லாம் அன்பும் ஆதரவும் கொண்ட கொள்கையின் அடிப்படையில் அமைந்திருந்தன; குடிமக்களின் நலன் மற்றும் மகிழ்ச்சியில் அக்கறை கொண்டிருந்தன' என்ற, உலகம் ஏற்கத் தயங்கும் உண்மையை அவருடைய புகழ் பெற்ற கல்வெட்டுகள் எடுத்துக் காட்டுகின்றன. 'உண்மையான வெற்றி' என்பது பற்றி மிக முக்கியமான கல்வெட்டு விவரிக்கிறது.

பௌத்தத் தர்மத்தை ஏற்பதற்கு முன்பாக அசோகர், அருகில் இருந்த கலிங்க ராஜ்ஜியத்தைப் போரில் வென்று தன் ராஜ்ஜியத்துடன் இணைத்துக்கொண்டிருந்தார். ஆனால், இப்போது மன்னர் என்ன நினைக்கிறாரென்றால், 'கலிங்கத்தைப் போரில் வென்றது குறித்து வருந்துகிறார். ஏனென்றால் வெட்டு, குத்து, மரணம், சிறைப்பிடித்தவர்களை இழுத்துச் செல்லுதல் எனப் பலவற்றின் மூலமே இதுவரை வெல்லப்படாத இந்த ராஜ்ஜியம் வெல்லப்பட்டிருக்கிறது. இது மிகுந்த வேதனையையும் குற்ற உணர்ச்சியையும் தேவனாம்ப்ரியரின் (மன்னரின்) மனதில் உருவாக்கிவிட்டிருக்கிறது. தேவனாம்ப்ரியர், உலகில் வாழும் உயிர்கள் எல்லாம் பாதுகாப்பு, சுய ஒழுக்கம், மன அமைதி, மகிழ்ச்சி கொண்டதாக வாழவேண்டும் என்று விரும்புகிறார். என் மகன்கள், பேரன்கள் எல்லாம் புதிய ராஜ்ஜியங்களை வெல்வதைத் தமது கடமையாக, இலக்காகக் கொள்ளக்கூடாது. எப்போதேனும் ஆயுதங்களை எடுத்துப் போரிட வேண்டிய நிலை வந்தால், பொறுமையாகவும் இதமாகவும் நடந்துகொள்ளவேண்டும். உண்மையான வெற்றி என்பது அன்பினால் பெறப்படும் வெற்றியே. அதுவே இந்த உலகுக்கும் மறு உலகுக்கும் நன்மை தரும்'.

இன்னொரு கல்வெட்டில் இருப்பவை: 'தேவனாம்ப்ரிய ப்ரியதசி துறவிகள், இல்லறத்தார் என அனைத்துச் சமூக மக்களையும் மதித்துப் போற்றுகிறார்'. வேறொரு கல்வெட்டில் மருத்துவ மனைகள் அமைப்பது, 'ஒருவருக்குப் பெரிய குடும்பம் இருக்கிறதா... பேரிடரில் சிக்கியிருக்கிறாரா, முதியவரா

என்பதையெல்லாம்' கவனித்துச் சிகிச்சையில் முன்னுரிமை கொடுக்க அதிகாரிகளை நியமிப்பது எனச் செயல்பட்டிருக்கிறார் என்பது தெரியவருகிறது. 'தனது உணவுக்கென்று எந்தவொரு விலங்கையும் கொல்லக்கூடாது' என்று உத்தரவிட்டிருக்கிறார். 'பெரு வழிச்சாலையின் இரு மருங்கிலும் நிழலும், கனியும் தரும் மரங்களை நடும்படி' உத்தரவிட்டார். கடுமையாக உழைக்கும்படி அனைவரையும் ஊக்கப்படுத்தினார். பௌத்தப் போதனைகள் சொல்லக்கூடிய 'அனைத்துக் குடிமக்களும் என் குழந்தைகள் போன்றவர்களே' என்பதை அடிக்கடி மேற்கோள்காட்டுகிறார்.

இந்தியாவில் இருக்கும் பௌத்த நூல்கள் மட்டுமல்ல; சிலோனில் இருந்து கிடைத்திருக்கும் பௌத்த நூல்களுமே மன்னர்களைப் பற்றி இப்படியே குறிப்பிட்டிருக்கின்றன. ஆனால், இப்படியான பௌத்தப் போதனைகள் ஒரு மன்னரை நல்லெண்ண ஆதிக்கத்தை வெளிப்படுத்த வைத்திருக்கும் நிலையில் அவருக்கு அடுத்ததாக வரும் மன்னர் அவற்றையெல்லாம் மீறி அழிவு வேலைகளில் ஈடுபட்டிருப்பதையும் பார்க்க முடிகிறது.

எனக்குத் தெரிந்தவரையில் பௌத்தம் எந்தவொரு அரசியல் சாசனத்தையோ சமூக ஒழுங்குக்கான விதிகளையோ வரையறை செய்யவே இல்லை. அதே நேரம் பிராமணர்கள் இதே விஷயங்களைப் பல வழிகளில் முயற்சி செய்து மிகப் பெரிய அளவுக்கு அதில் வெற்றியும் பெற்றிருக்கிறார்கள். சமூகப் பிரச்னைகளுக்குத் தமது மதம் சார்ந்த தத்துவங்களைப் பயன்படுத்தித் தீர்வுகள் கண்டுபிடித்திருக்கிறார்கள். நாம் இப்போது அது பற்றித்தான் விரிவாகப் பார்க்கப்போகிறோம்.

வாழ்க்கையின் ஒட்டு மொத்தப் பிரச்னைகளுக்கான க்ஷத்ரிய - பிராமணத் தீர்வானது ஆரம்பக் கால உபநிடதங்களில் விவரிக்கப்பட்டுள்ளது. சங்கராச்சார்யரைப் பொறுத்தவரையில் அதுவே முழுமையான அத்வைதம்; ராமானுஜாச்சார்யரைப் பொறுத்தவரையில் விசிஷ்டாத்வைதம். ஒருமை அல்லது உயிர்கள் அனைத்தும் ஒன்றை ஒன்று சார்ந்து நிற்கும் இந்த நிலையின் மீதான பேரார்வத்தினால் பிராமண லட்சியவாதிகள் அந்த உயரிய மதிப்பீட்டின் அடிப்படையில் சமூக ஒழுங்கை உருவாக்க முயற்சிகள் மேற்கொண்டனர்.

இராமாயண, மகாபாரதக் காவியங்களில் வேத பொற்காலத்தில் இருந்தது போன்ற சமூக அமைப்பைச் சித்திரித்தனர். காவிய நாயகர்களின் மூலம் தமது தத்துவத்தைச் சொல்லவைத்தது

மட்டுமல்ல; அவற்றை நடைமுறையில் வாழ்ந்து காட்டவும் வைத்தனர். அம்புப் படுக்கையில் மரணத்தை எதிர்பார்த்துக் காத்திருந்த பீஷ்மரின் மூலம் இது மிக விரிவாக விவரிக்கப் பட்டிருக்கிறது. பின் வரும் தலைமுறைகள் அனைத்துக்கும் வழிகாட்டும் வகையில் இந்தக் காவிய நாயகர்கள் எல்லோருமே ஒவ்வொரு பண்புகளின், குண நலன்களின் லட்சிய உருவங்களாகச் சித்திரிக்கப்பட்டுள்ளனர். ஏனென்றால் இந்தியக் கல்வி முறையானது கதாநாயக வழிபாட்டின் மூலமாகவே முன்னெடுக்கப்பட்டிருக்கிறது.

உலகின் மகத்தான சமூகவியல் ஆவணங்களான மனுவின் தர்ம சாஸ்திரத்திலும் சாணக்கியரின் அர்த்த சாஸ்திரத்திலும் சட்ட விதிகளின் அடிப்படையிலான லட்சியச் சமுதாயம் ஒன்றின் சித்திரம் தீட்டப்பட்டுள்ளது. இவற்றின் மூலமும் வேறு பல வழிகளின் மூலமும் உலகில் வேறு எங்குமே இருந்திராத வகையில் மத தத்துவங்களைப் பொது மக்களின் கலாச்சார வாழ்வு மற்றும் ராஜ்ஜிய அரசியல் அம்சங்களின் மிக முக்கியமான அறிவார்ந்த அடிப்படையாக ஆக்கிவிட்டிருக்கின்றனர்.

சரி... அப்படியானால், வாழ்க்கை குறித்த பிராமணியப் பார்வை என்பது என்ன? இந்தக் கேள்விக்கு விடை சொல்ல வேண்டுமென்றல், அத்யாத்ம வித்யா – சுயத்தை அறிந்துகொள்ளும் ஞானம் – ஆத்ம விஞ்ஞானம் பற்றிச் சொல்லவேண்டியிருக்கும். இந்திய மதம் மற்றும் தத்துவத்தின் அடிப்படை அதுவே. ஒரே மூலம்... ஒரே சாராம்சம்... ஒரே இலக்கு; அந்த ஒருமையை உணர்ந்து அதனுடன் ஐக்கியமாவதே உயரிய நன்மை, பரமானந்தம், முக்தி, விடுதலை என்று இந்திய மெய்ஞானம் சொல்கிறது என்பதை முன்பே பார்த்தோம். இதுவே ஹிந்து சிந்தனையாளர்களின் அழிவற்ற வாழ்க்கை. காலக் கணக்கில் அல்ல; அண்டத்தில் பிண்டம்; பிண்டத்தில் அண்டம்; ஆத்மாவில் அனைத்தும் அடக்கம். ஆத்மா அனைத்திலும் அடக்கம். அந்த வகையில் அழிவற்ற வாழ்க்கை.

கபீர் சொல்கிறார்: 'எல்லாவற்றுக்கும் மேலாக இந்த உலகில் அழிவற்ற வாழ்க்கையை வாழும் ஆசையை நான் என் மனதில் வைத்துப் போற்றிவருகிறேன்'. இது ஒட்டு மொத்த இந்தியர்களின் குரலும் கூட. இம்மை மறுமை என்ற இந்த இரண்டையும் பிரித்துப் பார்க்கமுடியாத ஒருமை நிலையே இந்தியக் கலாச்சாரத்தின் அஸ்திவாரமாக அமைந்திருக்கிறது. அதுவே இந்தியச் சமூகத்தின்

சமூக லட்சியங்களின் தன்மையை முழுமையாகத் தீர்மானிக்கின்றது.

அப்படியானால், ஒரு பிராமணரால் வாழ்க்கையின் வேற்றுமையை எப்படி ஏற்றுக்கொள்ளமுடியும்? பெரும்பாலான மனிதர்கள் சுய நலமாகவே செயல்படுவார்கள் என்பதை அவர்கள் எப்படி விளக்குவார்கள்? தீமைகளை அவர்கள் எப்படிக் கையாள்வார்கள்? நிர்குண வித்யா என்ற சனாதன தர்மத்தை அவர்கள் முன்வைத்திருக்கிறார்கள். அப்படியென்றால் சகுண வித்யாவை அதாவது காலத்தினால் அழியும் ஒன்றை என்ன செய்வது?

மதம் சார் சமூகவியலின் மிக முக்கியமான அம்சம் இது. பழங்கால லட்சியவாதிகள் (முதியவர்களே லட்சியவாதிகளாக இருக்கிறார்கள். இளைய தலைமுறை குறுகிய நலன்களையே கணக்கில் கொள்கிறது) தமது இளைமைக் காலத்தை நினைவுகூரமுடியும். ஆன்மிகப் பக்குவ நிலைக்குத் தம் வாழ்க்கையில் இடம் கொடுக்கவும் அதுதொடர்பான விஷயங்களைச் செய்யவும் முடியும். இந்த விஷயத்தில் இந்த இடத்தில் தோற்பது என்பது வழிபாட்டு மையங்களுக்கும் அன்றாடச் செயல்பாடுகளுக்கும் இடையில் பிளவை உருவாக்குவதாக ஆகும். புனிதமான வற்றுக்கும் அல்லாதவற்றுக்கும் இடையில் பிழையான புரிதலை, வேறுபாட்டை உருவாக்குவதாக ஆக்கிவிடும். இந்த விஷயத்தில் வெற்றி பெறுதல் என்றால் அன்றாட வாழ்க்கையை மேலுலக ஒளியில் பிரகாசிக்கச் செய்வதுதான்.

ஒரு மனிதருடைய அல்லது மனிதர்களுடைய வாழ்க்கையை ஒரு வளைகோடாக எடுத்துக்கொள்வோம். ஒரு தனி மனிதருடைய வாழும் விருப்பத்துக்கும் வாழ்க்கை அனுபவங்களுக்கும் இடையிலான வளை கோடு. இந்த வளைகோட்டில் வெளிப்புற அலகுகள்: பரிணாமம், வாழ்க்கைப் பாதை – ப்ரவ்ரித்தி மார்க்கம் என்பது சுய சிந்தனை – தன் முனைப்பு மூலம் உருவாகிறது. இந்த வளைகோட்டில் உள் முக நகர்வு என்பது உள்ளிழுக்கப்படுதல், திரும்பிச் செல்லுதல் – நிவ்ரித்தி மார்க்கம் – இது ஆத்ம ஞானத்தின் அதிகரிப்பைக் குறிக்கிறது.

வெளிப்புறப்பாதையில் மனிதர்களின் மதம் என்பது (வாழும்) காலத்தின் மதம். உள்முகமாகத் திரும்பிச் செல்பவர்களின் மதம் என்பது அழிவற்ற மதம். வாழ்க்கை என்பதை ஒரு முழுமை என்று எடுத்துக்கொண்டால், தொடக்கத்தில் இருந்து ஆத்ம ஞானத்தை அடைவதே அதன் முக்கிய இலக்காக இருக்கவேண்டும். நாம்

மறந்துவிட்டுச் செயல்படுகிறோம். பெரும்பாலான மனிதர்கள் விஷயத்தில் மனிதர்களின் ஆத்மாவானது இணக்கம் – பிணக்கம், மன விலக்கம் – சரணடைதல் என உள்முக மற்றும் வெளிமுகச் சிந்தனைகளினால் இருபக்கமாக இழுக்கப்படும் நிலையில் இருப்பதைப் பார்க்கமுடியும்.

பிராமணர்கள் தத்துவார்த்த ரீதியில் 'நன்மை', 'தீமை' என்ற பதங்களைப் பயன்படுத்துவதைத் தவிர்க்கிறார்கள். ஞானம், அறியாமை (வித்யா, அவித்யா) ஆகியவை பற்றியும் சத்வ, ரஜோ, தமோ குணங்கள் பற்றியும் பேச விரும்புகிறார்கள். ஞானம் பெருகப் பெருக ஒரு மனிதர் தன்னியல்பாக எந்தவொரு கடமை உணர்வு சார்ந்தெல்லாம் இல்லாமல் திரும்பிச் செல்ல விரும்புவார். அவருடைய பண்பும் செயல்பாடுகளும் சாத்விகமாக இருக்கும். ஆனால் அறியாமையில் இருப்பவர்களின் சுய மைய சிந்தனை (தன் முனைப்பு) என்பது ஒரு பாவம் என்று தண்டிக்கவேண்டாம். ஏனென்றால், சுய (ஆன்ம) முனைப்பு இல்லையென்றால் ஆத்ம ஞானம் அடைதல் சாத்தியமில்லையே.

இளமையின் புலன் இன்ப வேட்கையை மறுப்பது இதற்கான தீர்வு அல்ல; அடக்கப்படும் ஆசைகள் பெரும் நோயாக மாறி நம்மைப் பீடிக்கும் என்பதை நாம் அடக்குந்தோறும் புரிந்துகொள்ள நேரும். இதனால்தான் பிராமணர்கள் தமக்கு விதித்துக்கொண்ட புலனடக்க விதிமுறைகளைக் கைவிடாமலேயே, லட்சியச் சமுதாயத்தில் புலன் இன்பங்களை நுகர விரும்புபவர்களுக்கு அவை கிடைக்க வழி செய்யவேண்டும் என்று விதி வகுத்தார்கள். புலன் இன்பங்களில் இருந்து மேலெழவேண்டுமென்றால், வெறும் உடல் இன்பத்தை நுகரும் வாழ்க்கையில் இருந்து மேலெழ வேண்டுமென்றால் அந்த இன்பங்களை முதலில் முழுமையாக அனுபவித்துவிட்டிருக்கவேண்டும் என்று பிராமணர்கள் சொன்னது அதனால்தானோ என்னவோ.

பொருள் ஈட்டுதல், காமத்தைத் துய்த்தல் (புலன் இன்பங்களைத் துய்த்தல்) ஆகிய இரண்டுமே தர்மத்துக்குக் கட்டுப்பட்டிருக்க வேண்டும்; அதுவே எளியவர்களை வலியவர்களிடமிருந்து பாதுகாக்கும் என்று பிராமணர்கள், லௌகிக – வெளிவட்ட வாழ்க்கையை வாழ விரும்புபவர்களுக்கு விதி வகுத்திருக்கிறார்கள்.

தர்மம் என்றால் சமூக ஒழுங்கைக் காப்பாற்ற உதவும் ஒழுக்கம் என்று அர்த்தம். 'தர்மத்தின் மூலமே நாகரிகம்

நிலைநிறுத்தப்படுகிறது' என்று மத்ஸ்ய புராணம் 145:27 தெரிவிக்கிறது. சமூக நடைமுறை, ஒழுக்க விதி, ஒழுங்கு, கடமை, நேர்மை அல்லது மத நம்பிக்கை என்று இதைப் புரிந்து கொள்ளலாம். நவீன மேற்குலகில், சந்தைச் சக்திகளின் தார்மிக அடிப்படையிலான போட்டியின் மூலம் இந்தச் சமூக நிலை எட்டப்படுகிறது.

சுய முனைப்பு துளியும் இல்லாதவர்களின் படைப்பூக்கம் மிகுந்த சிந்தனைகளால் வழிநடத்தப்படாதவரையில் எந்தவொரு சமூகமும் முன்னேறமுடியாது. இவர்களை நாம் நாயகர்கள், காவலர்கள், பிராமணர்கள், சாமுராய்கள் அல்லது மேதைமை மிகுந்தவர்கள் என்று எப்படி வேண்டுமானாலும் அழைக்கலாம். ஆனால் இவர்கள்தான் ஒரு சமூகத்தைத் தலைமை தாங்கி நடத்தவேண்டும்.

தூய்மைவாதம் இளம் வயதிலேயே புலனடக்கத்தை வலிந்து திணிக்க விரும்புவதாக இருக்கிறது. முழுமையான ஒழுக்கம், ஒரே உயரிய தத்துவம் என்ற நடைமுறை சாத்தியமற்றதும் முழுவதும் கோட்பாட்டு ரீதியிலானதுமான கொள்கைகளின் அடிப்படியில் இது முன்வைக்கப்படுகிறது. இதற்கு நேர்மாறாகத் தொழில்மய சமூகம் இருக்கிறது. அது சந்தையின் போட்டிகளையும் சுய நல முனைப்பையும் இயல்பானதாக ஏற்கிறது. தத்துவம், ஒழுங்குக் கட்டுப்பாடு ஆகியவற்றை மறுதலிக்கிறது.

பிராமண சமூகவியல் அதனுடைய வலுவான தத்துவார்த்த அடிப்படைகளின் காரணமாக இந்த இரண்டு அணுகுமுறைகளில் இருக்கும் குறைகளையும் எளிதில் தவிர்த்துவிடுகிறது. ஒவ்வொரு வருடைய சமூக, ஆன்மிக நிலைக்கு ஏற்ப அவரவருக்கான ஸ்வ தர்மம் என்ற கோட்பாட்டை முன்வைக்கிறது. அதுபோலவே ஈஸ்வரன் பல வடிவங்கள் கொண்டவர் என்பதையும் முன் வைக்கிறது. இதை மிஷனரிகள் பல தெய்வக் கோட்பாடு என்று மிகவும் தவறாகப் புரிந்துகொண்டுவிட்டனர்.

ஆன்ம ஞானமே மனித வாழ்க்கையின் ஒரே இலக்கு; அதேநேரம் இதை எடுத்த எடுப்பிலேயே சுய நல, சுய மைய சிந்தனைகளில் இருந்து மேலெழாத சமூக உறுப்பினர்கள் மேல் திணிப்பது சரியாக இருக்காது என்று பிராமணர்கள் மிகத் தெளிவாகப் புரிந்து கொண்டிருந்தனர். மனிதர்களின் இயல்புநிலை பற்றிய இந்தப் புரிதலே பிராமணச் சமூகவியல் பிற சமூக அமைப்புகளைவிட மேலானதாக விளங்க முக்கியமான காரணமாகத் திகழ்கிறது.

இந்த இடத்தில் நாம் கொஞ்சம் கிளை பிரிந்து மறு பிறவிக் கோட்பாடு பற்றிப் பார்த்தாகவேண்டும். அது முடிவற்ற வாழ்க்கைச் சுழலை முன்வைக்கிறது. இந்தக் கோட்பாடு பிராமணச் சமூகவியலாளர்களால் முன்வைக்கப்பட்டு வளர்த்தெடுக்கப்பட்டு வந்திருக்கிறது. இதன் நடைமுறையாக்கம் பற்றி நாம் தெளிவாகப் புரிந்துகொண்டாகவேண்டும்.

மறுபிறவிக் கோட்பாடு என்பது ஒரு மூட நம்பிக்கை; அதை நம்மால் திறம்பட மறுதலிக்க முடியும்பட்சத்தில் ('முடியும் பட்சத்தில்' என்பதைக் கூர்ந்து கவனிக்கவேண்டும்) அதற்கு எந்தவொரு நடைமுறை முக்கியத்துவமும் இருக்கவே முடியாது என்ற முடிவுக்கு நாம் வந்துவிடக்கூடாது. அணுக்களும் எலக்ட்ரான்களும் கூட வெறும் குறியீடுகள்தான். கோலிக் குண்டுகள்போல் நம்மால் கண்ணால் பார்க்க முடியக்கூடியவை அல்ல; மிகப் பெரிய நுண்ணோக்கி கொண்டுதான் அணுக்களைப் பார்க்க முடியும். ஆனால், அவை தொடர்பான அணுவியல் கோட்பாட்டின் நடைமுறை முக்கியத்துவம் என்பது அவற்றைப் பார்க்க முடிகிறதா இல்லையா என்ற அவற்றின் பண்பை அடிப்படையாகக் கொண்டது அல்ல. அணுவியலின் கடந்த காலப் புரிதல்கள், வருங்காலக் கணிப்புகள் ஆகியவற்றைச் சார்ந்தது.

ஓர் ஆத்மாவின் வயது என்பது அது இருக்கும் உடம்பின் வயதைச் சார்ந்தது அல்ல என்ற அடிப்படையில் மறு பிறவிக் கோட்பாடு அமைந்திருக்கிறது. 'தலை முடி நரைப்பதனாலேயே ஒருவர் பெரியவர் ஆகிவிடுவதில்லை' (தர்மபாதா-260). சில நேரங்களில் இளைய தோள்களில் ஞானம் மிகுந்த தலை இருப்பதையும் நாம் பார்த்திருப்போம்.

சிலர் பொறுப்பற்று நடந்துகொள்வார்கள்; சுய நலம், சுய முனைப்பு, எதற்கும் கட்டுப்படாத தன்மை, இறுதி நாளில் என்ன நடக்கும் என்ற சிந்தனை இல்லாத குணம் ஆகியவை கொண்டவர்களாகவே வாழ்க்கை முழுவதும் இருப்பார்கள். வேறு சிலர் இளம் வயதிலிருந்தே மிகுந்த அக்கறை, சுய ஒழுக்கம், திறமை, நட்பார்ந்த குணம் கொண்டவர்களாக இருப்பார்கள். இப்படியான நிகழ்வுகளுக்குப் புத்தி பூர்வமான அல்லது புதிரான, மதம் சார்ந்த விளக்கமாக மறு பிறவிக் கொள்கை இருப்பதை நாம் புரிந்துகொள்ளவேண்டும்.

இந்த நிகழ்வுகளுக்குப் பிராமணர்கள் மிகச் சரியாக மிகுந்த முக்கியத்துவம் தந்திருக்கிறார்கள். ஏனென்றால் இதுவே மனிதக்

குணம் அல்லது பரம்பரை குணம் என்பதைத் தீர்மானிக்கிறது. அதுவே மனிதர்களிடையே இயல்பாகவே இருக்கும் சமமின்மைக்குக் காரணமாக அமைகிறது. மேற்குல ஜனநாயகக் கோட்பாடுகள் இந்த இயற்கையான சமமின்மையைக் கணக்கில் கொள்வதே இல்லை.

பிராமண சமூகவியலைக் கொஞ்சம் விரிவாகப் பார்ப்போம். உலக நிகழ்வுகளுக்கு இடையில் ஒருவித ஒத்திசைவான தாளகதி / லயம் இருக்கிறது என்பதை முதலில் நாம் புரிந்துகொள்ளவேண்டும். இந்த லயமானது பருப்பொருள் – பருப்பொருள் கடந்தது, சுயம் – சுயம் கடந்தது, கருத்து – பொருள், ஒற்றுமை – பன்மை, அன்பு – வெறுப்பு மற்றும் இதுபோன்ற 'இருமை'களால் ஆனது. இந்த இரண்டு எதிர் நிலைகளின் ஊடாடலே அனைத்துவிதமான மகத்தான, ஆவணப்படுத்தத் தகுந்த வாழ்க்கையின் அதாவது சம்சார சாகரத்தின் நிரந்தர இருப்புக்கு அடிப்படையாகத் திகழ்கின்றன. பிறப்பு, இறப்பு, பரிணாம வளர்ச்சி, உள் ஒழுங்குதல், மேல் முகப் பயணம், இறங்குமுகப் பயணம், சிருஷ்டி – சம்ஹாரம் (படைப்பு – அழித்தல்) ஆகியவற்றின் மூலம் அது வெளிப்படுகிறது.

தனிமங்கள், தாவரங்கள், விலங்குகள், மனிதர்கள், அல்லது தனி நபர் கடவுள்கள் அனைத்துக்குமே ஓர் ஆரம்பமும் முடிவும் உண்டு. படைப்பு – அழிப்பு, தோற்றம் – மறைவு இவையெல்லாமே உலக நடப்புகளின் ஆதார அம்சம். கடந்த காலம், நிகழ்காலம், எதிர்காலம் என எப்போதும் இருந்த, இருக்கப்போகிற விஷயம். இந்தக் கோட்பாட்டின்படி, ஒவ்வொரு சுய மைய சிந்தனையும் (ஜீவாத்மா) வாழ்வதற்கான ஆசையும் (த்ரிஷ்ணா, இச்சகா) தனக்கேயான சுழற்சியில் (கதி) ஒரு குறிப்பிட்ட நிலையை எட்டியிருப்பதாக எடுத்துக்கொள்ளவேண்டும். ஒரு தேசம், கிரஹம் அல்லது பிரபஞ்சத்தின் ஒட்டு மொத்த வாழ்வுக்கும் இது பொருந்தும்.

இந்தப் பரிணாம நகர்வில் மனிதப் படைப்பின் மூலம் ஒரு திருப்புமுனை நிகழ்ந்துள்ளது. இதனால்தான் ஹிந்துக்கள் (பௌத்தர்களும்) மனிதப் பிறப்புக்கு இவ்வளவு மிக அதிக முக்கியத்துவத்தைத் தந்திருக்கிறார்கள். இந்தத் திருப்புமுனையை எட்டுவதற்கு முன்பாக, கிறிஸ்தவ இறையியலின் மொழியில் சொல்வதென்றால், இயற்கை மனிதன் (இயல்பான குணங்கள் கொண்டவர்) இருந்தார். அதன் பின்னர் மறு மலர்ச்சி தொடங்குகிறது.

இந்தத் திருப்புமுனை திடீரென்று எட்டப்பட்டு விடவில்லை. பிறவிகளின் தொடர்ச்சியை, ஒன்றுடன் ஒன்று கலப்பது மற்றும் உளவியல் மாற்றம் ஆகிய இரண்டும் தீர்மானிக்கும். திருப்புமுனை திடீரென்று நடந்துவிட்டதாகத் தோற்றமளித்தால், நன்கு கனிந்த பழம் சட்டென்று விழுவது திடீரென்று நடப்பதுபோல் தோன்றுவது போல்தான் இருக்கும். நடக்க வேண்டியவை ஏற்கெனவே நடந்தேறியிருக்கவேண்டும்.

இந்த மாபெரும் நகர்வில் ஒருவருடைய இடம் அதாவது அவருடைய ஆன்மிக ஞானம் சார்ந்த வயதுக்கு ஏற்ப மூன்று விதமான மனிதர்களை நாம் வகைப்படுத்தமுடியும்.

நான், எனது என்ற எண்ணங்கள் நிரம்பியும் சுய நலன் மட்டுமே இலக்காகவும் இருக்கும் நபர்கள் முதல் வகையினர். இவர்கள் எதிர்ப்பு இருக்கும் என்ற பயத்தினாலும் சட்டரீதியான அல்லது மறு உலகில் தண்டனை கிடைக்கும் என்ற பயத்தினாலும் அதோடு குடும்பம், தேசம் மீதான அன்பினாலும் இவர்களுடைய நடவடிக்கைகள் வழிநடத்தப்படும். இவர்கள் நீட்சே சொல்லும் அடிமைகள், பிளேக் சொல்லும் ‘படைப்பூக்கம் அற்றவர்கள்’.

அடுத்ததாக இருப்பவர்களின் எண்ணிக்கை மிகவும் குறைவு. ஆனால், சிந்தனைத் திறமையும் நற்பண்புகளும் கொண்டவர்கள். இவர்கள் கடமை உணர்ச்சி மிகுந்தவர்கள். ஆதி மனிதருக்கும் புதிய மனிதருக்கும் இடையிலான மோதல் இவர்கள் மனதில் நடந்துகொண்டிருக்கும். இவர்கள் அதிகாரம், புகழ் இவற்றில் நாட்டம் கொண்டவர்களாக இருப்பார்கள். நாணயமான அல்லது அல்லாத வகையிலான உத்வேகம் கொண்டிருப்பார்கள். மனித குலம் மீது தன்னலமற்ற அன்பு கொண்டிருப்பார்கள். ஆனால், இவர்கள் ஒட்டு மொத்த மனித இனம் மீது அக்கறை கொண்டவர்களாக இருப்பது அரிது. இவர்களுடைய சிந்தனை சுய நலமற்றதாகவும் அதே நேரம் உலகம் தழுவியதாக இல்லாமல் குறுகியதாகவும் இருக்கும்.

நெருக்கடியான நேரங்களில் இவர்களுடைய சுய ரூபம் வெளிப்படும். எந்த நிலையை எட்டியதாகத் தோற்றமளித் தார்களோ அது அல்லாமல் எந்த அளவுக்கு அவர்கள் முன்னேறியிருக்கிறார்கள் என்ற உண்மை நிலை தெரியவரும். இவர்கள் சுதந்திரத்தைத் துய்க்க ஆரம்பித்தவர்கள் என்றபோதிலும் (சுதந்தரமாகச் சிந்திக்கவும் செயல்படவும் முடிந்தவர்கள்) இவர்களை விதிமுறைகளால் நல்வழிப்படுத்த வேண்டியிருக்கும்.

இறுதியாக இன்னும் சொற்பமாகவே இருக்கும் நபர்கள்: நாயகர்கள், ரட்சகர்கள், துறவிகள், அவதாரங்கள். இவர்கள் எல்லாவித நெருக்கடிகளையும் தாண்டி சமாதானத்தை அடைந்த வர்கள்; அல்லது வாழ்க்கையின் முழுமை பற்றி மிகவும் தெளிவான தரிசனத்தைப் பெற்றவர்கள். பிளேக் குறிப்பிடும் சிருஷ்டிகர்த் தாக்கள் இவர்களே. நீட்சே சொல்லும் எஜமானர்கள். இவர்கள் எல்லாம் அவர்களுக்கே உரிய வகையில் பிராமணர்கள். அதி மனிதர்கள், போதிசத்துவர்கள் ஆகியோருக்கு இணையானவர்கள். அன்பு, ஞானம் ஆகியவையே இவர்களின் செயல்பாடுகளைத் தீர்மானிக்கும்; விதிமுறைகளோ சட்ட திட்டங்களோ அல்ல. இந்த உலகில் மனிதக் குலத்தின் மண மிகு மலர்கள். இந்த உலகினால் உருவானவர்கள் அல்ல; இந்த உலகுக்காக உருவானவர்கள். அவர்களே சமூகத்தின் தலைவர்கள், குருமார்கள்.

இந்த மூன்று பிரிவுகள் மனித சமூகத்தில் இயல்பான படிநிலையை, ஏற்றத்தாழ்வை உருவாக்குகின்றன. ஒரு லட்சியச் சமுதாயத்தில், அதாவது மனித இனம் தமது இலக்கை (புருஷார்த்தத்தை) அடைவதற்கு உகந்ததாக உருவாக்கிக் கொள்ளும் சமுதாயத்தில், ஒவ்வொருவருக்கும் தனது அந்த இலக்கை அடைய வழிவகை செய்து தரவேண்டும். அதேநேரம் ஆகச் சிறந்தவர்களும் ஞானவான்களும் மட்டுமே வழிகாட்டியாக / ஆட்சியில் இருக்கவேண்டும்.

புருஷார்த்தம் என்பது பிராமணியப் பயன்பாட்டியல் தத்துவம். சமூக விதிமுறைகளுக்கு அடிப்படையான அம்சம். ஒரு குறிப்பிட்ட செயலானது தர்ம, அர்த்த, காம, மோட்ச விதிகளின்படி இருக்கிறதென்றால் அது சரியான செயல். அதாவது செயல்பாடு, வளர்ச்சி, மகிழ்ச்சி, ஆன்மிகச் சுதந்தரம் ஆகியவற்றுக்கு உகந்ததாக இருந்தால் அது சரியான செயல். அல்லது இதில் எந்த ஒன்று அல்லது ஒன்றுக்கு மேற்பட்ட விதிகளுக்கு முரணாக இல்லாமல் இருக்கவேண்டும்.

பிராமணப் பயன்பாட்டுத் தத்துவமானது மனிதர்களை முழுமை யானவராகப் பார்க்கிறது. தொழில்மய சமூகவியலாளர்கள் பயன்பாடு சார்ந்து குறுகிய பார்வை கொண்டவர்களாகவே இருக்கிறார்கள். அரசியல் பொருளாதாரம் என்பது இந்தப் பயன்பாடுகளைச் சார்ந்ததாகவே இருக்கிறது (நிக்கோல்சன் எழுதிய பிரின்சிபில்ஸ் ஆஃப் எக்கானமி, பதிப்பு 2, பக் 28).

அதிகாரவர்க்க அமைப்பு இல்லாமல் அதாவது அதிகாரப் படிநிலை இல்லாமல் ஒரு லட்சியச் சமுதாயம் இருக்கவே முடியாது என்று

பிராமணச் சமூகவியலாளர்கள் (ரிஷிகள்) கருதினார்கள். அந்த அதிகாரப் படிநிலையானது ஞானம் மிகுந்ததாகவும் ஆன்மிக அடிப்படை கொண்டதாகவும் இருந்தாக வேண்டும். ரத்த வழி (வாரிசு வழி) மற்றும் கலாச்சார வழியிலான பரம்பரை அம்சங்கள் மீது மிகுந்த நம்பிக்கை கொண்ட பிராமண சமூகவியலாளர்கள் ஏற்கெனவே நிலவி வந்த தொழில் குலங்களின் அடிப்படையில் லட்சிய சமூகத்தைக் கட்டமைக்க முடியும் என்று தீர்மானித்தனர்.

இயற்கையான அடுக்குகளை நம்மால் இனம் காண முடிந்தால், ஒவ்வொரு பிரிவுக்கும் அவர்களுக்கு உகந்த கடமைகளை (ஸ்வ தர்மங்களை) உரிய அந்தஸ்துடன் வகுத்துக் கொடுக்கமுடியும். சமூகத்துக்குத் தேவையான தொழில் பகுப்புக்கும் இது உதவிகரமாக இருக்கும். வாரிசுகளுக்குத் தொழிலைக் கைமாற்றித் தருவதன் மூலம் பரம்பரைத் தொழில் திறமையையும் கைமாற்றித் தரமுடியும். சமூக மோதலைத் தவிர்க்க முடியும்; ஒவ்வொருவரும் அவருக்குச் சொந்தமானதும் அவருக்குத் தேவையானதுமான அனுபவத்தையும் செயல்பாடுகளையும் அது அனுமதிக்கவும் செய்யும் என்று பிராமணச் சமூகவியலாளர்கள் நினைத்தனர்.

இயற்கை விதிகளின்படி ஒரு தனி நபரின் சுயமானது (ஜீவாத்மாவானது) எப்போதும் அல்லது பெரும்பாலான நேரங்களில் அதற்கு உகந்த சூழலில் பிறந்திருப்பதாகக் கருதினர். அவர்களுடைய இந்தச் சிந்தனை தவறு என்று ஒருவர் நினைத்தால், இதே விளைவுகளைத் தரக்கூடிய மேலான வழிமுறை ஒன்றைக் கண்டு சொல்லவேண்டும். அது சாத்தியமே இல்லை என்று நான் சொல்லவில்லை. ஆனால், சமத்துவத்துக்கான போட்டிகள் நிலவும் சமூகம் அல்லாமல், அனைத்துத் தரப்புகளின் நலன்களும் எதிர்பார்ப்புகளும் சமமானதாகக் கருதப்படக்கூடிய சமுதாயம் ஒன்றை உருவாக்குவதில் பிராமண ஜாதிய சமுதாயமே மிக நெருங்கி வந்திருக்கிறது என்பதை யாரும் மறுக்க முடியாது. மனித ஆன்மாவின் வயது ஒரே மாதிரியாக இருப்பதில்லை என்பதை ஏற்றுக்கொள்ளும் நபர்களுக்கு இதுவே உண்மையான கம்யூனிஸமாக (கூட்டு வாழ்க்கை முறையாக) தோன்றும்.

ஜாதி அமைப்பை ஒரு கருத்து என்ற அளவில் அல்லது அதன் உண்மையான நடைமுறை வடிவம் என்ற அளவில் விவரிப்பதென்றால் தனிப் புத்தகம் தேவைப்படும். எனினும் அவற்றின் சில கூறுகளை இங்குப் பார்ப்போம். பிராமணருக்கும் சூத்திரருக்கும் இடையிலான வேறுபாட்டை, 'சூத்திரர் செய்யும் எதுவுமே

தவறில்லை' (மனு 10:126) என்ற பார்வையின் அடிப்படையில் புரிந்துகொள்ளலாம்.அதாவது, உயர் ஜாதியினர் மிகுந்த பொறுமையுடன், பொறுப்புடன் நடந்துகொள்ளவேண்டும். அரசர் தவறே செய்ய முடியாது (செய்யக்கூடாது) என்று மேற்குலகில் சொல்லப்படுவதற்கு இணையானது இது. குற்றச் செயல்களுக்கான தண்டனை என்ற விஷயத்தில் மனு ஸ்மிருதி சொல்வதில் இருந்து இது நன்கு புலனாகும்.

ஒரு தவறுக்கு சூத்திரர்களுக்குத் தரப்படும் தண்டனையைவிட வைஸ்யருக்கு இரண்டு மடங்கு தண்டனை தரப்படவேண்டும். அதே தவறுக்கு க்ஷத்திரியருக்கு நான்கு மடங்கு தண்டனை தரப்படவேண்டும். அதே தவறை பிராமணர் செய்தால் எட்டு மடங்கு அல்லது 16 மடங்கு தண்டனை தரவேண்டும். ஏனென்றால் சமூக அந்தஸ்தும் ஞானமும் அதிகரிக்க அதிகரிக்க பொறுப்புகளும் அதிகரிக்கும்.

பிராமணர்களுக்கு விதிக்கப்பட்டிருக்கும் எண்ணற்ற சுய மறுப்பு – புலனடக்க விதிமுறைகள் எதுவுமே சூத்திரர்களுக்குக் கிடையாது. அவர் எதை வேண்டுமானாலும் சாப்பிடலாம்; சூத்திர விதவைகள் மறு மணம் செய்துகொள்ளலாம். சூத்திரர்களின் எண்ணிக்கை பிற ஜாதியினரின் எண்ணிக்கையைவிட ஒருபோதும் அதிகரித்துவிடக் கூடாது என்ற விதிமுறையும் இருந்ததை நாம் கவனத்தில் கொள்ளவேண்டும். கிரேக்கத்தில் அடிமைகளின் எண்ணிக்கை சுதந்தரமானவர்களின் எண்ணிக்கையைவிட அதிகரித்ததால்தான் வீழ்ச்சியைச் சந்தித்தது. சூத்திரர்களின் எண்ணிக்கை அதிகரித்து விட்டால், குறைவான ஞானம் கொண்டிருக்கும் நபர்களுடைய குரல், அவர்களுடைய எண்ணிக்கை அதிகமாக இருப்பதால் ஓங்கி ஒலிக்கத் தொடங்கிவிடும்.

இயந்திரங்களைப் பயன்படுத்துவதில் ஒழுங்குமுறை வேண்டும் என்று சொல்லக்கூடிய நவீனத் தொழில் கலைஞர்கள் எல்லாம் மிகப் பிரமாண்டமான இயந்திரங்கள், தொழிற்சாலைகள் இவற்றையெல்லாம் தனி நபர்களின் பொறுப்பில் அல்ல; பொதுமக்களின் மீது அக்கறைகொண்டதாகவே இயங்க அனுமதிக்கவேண்டும்; அப்படிச் செய்யாதது மிக மிகப் பெரிய தவறாகிவிட்டது என்ற முடிவுக்கு வந்திருக்கிறார்கள்.

ஒரு சமூகத்தில் இருக்கும் நபர்களுடைய எதிர்பார்ப்புகளில் ஓர் ஒற்றுமை இருந்தால்தான் முற்போக்கான சமுதாயத்தை உருவாக்க முடியும். சமூகப் பழக்கத்தை எவ்வளவு சீக்கிரம் மாற்றியமைக்க

முடியும் என்பது நேச நாட்டு அரசாங்கங்கள் தொழில் உற்பத்தித் துறையில் சில நிறுவனங்களைத் தன் கட்டுப்பாட்டில் கொண்டுவந்திருப்பதில் இருந்து நன்கு புரிந்துகொள்ளமுடியும். லாபங்களைக் குவிப்பதில் வரையறைகள் வேண்டும் என்ற மிக எளிய விஷயத்தைப் புரிந்துகொள்ள மிகப் பெரிய இழப்பைச் சந்திக்க நேர்ந்திருப்பது வேதனைக்குரிய விஷயமே.

அதுபோல் ராணுவ வீரர்களுடைய நலன் சார்ந்து இன்று (போர்க்காலங்களில்) மிக அதிகமாகச் செலவிடப்படுகிறது. அமைதிக் காலங்களில் தொழிலாளர் சந்தையின் இளகிய மனதின் கருணையை எதிர்பார்த்துத்தான் இருந்தாக வேண்டியிருக்கும். தேசம் அமைதிக் காலத்தில் வளமான வாழ்க்கைக்கான திட சித்தத்துடன் இருந்தால் போருக்குச் செலவிடும் தொகையில் மிகச் சொற்பமானதைக் கொண்டே அனைத்தையும் செய்துமுடித்துவிட முடியும். ஒரு தேசம் போர்க்காலத்தில் தற்காப்புக்காகக் கூட்டுறவாகச் செயல்பட முடியுமென்றால் சுய வளர்ச்சிக்கு அமைதிக் காலத்தில் ஏன் ஒற்றுமையாகச் செயல்படமுடியாது?

இயற்கையான மனிதப் பிரிவுகள் இருக்கும் நிலையில், ஜாதிகளுக்கு அவற்றைச் சுயமாக நிர்வகித்துக் கொள்ளும் உரிமை கிடைத்திருக்கிறது. இதன் மூலம் ஒரு மனிதர் தவறு செய்தால் சக மனிதர்களால் ஆன அமைப்பு அவரை விசாரணை செய்யலாம். ஜனநாயகம் என்று இப்போது சொல்லப்படும் கொள்கை முன்வைக்கும் நல்ல விஷயங்களில் ஒன்று இந்த சுய நிர்ணய உரிமை. அது அன்றைக்கு ஜாதிகளுக்கு இருந்தது.

தொழில் துறை சார்ந்த ஜனநாயகத்தில் ஒரு தொழிலாளி தவறு செய்தால் அவருடைய தொழில் குழும ஜுரிகள் அல்லது ஒரு வயல், தோப்புகளில் நுழைந்து திருடுபவரை நில உடைமையாளர் குழு விசாரிக்கும். ஒரே ஜாதிக்குள் அனைவருக்கும் சம வசதி வாய்ப்புகள் இருந்தன. ஒவ்வொரு ஜாதிக்கும் பொதுவான சலுகைகளும் கடமைகளும் இருந்தன. இப்படியாக நிர்வகிக்கப் பட்ட சமுதாயம் தொழில் குழும சோஷியலிசம் என்று இன்று சொல்லப்படும் அமைப்பைப் போன்றதுதான்.

நியாயமான ஆரோக்கியமான சமுதாயத்தில் திறமைக்கு ஏற்பவே பொறுப்புகள் இருக்கவேண்டும். திறமையும் ஆர்வமும் தனி நபரைப் பொறுத்தவரையில் பிரித்துப் பார்க்க முடியாதவை. அதுவே ஒவ்வொருவருடைய தொழிலுக்கான உள்ளுணர்வு. எனவே, தொழிற்சங்கக் கோட்பாட்டின்படியும் இந்தியாவில் இருந்த

ஜாதி அமைப்பின்படியும் கடமையும் மகிழ்ச்சியும், கட்டுப்பாடும் சுதந்தரமும் ஒரு லட்சியவாத அளவில் ஒருங்கிணைந்ததாக இருந்திருப்பதைப் புரிந்துகொள்ளலாம்.

தொழில் அல்லது தர்மம் என்பது இந்த அடையாளத்தையே குறிக்கிறது. கடமை என்ற கருத்தாக்கத்தில் தனி நபர் வாதமும் சோஷியலிசமும் ஒருங்கிணைக்கப்பட்டுள்ளன.

பிராமணியச் சிந்தனைகள் கல்வி தொடர்பான பிரச்னைகளிலும் தமது செல்வாக்கைச் செலுத்தியுள்ளன. ஞானம் இல்லாதவருக்குக் கல்வி என்பது கண் இல்லாதவருக்குத் தரப்படும் கண்ணாடி போன்றது என்று கருட புராணம் சொல்கிறது. (தர்மத்துடன்) ஒருங்கிணைப்பு பெறாத அறிவு, அல்லது முறையாகப் பெறாத கருத்துகள் இவையெல்லாம் பிராமணர்களைப் பொறுத்தவரையில் பயனற்றவை. அதுமட்டுமல்லாமல் இவையெல்லாம் திறமையற்ற தொழிலாளியின் கையில் இருக்கும் அபாயகரமான கருவிகள் என்றும் கருதினர்.

சமூகத்தில் ஒரு நபரின் நடத்தை, நல்லொழுக்கம் இவற்றுக்கே அதிக முக்கியத்துவம் தரப்பட்டது. குலத் தொழிலில் நிபுணத்துவம் என்பது ஒரு ஜாதிக்குள் அந்தத் தொழிலைக் கற்றுத் தருவதன் மூலம் நிலைநிறுத்தப்பட்டது. ஆனால், உயர் கல்வி என்று நாம் இன்று சொல்லும் விஷயத்தில் நவீனக் காலச் சிந்தனைகளில் இருந்து பிராமணச் சிந்தனை பெரிதும் வேறுபடுகிறது.

எல்லாக் கல்வியும் எல்லாருக்கும் கிடைக்கவேண்டும் என்று அது கருதவில்லை. கல்விக்கு அடிப்படை அதைப் பெறுபவரின் ஆளுமையே. கற்றுத் தருவதென்பதைக் கடமையாக / தொழிலாக மதிக்காத ஒருவர் ஆசிரியராக (குருவாக) இருக்கக்கூடாது. (வேதக் கல்வியை விற்கக்கூடாது). மாணவர் ஒன்றைக் கற்றுக் கொள்ளத் தயாராகாதவரையில் அவருக்கு அதை ஓர் ஆசிரியர் கற்றுத் தரக்கூடாது. சரியான கேள்விகளைக் கேட்டு மாணவரின் தகுதியை எடைபோடவேண்டும். மண் வெட்டியால் விடா முயற்சியுடன் பூமியைத் தோண்டுபவருக்குத் தண்ணீர் கிடைப்பதுபோல் ஆசிரியரிடம் பணிவாக இருக்கும் மாணவருக்கு ஆசிரியரிடம் இருக்கும் ஞானம் கிடைக்கும் (மனு 2:218).

ஆண், பெண் இருவருடைய இடங்களுமேகூட குறிப்பிட்டுச் சொல்லவேண்டிய விஷயம்தான். ஒருவகையில் பெண்கள் பொதுவாகவே இள நிலையில் இருப்பவர்கள். பாராசெலஸ் சொன்னதுபோல், 'ஆண்களைவிட உலகுக்கு மிகவும் நெருங்கிய

வர்கள்'. ஆனால் ஆணா, பெண்ணா யார் பெரியவர் என்ற மோதலே தேவையில்லை. ஏனென்றால் இதில் அவரவருடைய திறமைகள், முக்கியத்துவம் பற்றிய பார்வை இல்லை. ஹிந்து திருமண பந்தம் சமத்துவத்தைப் பேசவில்லை; அடையாளத்தை, ஆளுமையைப் பேசுகிறது. 'ஆண் என்பவர் தனியானவர் அல்ல; அவர் அவராகவும் அவருடைய மனைவியாகவும், குழந்தையுமாகவும் இருக்கிறார்; எனவே ரிஷிகள், கணவர் என்பவர் மனைவியைப் போன்றவரே (சமமானவரே) என்று கூறியிருக்கிறார்கள் (மனு 9:45).

திருமண பந்தத்தின் நோக்கம் தனிநபர்களின் உடல் சார்ந்த இன்பம் அல்ல; வாழ்க்கையின் லட்சியமான புருஷார்த்தத்தை அடைவது தான். சகதர்மினி (சக தர்ம ஆச்சாரினி) என்று மனைவி அழைக்கப் படுகிறார். அதாவது 'சமூக, மத கடமைகளைப் பூர்த்தி செய்வதில் கணவருக்கு உறுதுணையாக இருப்பவர்' என்று அர்த்தம்.

அதேபோல் சமுதாயத்தை எடுத்துக்கொண்டால், ஜாதிகள் என்பது சமூகத்தைப் பிளவுபடுத்த அல்ல; ஒன்று சேர்க்கவே வடிவமைக்கப் பட்டுள்ளது. பல்வேறு வர்க்கங்களைச் சேர்ந்த ஆண்களுக்கு இடையே இருக்கும் பொதுவான அம்சங்களைவிடப் பல்வேறு ஜாதிகளில் இருக்கும் ஆண்களிடையே பொதுவான அம்சங்கள் நிறைய இருக்கின்றன. ஒரு தொழில்மய ஜனநாயகத்திலும் மதச்சார்பற்ற கல்வி வழங்கப்படும் இடங்களிலும் ஆண்கள் மிகத் தெளிவாகப் பிரிக்கப்பட்டிருக்கிறார்கள். மேற்குலகப் பேராசிரியரும் கடைநிலைத் தொழிலாளியும் பரஸ்பரம் புரிந்து கொள்வதைவிட ஒரு பிராமணரும் சூத்திரரும் பரஸ்பரம் புரிந்து கொண்டு நடந்துகொள்வார்கள். ஹிந்து சமூகத்தின் விளிம்பு நிலையில் இருக்கும் ஒரு பறையர், எந்தவொரு பிராமண அர்ச்சகரைப் போலவே பிராமண லட்சியங்கள் மேல் மதிப்பு கொண்டவராகவே இருப்பார்.

இன்றைய பிரச்னைகளுக்கு இப்போது சொல்லியிருப்பவற்றை எப்படி நடைமுறைப்படுத்தலாம் என்று பார்ப்போம். மத தத்துவம் மற்றும் அதைச் சமூகப் பிரச்னைகளுக்குப் பயன்படுத்தித் தீர்வு காண்பது என்பதே உலகுக்கு இந்தியாவின் மிகப் பெரிய கொடை என்று முன்பே சொன்னேன். கீழைத்தேயத்துக்கும் மேற்குலகுக்கும் இடையிலான இன்றைய நெருக்கடி மற்றும் தொடர்புகள் சார்ந்து சில விஷயங்கள் சொல்ல விரும்புகிறேன்.

இந்தியாவில் இப்போது நாம் பார்ப்பது கூட்டுறவுடன் இருந்த ஒரு சமுதாயத்தின் வீழ்ச்சிப் பருவம். மேற்குலகம் நம்மைப் போல்

இதற்கு முன்பாக ஒருங்கிணைக்கப்பட்டிருக்கவில்லை. எவ்வளவு ஒருங்கிணைக்கப்பட்டிருந்ததோ அதனுடைய வீழ்ச்சியானது இந்திய சமூக அமைப்பின் வீழ்ச்சியைவிட மிக வேகமாக இருக்கிறது. தொழில்மயப் போட்டியில் முதலில் வீழ்ந்த ஐரோப்பா, முதலில் கரையேறிவிடும். எதிர்கால நன்மைக்கான கூட்டுறவின் விதைகள் நீண்ட காலமாகவே ஊன்றப்பட்டுள்ளன. மிகவும் தெளிவான, பிரக்ஞை பூர்வமான அல்லது பிரக்ஞை பூர்வமற்ற முறையில் மறு கட்டமைப்புக்கான நடவடிக்கைகள் அங்கு முன்னெடுக்கப்படுவதை நாம் பார்க்க முடிகிறது.

ஆனால், கீழைத்தேய நாடுகள்... குறிப்பாக இந்தியாவின் நிலை என்ன?

ஆசியாவின் வீழ்ச்சி ஒருவகையில் உள்ளார்ந்த சிந்தனைகளினால் துரிதப்பட்டு வருகிறது. ஏனென்றால் இன்றைய நிலையில் கூட்டுறவில் இருந்து போட்டி மனப்பான்மை நோக்கி நகர்வதுதான் முன்னேற்றம் என்று சொல்லப்படுகிறது. இதனால் அரசியல் அதிகாரம் கிடைக்கும் என்று நம்பப்படுகிறது. தொழில்மய வாதிகளின் அழிவு சார்ந்த சுரண்டலின் விளைவாகவும் இது நடந்தேறுகிறது. புதிய யுகத்தின் அவ தூதர்களாக அழைக்கப் படத்தகுந்த ஐரோப்பியச் சிந்தனையாளர்கள்கூட, ஐரோப்பாவில் மட்டுமே நடந்துவரும் முன்னேற்றங்கள் தொடர்பாகத் திருப்தி அடையக்கூடியவர்களாகவே இருக்கிறார்கள்.

ஆனால் ஒன்றை மட்டும் அனைவரும் தெளிவாகப் புரிந்துகொள்ள வேண்டும். நவீன உலகம் என்பது, தகவல் தொடர்புகள் மிகவும் மெதுவாக நடைபெற்றுவந்த பழைய உலகம் போன்றது அல்ல. இன்று இந்தியாவில் அல்லது ஜப்பானில் செய்யப்படும் ஒன்று, அமெரிக்காவிலும் ஐரோப்பாவிலும் ஆன்மிக, பொருளாதார விளைவுகளை உடனேயே ஏற்படுத்துவதாக இருக்கிறது. கிழக்கு கிழக்குதான்; மேற்கு மேற்குதான் (இரண்டும் சேராது; மாறாது) என்று சொல்பவர்கள் எல்லாம் மண்ணுக்குள் தலையைப் புதைத்துக் கொள்ளும் நெருப்புக் கோழி போன்றவர்களே.

‘இந்தியா, சீனா மற்றும் ஜப்பான் பற்றிய கட்டுரை’ என்பதிலும் ‘தோற்றங்கள்’ என்ற கட்டுரையிலும் திரு லோவ்ஸ் டிக்கின்சன் இரண்டும் சேர முடியாது என்கிற கருத்தையே வெளிப்படுத்தி யிருக்கிறார். இது துரதிர்ஷ்டவசமானது. ‘இந்தியாவின் மதம் என்பது நிரந்தரமான, சனாதன மதம்; ஐரோப்பாவின் மதம் என்பது (நவீன) காலத்தின் மதம்; எனவே இரண்டாவதையே தேர்ந்தெடுத்துக் கொள்கிறேன்’ என்று அவர் சொல்கிறார்.

ப்ரவ்ரித்தி தர்மம், நிவிர்த்தி தர்மம் என்பதன் மிக அருமையான விளக்கம் இதுதான். திரு டிக்கின்சனின் கூற்றின்படி, நம் இந்தியாவானது அசந்தர்ப்பமான வைராக்கியத்தினால் பாதிக்கப் பட்டுவருகிறது. ஐரோப்பாவோ அதீத நுகர்வு மற்றும் செயல்பாடு களினால் பாதிக்கப்படுகிறது. இரு தரப்புமே தாமாகச் சரி செய்து கொள்ள முடிந்த தவறுகளையே செய்கின்றன.

ஆனால் இப்படியான பார்வையானது கோட்பாட்டளவில்தான் சரி. எந்தவொரு தேசமும் இனமும் இந்த இரண்டு மதங்களில் ஒன்றை மட்டுமே தனித்து முழுமையாகப் பின்பற்றியதாகச் சொல்லவே முடியாது. மனித நாகரிகம் என்பது இரண்டு பார்வைகளின் முறையான அனுசரணையினால் உருவானதுதான்.

இந்தியாவில் இந்த அனுசரணையும் சம நிலையும் மிகவும் வெளிப்படையாக அடையப்பட்டிருப்பதால், திரு டிக்கின்சன் குறிப்பிடும் உலகளாவிய சகோதரத்துவத்தின் முக்கியத்துவத்தை அவரைவிட இந்தியாவைப் பற்றி அறிந்தவர்கள் நன்கு தெரிந்து கொண்டிருப்பார்கள்.

உலகம் கிறிஸ்தவத்துடன் ஓர் ஒத்திசைவுக்கு வந்து சேர இந்தியா வழிவகுக்கும். ஆன்மிக உலகின் எதிர்பார்ப்புகளையும் லௌகிக உலகின் எதிர்பார்ப்புகளையும் சரிவரப் புரிந்துகொண்டு, மனித குலத்தின் தார்மிக வளர்ச்சி என்பது இனம், ஜாதி, மதம், வர்க்கம், தேசம் என எந்தவொரு வேறுபாடும் பார்க்கப்படாமல் அனைவரும் சகோதரர்களாகப் பார்க்கப்படும் நிலையை உருவாக்கும் (சர் ஜர்ஜ் பேர்ட்வுட், பக் *355*).

'அரசு தலையிடாக் கொள்கை' என்று மேற்குலகம் சொல்வதன் மீது இந்தியா தணியாத மோகம் கொண்டிருக்கும்வரையில் உயர்ந்ததொரு சமூக ஒழுங்கை நிறுவுவது மிகவும் சிரமமே.

அந்தவகையில் ஆசியாவின் அதிவேக வீழ்ச்சியானது எதிர்கால மனிதக் குலத்துக்கும் மேற்குலக சமூக லட்சியவாதத்துக்கும் மிகப் பெரிய கேட்டையே விளைவிக்கும். இதற்கான தடயங்கள் ஏற்கெனவே நன்கு புலப்படத் தொடங்கிவிட்டன. ஆசியா குறித்த அறியாமை அல்லது வெறுப்பு காரணமாக ஐரோப்பிய ஆக்கப் பூர்வச் சிந்தனைப் போக்குகள் கீழைத்தேயத் தத்துவவாதி களுடனான கூட்டுறவை நாடாமல் இருக்கின்றன. தொழில்மய மாதலைத் தனியே ஐரோப்பாவால் எதிர்த்து நிற்க முடியாத ஒரு நிலை விரைவில் வரும். ஏனென்றால், இந்த எதிரி ஆசியாவில் கால் ஊன்றிவிட்டிருப்பான்.

இங்கிலாந்து மற்றும் அமெரிக்கக் குடியேற்றப் பகுதிகள் எல்லாம் மலிவான ஆசிய உடல் உழைப்பாளர்களின் ஊடுருவலைத் தடை செய்யும் சட்டங்கள் மூலமாக மட்டுமே தம்மைப் பாதுகாத்துக் கொண்டுவிடமுடியாது. இது ஒரு தற்காலிக ஏற்பாடாக மட்டுமே இருக்கும். அதில் இருக்கும் அநீதி ஒருபக்கம் இருக்கட்டும். இது பின்னாளில் நன்மையைவிடப் பெரும் தீமையையே கொண்டுவரும்.

ஆசியாவில் தமது ஆதிக்கத்தைத் தொடர்ந்து தக்கவைக்கவேண்டும் என்று ஐரோப்பிய நாடுகள் நினைக்கும் அல்லது நினைக்க விரும்பும்வரையில், 'உலக நாடுகள் ஒவ்வொன்றும் தத்தமது வாழ்க்கையை வாழவேண்டும்; தமக்கான அரசமைப்பைத் தானே கொண்டிருக்கவேண்டும்' என்ற தேசிய அரசு தொடர்பான ஐரோப்பிய சிந்தனையானது சாத்தியமாகாமலே போகும். சுய ராஜ்ஜியம் என்ற இறையாண்மைக்குத்தானே நேச நாட்டுப் படைகள் ஜெர்மனிக்கு எதிராகப் போராடுவதாகச் சொல்லிக் கொள்கிறார்கள்.

பொதுவான நலன் சார்ந்து கிழக்கும் மேற்கும் பிரக்ஞை பூர்வமான கூட்டுறவு முயற்சிகளை முன்னெடுக்கவேண்டும்; யாரையும் யாரும் அடக்க நினைக்காமல் இதைச் செய்யவேண்டும். ஏனென்றால் ஐரோப்பாவுக்கு ஆதரவாக இல்லாவிட்டால் ஆசியா அதற்கு எதிராகவே இருக்கும். அப்படி ஒரு நிலை ஏற்பட்டால் பொருளாதாரரீதியிலான அல்லது ராணுவம் சார்ந்த மோதல் லட்சியவாத ஐரோப்பாவுக்கும் லௌகிகக் கணக்குகள் மிகுந்த ஆசியாவுக்கும் இடையில் மிக மோசமாக உருவாகிவிடும்.

விஷயத்தை வேறொரு கோணத்தில் பார்த்தால், ஆசியச் சிந்தனைகளுக்கு ஐரோப்பா பட்டிருக்கும் நன்றிக்கடன் நம் ஒருவருக்கும் முழுமையாகத் தெரியவில்லை. ஏனென்றால் ஆசியாவின் திறமைகள் இன்னும் முழுமையாக அறியப்படவும் இல்லை. இதன் மறுபக்கம், நவீனக் காலங்களில் ஆசியாவுக்கு ஐரோப்பா மிக மிக அதிகத் தீமைகளை விளைவித்திருக்கிறது. உதாரணமாக, இந்தியாவில் பார்த்த புதிய சமூக அமைப்பை ஆங்கிலேயரால் புரிந்துகொள்ளமுடியவில்லை என்பதால் அவர்களை அறியாமலேயே இந்தியச் சமூகத்தில் ஒரு பெரிய குழப்பத்தை உருவாக்கிவிட்டார்கள். கூட்டுறவு சார்ந்த ஒரு சமூக அமைப்பை நவீன அரசியல் கோட்பாட்டின் சட்டகத்துக்குள்ளான பிரிவுகளாகப் பொருத்தப் பார்த்துவிட்டார்கள்.

ஐரோப்பாவுடனான தொடர்பு ஏற்பட்டிருக்காவிட்டால் ஆசியாவில் நாகரிகம் வந்திருக்காது என்று நான் சொல்லவில்லை. நேர்மாறாகத் தான் சொல்கிறேன். அதேநேரம் தர்மத்தை அடிப்படையாகக் கொண்ட சமுதாயத்திலிருந்து வெறும் ஒப்பந்த அடிப்படையிலான சமூகமாக ஆசிய சமூகம் வீழ்ந்ததற்கு மறைமுகக் காரணமாக இருப்பவர்கள், நிச்சயம் கடன்பட்டிருக்கிறார்கள்.

ஆசியாவின் 'தூய காற்று' என்பது கடந்த காலத்தின் கனவு அல்ல. அதில் லட்சியவாதம் இருக்கிறது. 50 ஆண்டுகளுக்கு மேலாக மிக மோசமான கல்வி கொடுக்கப்பட்ட பின்னரும் நவீன இந்தியாவில் லட்சியவாதிகள் இருக்கிறார்கள். நாம் அனைவருமே முன்னேற்றம் என்ற மாயையினால் ஏமாற்றப்பட்டு விடவில்லை. மனித வாழ்க்கை என்பது பௌதிகப் பொருள்கள், வசதிகள், இவற்றை அடைவதற்கான ஜுர வேகப் பதற்றமும் போட்டியிலும் வீணடிக்கப்படவேண்டிய ஒன்றல்ல; மன ஒழுக்கம், ஆன்மிகம் என மனிதருக்குள் உறைந்திருக்கும் சக்திகளை வளர்த்தெடுப்பதே என்பதை நம்முடைய சில ஐரோப்பியர்களைப் போலவே அனைவரும் ஒரு நாள் உணர்ந்துகொண்டாகவேண்டும்.

ஆசியாவுக்கு ஐரோப்பா பட்டிருக்கும் கடனானது நவீன ஆசியாவுடனான கூட்டுறவின் மூலம்தான் அடைக்கப்படமுடியும். ஐரோப்பா முன்னெடுக்கும் அனைத்துச் சாகச முயற்சிகளிலும் இந்தக் கூட்டுறவு இருந்தாகவேண்டும். நிச்சயம் ஐரோப்பாவுக்கு அதில் மிகப் பெரிய நன்மையே கிடைக்கும். கிழக்கை நாகரிகமயப்படுத்துவதுதான் மேற்கின் லட்சியம் என்ற பழைய சிந்தனையை மேற்குலகம் முழுமையாகக் கைவிட்டாகவேண்டும். ஏகாதிபத்தியத்தின் இன, நிற மேட்டிமைவாதமானது ஏற்கெனவே ஓரங்கட்டப்பட்டு வருகிறது. உலகின் பொதுவான நாகரிகம் மலர பொதுவான பிரச்னைகள் இனம் காணப்பட்டுத் தீர்வுக்கு அனைவரும் இணைந்து செயல்பட்டாகவேண்டும்.

உலக நாகரிகத்தின் நன்மைக்கு இந்தியாவின் கொடை என்ன என்ற கேள்விக்கு, இந்தியப் பக்கம் இருந்து சொல்வதென்றால், இந்தியாவின் மதங்கள், தத்துவங்கள் மற்றும் அந்த அரூபமான கோட்பாடுகளை நடைமுறை வாழ்க்கையில் தொடர்ந்து இடம்பெறச் செய்தது ஆகியவையே என்றுதான் சொல்ல வேண்டும்.

2

வரலாற்றுரீதியில் கலை குறித்த இந்துப் பார்வை

நமக்கு அறியக் கிடைத்திருக்கும் ஆதி காலக் கலை பற்றிய தகவல் என்று பார்த்தால் அது வேத காலம் சார்ந்ததுதான். இந்த இடத்தில் நாம் கிட்டத்தட்ட சமகாலத்துக் கலாச்சாரமான திராவிடர்கள் பற்றிப் பார்க்க இடமில்லை. வேத காலக் கலைகள் பெரிதும் நடைமுறைப் பயன்பாடு சார்ந்தவையே. ஓவியம், சிற்பம் பற்றி நமக்கு எந்தத் தகவலும் கிடைக்கவில்லை. தச்சர், உலோகக் கலைஞர், குயவர், நெசவாளர் போன்றவர்கள் மனிதர்களின் லௌகிகத் தேவைகளுக்கானவற்றைத் திறமையாக உருவாக்கித் தந்திருக்கிறார்கள். அந்தத் தொழில்கள் எல்லாம் அலங்கரிக்கப் பட்டதென்றால் அதன் அழகியல் அலங்காரம் என்பது பெரிதும் மந்திரத்தன்மை மற்றும் பாதுகாப்பு சார்ந்தவையாகவே இருக்கும். பானையின் பயன்பாடு என்பது மிகவும் அடிப்படையானது; நடைமுறை சார்ந்தது. வேத கால ஸ்லோகங்கள் எல்லாம் மனிதர்களிடம் கருணையுடன் நடந்துகொள்ளும்படி தெய்வங்களைக் கேட்டுக்கொள்வதாகவே இருக்கின்றன.

> தாய்ப் பறவைகள் தமது குஞ்சுகளைக் காப்பாற்ற இறகுகளை விரிப்பதுபோல் இறைவா உமது கரங்களை எங்கள் மீது விரித்துக் காப்பாற்றுங்கள். *(ரிக்வேதம்)*

இந்தப் பாடல் காட்சி பூர்வ உவமை போன்றது. இயற்கையின் ஒரு விஷயம் பற்றிப் பேசுகிறது. இதன் கவித்துவ அம்சம் அதன் வியப்பு, பாராட்டு ஆகியவற்றில் உள்ளது. ஆனால், இதில் சோகமோ சிந்திக்கத் தூண்டும் அம்சங்களோ இல்லை. பிற வேத காலப் பாடல்களில் ஒரு சில நீங்கலாகப் பிறவற்றில் அழகியல் வார்த்தைகள் என்பவை இல்லை. ஏனென்றால் எப்போதுமே உணர்வுப்பூர்வமான நிலையே மிகுதியாக இருக்கிறது. சில நேரங்களில் கவிஞர் தனது படைப்பு பற்றித் தானே சில கருத்துகளைச் சொல்கிறார். 'தேர்ந்த தச்சரால் செய்யப்பட்ட தேர்' என்று சொல்கிறார். அல்லது 'நேர்த்தியாக நெய்யப்பட்ட ஆடை'யாகச் சொல்கிறார். அல்லது 'காதலனைக் காண அலங்காரம் செய்துகொண்டிருக்கும் பெண்ணைப் போல்' என்று சொல்கிறார். இந்தப் பாடல்கள் கடவுள்களுக்கு அர்ப்பணிக்கப் பட்டிருக்கின்றன. வேத காலக் கலை ரசனை என்பது பெரிதும் திறமையைப் போற்றுவதில் இருக்கிறது.

உபநிடதங்களின் காலம் கி.மு. 800. பாலி பௌத்தத்தின் காலம் கி.மு. 500. இது ஆய்ந்தறியப்பட்ட உண்மை. ஆதி காலப் பாடல்கள் நீண்ட நெடிய பாரம்பரியம் கொண்டவை. வேத காலச் சடங்குகள் எல்லாம் இம்மை அல்லது மறுமையின் இலக்குகளை அடிப்படையாகக் கொண்டவை. இதனிடையில் இந்தியக் கலாச்சாரத்தின் அஸ்திவாரமானது, 'காடுகளில் வசித்தவர்களின்' (முனிவர்களின்) மனப்போராட்டங்கள், சிந்தனைகளினால் உருவாக்கப்பட்டுக் கொண்டிருந்தது. உபநிடதங்களின் மொழியானது துறவு மற்றும் பேரானந்தம் இரண்டையும் கலந்து உருவானது. இந்தப் பேரானந்தம் என்பது சிந்தனையின் உயர்வு நிலையைச் சார்ந்தது. மனிதர்களின் அன்றாட வாழ்க்கைக்கு அப்பாற்பட்டது. ஆங்காங்கே சிற்சில இடங்களில் மட்டுமே மத அனுபவங்கள் இடம்பெறுகின்றன. உதாரணமாக பிருகதாரண்ய உபநிடதம், ஆத்ம அனுபூதி, ஆத்ம உள்ளொளி என்பது 'லௌகிக உலகில் காதலர்கள் தம்மையே மறந்து களிக்கும் நிலை'யுடன் ஒப்பிடப்படுகிறது. பொதுவாக, பிரக்ஞை பூர்வக் கலை அல்லது தம் காலத்துக் கலை பற்றி விவரிப்பதில் பெரிதும் முன் தீர்மானம் கொண்டவையாகவே இருக்கின்றன. இந்தக் காலகட்டத்தில் தெளிவான கலை நயம் பெரிதாக இல்லை.

இந்திய நோக்கில் வேதங்களை ஒரு முழுத் தொகுப்பாகப் பார்க்கும் போது, ஸ்ருதிகள் மிக முக்கியமானவையாகக் கருதப்படுகின்றன. வேதங்கள் அநாதியானவை. பிற புனித நூல்கள் எல்லாம் அதன்

வழி வந்தவை. ஸ்ருதிகளெல்லாம் காதால் கேட்கப்பட்டவை. இது இறைவன் அருளிச் செய்த என்று பொதுவாகச் சொல்லப்படும் வழியிலானது அல்ல; ஏனென்றால் இதில் கேட்பவரின் தகுதிக்கு ஏற்பவே கேட்கப்படும் விஷயத்தின் முக்கியத்துவம் அமையும். அருளிய இறைவனின் உயரிய சிந்தை அல்லது துடிப்பான வெளிப்பாட்டைச் சார்ந்ததாக இருக்காது. நான்கு வேதங்களும் கலைப் பயிற்சியை ஒரு யோக சாதனையாகச் சொல்கின்றன. ஜீவாத்மா தன்னை உணரும் தருணத்து உணர்வையே (ஆன்ம ஞானத்தையே) கலை உணர்வாகச் சொல்கின்றன.

பாலி பௌத்தத்தில், வேதங்களில்கூடச் சொல்லப்படாத வகையில் சத்திய வேட்கையானது துறவு அமைப்பாக்கத்துடன் இணைப்பு பெற்றது. உலக இன்பங்களுக்கு எதிரான கடுமையான கண்டனங்கள் அதில் இடம்பெற்றன. அழகும் தனிப்பட்ட நேசமும் நிலையற்றவை மட்டுமல்ல; என்ன செய்தாவது, முழுமையாகத் தவிர்க்கப்படவேண்டியவை. ஆரம்பக் கால பௌத்தக் கலை ரசனை என்பது முழுக்கவும் புலன் துய்ப்பு (மறுப்பு) பற்றியதுதான். விசுத்தி மார்க்கத்தில் இந்த அம்சம் மிகத் தெளிவாக விவரிக்கப் பட்டுள்ளது: 'புலன்களின் இச்சைகளினாலும் பிற பொருள் களாலும் தூண்டப்படுபவர்கள்தான் ஓவியர்கள், இசைக் கலைஞர்கள், நறுமணத் தைலங்கள், உணவுகள், உற்சாக பானங்களைப் பரிந்துரைக்கும் மருத்துவர்கள், மற்றும் புலன் இன்பத்துக்குத் தேவையானவற்றைச் செய்து தரும் நபர்கள் ஆகியோரை மிகவும் உயர்வாக மதிப்பார்கள்'.

உபநிடதங்களிலும் பௌத்தப் போதனைகளிலும் வாழ்க்கையின் ஆழமான பிரச்னைகள் எல்லாம் விரிவாக அலசி ஆராயப் பட்டுள்ளன. வேத கால அதிகாலைகளின் பனியெல்லாம் தவங்களினால் உருகவைக்கப்பட்டன. வாழ்க்கை என்பது மனிதர்களின் தேடலுக்கானது. அதில் புதிரான, ரகசியமான அம்சம் என்று எதுவும் இல்லை. ஆத்மா மற்றும் புத்தரின் போதனைகள் எல்லாம் இந்திய சமூகத்தில் எவ்வளவு உற்சாகத்துடன் வெற்றிப் பெருமிதத்துடன் முன்னெடுக்கப்பட்டிருக்கின்றன என்பதை நன்கு புரிந்துகொள்ளவேண்டும். இந்தக் கோட்பாடுகளை ஏற்றுக் கொண்டதன் உடனடி வெளிப்பாடாக இதன் அடிப்படையில் நன்கு திட்டமிட்ட, ஒருங்கிணைக்கப்பட்ட முறையில் சமூக அமைப்பு உருவாக்கப்பட்டிருக்கிறது. இந்தப் புதிய தத்துவங்கள் முன் வைக்கும் லட்சியங்களை அடைவதை நோக்கமாகக்கொண்டே அந்தச் சமூகம் வடிவமைக்கப்பட்டுள்ளது.

உலகியலில் இருந்து விலகி நிற்கும் துறவிக்கு அதாவது பரி நிர்வாண நிலையை அடைந்துவிட்ட துறவிக்கு 'இந்த உலகில் உன்னத ஞானத்தைப் பெறுபவர் அல்லது பெற்றவர்; அதே நேரம் இந்த உலகில் உயிர் வாழ்பவரும் கூட' என்ற உயரிய மரியாதையைத் தந்தனர். ஜனகரும் அவரைப் போன்றவர்களும் அவர்களுக்கு வரையறுக்கப்பட்டவற்றைப் பின்பற்றியதன் மூலமே உயரிய ஞான முழுமையைப் பெற்றனர் (கீதை 3:20). மோக்ஷத்தின் பாதையில் பயணம் மேற்கொள்பவர்களுக்கு முன்னெடுக்கவென்று இப்போது கர்ம யோகம் என்ற வழியும் உருவாகியிருந்தது.

பௌத்தர்களின் சக்தி முழுவதையும் துறவு வழி வாழ்க்கையே உள்ளிழுத்துக் கொண்டுவிட்டது. அதுவே பௌத்த சமூக வாழ்க்கை முறை அல்லாமல் தெளிவான, வலுவான பிராமணச் சமூக வாழ்க்கை முறை இந்தியாவில் நிலைபெற்றதற்கு முக்கிய காரணம். நிர்வாண நிலை என்பது பௌத்தர்களைப் பொறுத்த வரையில் இறுதி இலக்கு மட்டுமல்ல; அதுவே அடைய வேண்டிய ஒரே இலக்கு என்று கருதினர். பிராமணர்கள் இந்த உலகம் என்பது புலன் இன்பங்களைத் துய்க்கவும் மோட்சத்துக்குச் செல்லவும் உதவக்கூடிய களம் என்று கருதினர். சூத்ரங்கள், தர்ம சாஸ்திரங்கள், காவியங்கள் ஆகியவற்றில் இந்த வாழ்க்கை முறையானது தெளிவாக விளக்கவும் விதிக்கவும் பட்டிருக்கிறது (கி.மு நான்காம் நூற்றாண்டு தொடங்கி ஒன்றாம் நூற்றாண்டுவரையிலான காலம்).

மரபான சிந்தனையில் கலைகள் தொடர்பான பார்வை என்னவாக இருந்தது என்பதற்கு இலக்கியங்கள் மிகத் தெளிவான உதாரணங்களைத் தருகின்றன. விரிவான நான்கு ஆஸ்ரமங்களின் பார்வையை விடுத்துப் பார்த்தால், இந்த இலக்கியங்களில் கலை ரசனை, உலகிய இன்பங்களைத் துய்த்தல், பாலி பௌத்தத்தைப் போலவே ஒழுக்கம் சார்ந்த தூய்மைவாதம் ஆகியவற்றைப் பார்க்க முடிகிறது. இல்லறத்தார் ஆடல் பாடல்களில் ஈடுபடவோ இசைக்கருவிகள் இசைக்கவோ கூடாது என்று மனு வரையறுத் திருக்கிறார். கட்டுமானக் கலைஞர்கள், நடிகர்கள், பாடகர்கள் போன்றவர்களை 'உயிர் துறந்தவர்களுக்கான சடங்குகளுக்கு அழைக்கப்படத் தகுதியற்றவர்கள்' என்று குறிப்பிட்டிருக்கிறார்.

இசைக்கலைஞர்கள், நடிகர்கள் ஆகியோரை ஏற்றுக்கொள்ளும் சாணக்கியர் கூட அவர்களை அரசவைக் கலைஞர்களாகவே வகைப்படுத்தியிருக்கிறார். உலகியல் இன்பங்களைத் துய்ப்பது தொடர்பான கோட்பாடு இந்தக் காலத்திலும் அப்படியே

இருந்தது. பின்னாட்களில் செய்யுள், நாடகம் போன்ற எந்தவொரு கலையாக இருந்தாலும் வாழ்க்கையின் நான்கு ஆஸ்ரமங்களின் ஏதேனும் ஓர் இலக்குக்கு அல்லது அனைத்து இலக்குகளுக்கும் உதவும் வகையில் இருக்கவேண்டும் என்று ஒரு 'நியாயம்' அவற்றைப் பாதுகாக்கும் நோக்கில் முன்வைக்கப்பட்டது.

சத்திய வேட்கையானது புலனடக்க வாழ்க்கைப் பார்வைக்கு (குறிப்பாக மனு ஸ்மிருதியில்) மட்டுமல்லாமல் மோக்ஷ இலக்கை எட்டுவதற்கான யோக மார்க்கத்தின் வளர்ச்சிக்கும் வழிவகுத்தது. பிராமணர்களும் பௌத்தர்களும் (குறிப்பாக பதஞ்சலி மற்றும் நாகர்ஜுனா) இந்த யோக மார்க்கத்தின் வளர்த்தெடுப்பில் ஒரே மாதிரியான, சம அளவு பங்காற்றியிருக்கிறார்கள்.

இந்த இடத்தில் இந்தியச் சிந்தனை மரபில் யோகக் கலை ஆற்றியிருக்கும் பங்குபற்றிக் கொஞ்சம் பார்ப்போம். உண்மையில் அது தனியாக ஒரு புத்தகமாக விரிவாக எழுதப்படவேண்டிய விஷயமே. மன ஒருமைப்பாடுதான் யோகக் கலையின் நோக்கம். பருப்பொருளுக்கும் சிந்திக்கும் மனதுக்கும் இடையிலான வேறுபாட்டைக் கடந்து போகும் நிலையை எட்டும் அளவுக்கு மனதை ஒருமுகப்படுத்தி தியானத்தில் ஈடுபடவேண்டும் என்பதே அதன் நோக்கம். பிரபஞ்ச இயக்கத்துடன் பூரண ஒத்திசைவையும் ஒருமித்த மனநிலையும் அடைவதற்கான வழிமுறை.

'தேவம் பூத்வா தேவம் யஜாயதே' – கடவுளைத் துதிப்பதென்றால் அந்தக் கடவுளாகவே ஆகவேண்டும். தன்னிலை மறத்தல். தன்னுடைய ஊனக் கண்களால் பார்ப்பவை அல்லாமல் வேறு எதையும் தெளிவாக, தீர்க்கமாக, பிரகாசமாகப் பார்க்காத ஒருவர் சிருஷ்டிகரத்தினால் கற்பனையினால் எதையும் பார்க்கவில்லை யென்றால் அவர் கற்பனைத்திறமே இல்லாதவர் என்றுதான் அர்த்தம் என்று பிளேக் குறிப்பிட்டிருக்கிறார்.

கலைஞர்களின் சிருஷ்டிகர ஒருமுகமும் இப்படியானதாகவே இனம் காணப்பட்டது. சுக்கிராச்சார்யரின் படைப்பில் சொல்லப் பட்டிருப்பது: 'பக்தியுடன் வணங்கத் தகுந்த தெய்வங்கள் மீது சிற்பி தன் மனதை ஒருமுகப்படுத்தி தியானம் செய்து ஆலயங்களுக்கான திருமேனிகளைச் செதுக்கவேண்டும். இந்தத் தியானத்திலும் கலை உருவாக்கத்திலும் வெற்றி பெறுவதற்காகத் தெய்வத் திருமேனிகளின் தனித்தன்மைகள் சில்ப சாஸ்திர ஆகமங்களில் வரையறுக்கப்பட்டுள்ளன. இது அல்லாமல் நேரடியாக, அருகில் இருந்து பார்த்து என வேறு எந்த வழியிலும் இந்த ஒருமுகத் தன்மையைப் பெற முடியாது'.

கலைகளைவிடச் சற்று தாழ் நிலையில் இருக்கும் தொழில்களில் கூட யோகத்துக்கு இணையான ஒருமுகத்தன்மை பின்பற்றப் படுவதை சங்கராச்சார்யார் பிரம்ம சூத்ரம் *3:2:10*-ல் குறிப்பிட்டிருக்கிறார். பிரக்ஞை நிலைக்கும் பிரக்ஞையற்ற நிலைக்கும் இடையிலான வேறுபாடு பற்றியே இங்கு நாம் விவாதிக்கிறோம்.

பிரக்ஞையற்ற நிலையில் புலன்கள் எதையும் உணர்வதில்லை. அம்பு தயாரிக்கும் தொழிலாளி அந்தப் பணியிலேயே முழுவதும் ஆழ்ந்துவிடுவார். அவருக்கு வேறு எதுவும் அந்த நேரத்தில் கவனத்தில் இருக்காது. ஆனால் அவர் விழிப்புடன் தான் இருப்பார். உடல் இயக்கம் மீது அவருக்கு முழுக்கட்டுப்பாடும் இருக்கத்தான் செய்யும். பிரக்ஞையற்று மயங்கிக் கிடக்கும் நபர்களுக்கு இந்த அம்சங்கள் இருக்காது.

அம்பு தயாரிப்பவரின் ஒருமுகநிலைபற்றி பாகவத புராணம் இவ்வாறு சொல்கிறது: 'அம்பு உருவாக்குபவரிடமிருந்து மன ஒருமுகப்பாட்டை (தியானத்தை) நான் கற்றுக்கொண்டேன் (தத்தாத்ரேய மஹரிஷி மன்னர் யதுவிடம் சொன்னது).'

அக்னி புராணத்திலும் கனவு நிலைக்கும் சிருஷ்டி மனநிலைக்கும் இடையிலான தொடர்பு பற்றிக் குறிப்பிட்டிருப்பதைப் பார்க்கலாம். 'சிற்பி சிலை வடிக்கத் தொடங்குவதற்கு முந்தின நாள் இரவில் அவருக்கு அந்த சிருஷ்டிகரம் கற்பிக்கப்படும்' என்று அதில் சொல்லப்பட்டிருக்கிறது: 'சர்வேஸ்வரா... நான் செய்ய விரும்பும் சிலையை எப்படிச் செய்ய என்று எனக்கு என் கனவுகளில் வந்து கற்றுக்கொடுங்கள்' என்று பணி தொடங்கும் முன்பாக சிற்பி பிரார்த்தனை செய்வார். (அக்னி புராணம் அத் – *43*. இதை பதஞ்சலி யோக சூத்ரம் *1:38* உடன் ஒப்பிட்டுப் பார்க்கவும். கனவுகள் பற்றிய கோட்பாடுகளுக்கு கதா உபநிடதம் *5:8* மற்றும் பிருகதாரண்ய உபநிடதம் *4:3, 9-14 - 16-18* ஆகியவற்றையும் பார்க்கவும்).

புராண அம்சங்கள், கலை, கனவு ஆகியவற்றுக்கு இடையே இருக்கும் தொடர்பு பற்றிப் பேசும் நவீனச் சிந்தனைகள் போல, மனிதர்களின் ஆழ் மன நம்பிக்கைகள், பயங்கள் ஆகியவற்றை நாடகீயமான இவை வெளிப்படுத்துவதைப் பார்க்கமுடிகிறது.

மன ஒருமுகத்தில் ஆழ்வது தொடர்பாக சுக்கிராச்சார்யர் சொல்லியிருப்பது வழிபாட்டிலும் கலையிலும் ஒரேவித உணர்வு நிலையைக் குறிக்கிறது. பக்தர், தான் வழிபடும் தெய்வத்துக்கான தியான மந்திரத்தை மனதுக்குள் இடைவிடாமல் ஜெபிப்பார்.

மனதுக்குள் அந்தத் தெய்வ உருவத்தைக் கொண்டுவருவார். இந்த மனப் பிரதிமைக்குத்தான் அவர் தன் பிரார்த்தனைகளையும் படையல்களையும் படைக்கிறார். சிற்பியும் ஓவியரும் இது போலவே செயல்படுவார்கள். அதோடு தான் மனதில் காணும் பிம்பத்தை ஓவியமாக, சிற்பமாக உருவாக்குகிறார்கள். பௌத்த இலக்கியங்களில் இது பற்றிச் சொல்லப்பட்டிருப்பது:

'ஒரு கலைஞன் (சாதகர், யோகி எனப் பல பெயர்களில் அழைக்கப் படுபவர்) தனது படைப்பை ஆரம்பிப்பதற்கு முன், முதல் கட்ட புனிதச் சடங்குகளைச் செய்துமுடித்த பின்னர் தனியான ஓர் இடத்துக்குச் செல்வார். ஏழு அங்க சடங்குகளைச் செய்வார்கள். முந்தின ஜென்மத்துப் புத்தர்கள், போதிசத்வர்கள் ஆகியோரை எழுந்தருளச் செய்து நிஜமான அல்லது கற்பிதமான மலர்களை அவர்களுக்குச் சமர்ப்பிப்பார்கள்.

'ஸ்நேகம், கருணை, பரிவு, பாரபட்சமற்ற தன்மை என நான்கு மனநிலைகளுக்கு உயரவேண்டும். அதன் பின்னர் சூன்யத்தைத் தியானிப்பார்கள். சுய ஆளுமை மற்றும் சிந்தனைகளை அறவே எரித்து ஐம்புலன்களையும் பஞ்ச பூதங்களையும் கடந்த நிலையைத் தியானிப்பார்கள். அப்போதுதான் அவர்கள் உச்சரிக்கும் பீஜ மந்திரத்தின் மூலம் (மூலாதாரமான மந்திரம்) குறிப்பிட்ட தெய்வாம்சத்தை எழுந்தருளச் செய்து தன்னை அந்த அம்சத்துடன் அடையாளப்படுத்திக் கொள்ளமுடியும்.

'இறுதியாக தெய்வாம்சத்தின் குணங்கள் கொண்ட தியான மந்திரத்தை உச்சரிக்கும்போது, அந்த அம்சம் கண் முன்னே ஸ்தூலமாக நீரில் அல்லது கண்ணாடியில் பிரதிபலிக்கும் பிம்பம் போல், கனவில் தோன்றும் உருவம் போல் கண் முன்னே தோன்றும். அதை அடிப்படையாக வைத்தே சிற்பி அந்தச் சிலையைச் செதுக்குவார். ஓவியர் அந்த ஓவியத்தை வரைவார்'.

நவீன அழகியலிலும் இந்தப் பார்வை மீண்டும் மீண்டும் வைக்கப் பட்டுள்ளன. 'அழகின் தரிசனம் பெறுபவர் தன்னிடமிருந்தே விடுதலை பெற்றவராகிறார்' என்று கதே குறிப்பிட்டிருக்கிறார். 'அனைத்துக் கலைகளின் ரகசியம் என்பது தன்னிலை மறப்பது தான்' என்று ரிக்கோடோ கனூடோ குறிப்பிட்டிருக்கிறார். 'பிரபஞ்சத்தின் ஆன்மா தன் சுவாசத்தால் நம்மை நிரப்ப வழிவகுக்கும்வகையில் நாம் நம்மை ஒன்றுமில்லாமல் காலியாக்கிக் கொள்ளவேண்டும்' என்று லாரன்ஸ் பின்யன் குறிப்பிட்டிருக்கிறார் (Ideas of Design in East and West, Atlantic Monthly, 1913);

பௌத்தச் சடங்கு சற்று மிகையாகவே விவரிக்கப்பட்டிருக்கிறது. ஆனால், கற்பனை – சிருஷ்டிகரம் தொடர்பான உளவியலை மிகத் தெளிவாகப் புரிந்துகொண்டு சொல்லப்பட்டிருக்கிறது என்பதை மறுக்கமுடியாது. படைக்கும் பொருளுடன் சுய அடையாளம் காணுதல் மற்றும் இறுதி உருவத்தைத் தெளிவாகப் பார்த்தல் இவையே சிந்தனைக் கோட்பாட்டின் மாறுதல்களைத் தனித்துக் காட்டுகின்றன. 'வெளிப்புற விஷயங்களில் கவனம் செலுத்தும் உணர்வுகள் எல்லாம் தூக்கம் அல்லது கனவு நிலைக்குச் சென்றுவிடும்போது ஆழ் மன உணர்வுகள் தெளிவாகச் செயலூக்கம் பெறுகின்றன' என்று வாக்னர் இதைத்தான் குறிப்பிடுகிறார் (இசை – விதிகளும் பரிணாமமும் - Combarieu, Music, its Laws and Evolution, p63). கடவுள்தான் அனைத்துக் கலைகளின் ஆதாரக் கரு என்றே சங்கராச்சார்யர் பிரம்ம சூத்ர உரை 1:20-21-ல் குறிப்பிட்டிருக்கிறார். 'பிரம்மமே ஆன்மிக மற்றும் மதம் சாரா பாடல்களின் ஆதாரக் கரு' என்று குறிப்பிட்டிருக்கிறார். 'கடவுளைக் கேட்கவோ பார்க்கவோ விடாதபடி உன்னைத் தடுப்பது எல்லாம் உன் விருப்பமும் செயலுமே' என்று பெஹ்மன் குறிப்பிட்டிருக்கிறார் (அதி உணர்வெழுச்சியிலான வாழ்க்கை தொடர்பான உரையாடல்கள்-Dialogues on the Supersensual Life).

கலை என்பது யோகா போன்றது என்று குறிப்பிடும் இலக்கியங்கள் ஏராளம் இருக்கின்றன. இராமருடைய கதை நன்கு தெரிந்திருந்த நிலையிலும் இராமாயணத்தை எழுதும் முன்பாக வால்மீகி அது பற்றி மிகவும் துல்லியமாக அனைத்தையும் தெரிந்துகொள்ளும் நோக்கில் 'கிழக்கு பார்த்து அமர்ந்துகொண்டு ஆசமனம் செய்து (புனித நீரை உத்தரிணியால் கைகளில் ஊற்றிக்கொண்டு அருந்தியபின்) இராம கதையை யோக முறையில் தியானம் செய்கிறார். தனது யோக சக்தியின் வலிமையினால் இராமர், லக்ஷ்மணர், சீதை, தசரதர், அவருடைய மனைவியர், அரண்மனை, சாம்ராஜ்ஜியம் என அனைத்தையும் சிரிப்பும், பேச்சும், நடை உடையுமாகக் கண் முன்னே தெளிவாக நிஜத்தில் நடப்பதைப் பார்ப்பதுபோல் பார்க்கிறார். யோக சக்தியினால் கடந்த காலத்தில் நடந்தவை, வருங்காலத்தில் நடக்கப் போகிறவை அனைத்தையும் உள்ளங்கை நெல்லிக் கனி போல் துல்லியமாகப் பார்க்கிறார். இப்படியான தியானத்தின் மூலம் அந்த மகத்தான ரிஷி ராம காதையை எழுத ஆரம்பிக்கிறார் (ராமாயணம்: பாலகாண்டம்).

'கையால் எழுதி எடுப்பதற்கு முன்பே மனதில் கலை வடிவம் முழுமை பெற்றுவிட்டது' என்பதைக் கவனத்தில் கொள்ளுங்கள்.

‘இந்த உலகம் தன்னை எனக்கு முழுமையாகக் காட்டாமல் ஒரு நாளும் கழிவதில்லை என்று தோன்றுகிறது’ வில்லியம் மோரிஸ் குறிப்பிட்டிருக்கிறார். ஒவ்வொரு முறையும் எழுதும் விஷயமானது மனதில் மிகத் தெளிவாக முழு வடிவத்தையும் பெற்றுவிடுகிறது. தாளில் எழுதுவது மட்டுமே பாக்கி என்ற அளவுக்கு மனதிலேயே முழுமையடைந்துவிடுகிறது என்று அவர் சிகர்டு வோல்சங் (Sigurd the Volsung) மற்றும் பிற கவிதைகளைப் பற்றிக் குறிப்பிட்டதாக மேக்னஸன் குறிப்பிட்டிருக்கிறார்.

‘ஒரு துறவியின் மனமானது உன்னத நிலையை எட்டியிருப்பதால் பிரபஞ்சத்தின் கண்ணாடியாகவும் அனைத்து உயிர்களின் காட்சியாகவும் ஆகிறது’ என்று சாங் சூ இதையே குறிப்பிட்டிருக்கிறார். ‘தனது கற்பனை-சிருஷ்டிகர மனதால் பார்க்காமல் ஓர் ஓவியர் எதையும் வரைவதில்லை’ என்று க்ரோஸ் இதைத்தான் குறிப்பிடுகிறார். ‘குறிப்பிட்ட தரிசனங்கள், உள்ளொளிகள் அல்லது குறியீடுகள் எதுவும் இழக்கப்படாத வகையில் துடிப்பான விழிப்பான மனமானது செயல்பட்டு ஓவியத்தை உருவாக்குகிறது’ என்கிறார்.

யோகக் கலை என்பது வெறும் மனம் சார்ந்த பயிற்சியோ மதம் சார்ந்த விஷயமோ அல்ல. எந்தவொரு செயலைச் செய்யவும் மேற்கொள்ளவேண்டிய முன் தயாரிப்பு என்பதைப் புரிந்துகொள்ள வேண்டும். அசோகவனத்தில் சீதையைத் தேடிக் கண்டுபிடிப்பதற்கு முன்பாக ஹனுமான், தெய்வங்களை வழிபடுகிறார். அதன்பின் மனதுக்குள் முதலில் அந்தக் காடு முழுவதும் கற்பனைப் பயணம் மேற்கொள்கிறார். அதன் பின்னரே வில்லில் இருந்து விடுபடும் அம்புபோல், இலங்கையின் கோட்டைச் சுவரில் இருந்து காட்டுக்குள் குதித்து தேடப் புறப்படுகிறார்.

கீழைத்தேய மரபில் ஹிந்து, பௌத்தம் என எந்தப் படைப்பாக இருந்தாலும் புலன்களின் இடையூறுகள் இல்லாமல், ஒருமுகப் பட்ட மனதின் மூலமே அதாவது தியானத்தின் மூலமே அனைத்து ஞானங்களும், கலைகளும் கிடைத்திருப்பதாகச் சொல்கின்றன. புதியவற்றைக் கண்டுபிடித்தவர்கள், கலைஞர்கள், கணித மேதைகள் என அனைவருமே தமது சொந்த அனுபவத்தில் இதை உணர்ந்திருப்பார்கள்.

நவீன உளவியல் ஆய்வு முறை, ஒரு செயலைச் செய்ய ஆரம்பிப்பதற்கு முந்தைய இந்த மன ஒருமுகப்பாடு (தியானம்) என்பதை சிருஷ்டிகர மனதின் தன் விருப்பமான உள் முகப் பயணம்

என்று சொல்கிறது. சிக்கலை ஆராயத் தொடங்கும் முன்பாக, உள்முகமாகப் பயணம் செய்து வலிமையைக் கூட்டிக் கொள்கிறது. வாழ்க்கையின் மூலாதாரத்தைத் தேடி ஆழ் மனதுக்குள் பாய்கிறது. ஆதி அனுபவத்தில் (தாய் மடியில்) இருந்து வலிமையைப் பெற்றுக்கொண்டுவந்து எடுத்த காரியத்தைச் செய்து முடிக்கிறது. இந்த ஆழ் மன பாய்ச்சல், ஒன்று கூடுதல் என்பதுதான் இளமை மற்றும் புதிய சிருஷ்டிகரத்தின் ஊற்றுக் கண் (கார்ல் ஜுங், ஆழ்மனதின் உளவியல் பக் *330, 336* Psychology of the Unconscious).

நாம் இதுவரை யோகக் கலை பற்றிப் பார்த்தோம். ஒரு கலைஞரைப் பொறுத்தவரையில் இது ஒரு வழிமுறை மட்டுமே. இதுவே இறுதி இலக்கு அல்ல. மத்திய கால ஐரோப்பாவிலும் அதைவிட அதிகமாக இந்தியாவிலும் இஷ்ட தெய்வம் மீதான தன்னியல்பான பற்றும் அர்ப்பண உணர்வும் கொண்டு உருவங்களை வழிபடுவ தென்பது மிக அதிகமாக இருக்கிறது. அதை நாம் 'பக்தி' என்று அழைக்கிறோம்.

'கடவுளின் உருவம் என்பது மனதை ஒருமுகப்படுத்த உதவும் பல்வேறு கருவிகள், வழிமுறைகளில் ஒன்றுதான். எந்தவொரு தனி உருவத்தையும் குறிப்பிடவில்லை. பக்தி கொண்டவர் தான் பக்தி கொள்ளும் தெய்வாம்சத்தோடு நெருங்கிய தொடர்பை, உணர்வு நிலையை உருவாக்கிக்கொள்ளவேண்டும். தெய்வ உருவங்கள் எல்லாம் இந்த இலக்கை அடைய உதவும் நோக்கிலேயே உருவாக்கப்பட்டுள்ளன' என்று பதஞ்சலி முனிவர் யோக சூத்திரத்தில் குறிப்பிட்டிருக்கிறார்.

அரூபமான தத்துவக் கோட்பாடான அல்லது உளவியல் கோட்பாடான ஆரம்பக் காலப் பௌத்தத்தில் எந்தவொரு அழகியல் சார்ந்த உருவங்கள், வெளிப்பாடுகள் எதுவும் இருந்திருக்க வில்லை. பௌத்தத் தர்மங்கள் மற்றும் வேதாந்தத் தத்துவங்கள் எல்லாம் இந்த வழிபாட்டு மனநிலையின் அடிப்படையில்தான் உருவாக்கப்பட்டுள்ளன. இந்த உலகின் குழந்தைகள் எல்லாம் மோக்ஷத்தின் பாதையில் விரைந்து முன்னேறிவிடமாட்டார்கள். இந்த ஞான மார்க்கம் அனைவருக்கும் உகந்தது அல்ல என்பதனால்தான் உருவ வழிபாட்டுமுறையை முன்வைத்திருக் கிறார்கள். வானில் தென்படும் அத்தனை மேக வடிவங்களையும் வணங்கி அவற்றுக்கு மலர்களைச் சமர்ப்பிக்கிறார்கள்.

இது ஒருவகையில் மூட நம்பிக்கைக்கு இட்டுச் செல்லக் கூடியதுதான். அல்லது இரட்டை மனநிலைக்குக்கொண்டு

செல்லக்கூடியதுதான். இந்த உலகில் எதுதான் கனவு இல்லை... எதுதான் மூட நம்பிக்கை இல்லை? விஞ்ஞானம் சொல்லும் அணுக்களைத் தவிர எல்லாமே கற்பனைதான். லட்சியவாதிகளாக அதேநேரம் லட்சியவாதியாக வேண்டியவர்களுக்காக உருவங்கள் முன்வைக்கப்பட்டிருக்கின்றன. ஹிந்து மதத்தில் இருக்கும் மூட நம்பிக்கைகள் கிறிஸ்தவத்தில் இருப்பதுபோலவே நவீன லௌகிக சிந்தனை கொண்டவர்களுக்கல்லாமல் எளிய மனிதர்களின் மனத் திருப்திக்காக உருவாக்கப்பட்டவை. கலையும் உருவ வழிபாடும் ஒன்றுக்கொன்று பிரிக்க முடியாதவையா என்ற கேள்வி இங்கு எழுகிறது.

வழிபடுபவருக்கும் வழிபடப்படுபவருக்கும் இடையிலான தொடர்பின் அடிப்படையில் இந்த உருவங்களின் தனித்தன்மைகள் அமைகின்றன என்று சுக்கிராச்சார்யர் இதைத்தான் குறிப்பிடுகிறார். 'பக்தர்கள் என்ன வடிவில் கற்பனை செய்கிறார்களோ அந்த வடிவங்களை எல்லாம் இறைவன் எடுக்கிறான்' என்று சைவ சித்தாந்த மரபில் சிவபெருமானை எழுந்தருளச் செய்யும் சடங்குகள் இதைத்தான் சொல்கின்றன.

சிலை வடிக்கும் சிற்பியின் நோக்கம் தன்னை வெளிப்படுத்திக் கொள்வதோ அழகியல் எதிர்பார்ப்புகளோ அல்ல. அவர் என்ன சிலையை, எப்படிச் செய்யவேண்டும் என்பதை அவரே தீர்மானிப்பதில்லை. கோதிக் சிற்பியைப்போல புனித நூல்களே அதைத் தீர்மானிக்கின்றன.

ஹிந்து செவ்வியல் ஓவியங்களைப் பொறுத்தவரையில் இது முழுவதும் உண்மை அல்ல. ராஜபுத்திர ஓவியங்கள் காதலை அதிகம் பேசுகின்றன. ஆனால் அங்குமேகூட அந்த ஓவியங்களின் கருப்பொருளை இலக்கியங்களே தீர்மானிக்கின்றன. போரோபுதூர் கோவிலின் சிற்பங்களையே அஜந்தா குகை ஓவியங்கள் வெளிப்படுத்தியிருப்பதுபோல் இந்த ராஜபுத்திர ஓவியங்கள் எல்லாம் இலக்கியங்களின் அடிப்படையில் அமைந்துள்ளன.

சிற்பி தன்னுடைய அல்லது சக சிற்பியின் படைப்பை அழகியல் ரீதியாகவோ கலை மேதைமை சார்ந்தோ மதிப்பீடு செய்வதில்லை. ஒரு தத்துவ ஞானியின் நிலையில் இருந்தும் மதிப்பிடுவதில்லை. ரசனை சார்ந்தும் சொல்வதில்லை. ஒரு பரிசுத்தமான கலைஞனாக இருந்து அதை மதிப்பிடுகிறார். அவரைப் பொறுத்தவரையில் அந்தக் கலை அதனளவிலேயே முழுமையானது. அது அழகியல் மிகுந்ததாக இருந்தால் அவருடைய அழகியல் நோக்கினால்

அப்படி உருவாகியிருக்கவில்லை. ஆழ்மனதில் இருந்து தானாக அப்படி உருவாகிவிட்டிருக்கிறது. குறைபாடுடைய சிலை கூட எவ்வளவு வசீகரமான மனித உருவத்தையும்விட மகத்தானது என்று சுக்ராச்சார்யர் இதையே குறிப்பிட்டிருக்கிறார். அழகியலை விட ஆழ்மன உணர்வுக்கு அதிக முக்கியத்துவம் தரும் நவீனப் பார்வையைப் போலவே இதுவும் சொல்லப்பட்டிருக்கிறது.

ஒவ்வொரு காலகட்டத்திலும் உருவாகும் மகத்தான கலைப் படைப்புகளை எடுத்துக்கொண்டு பார்த்தால் கலைஞர்கள், தான் உருவாக்கும் படைப்புகளின் கருப்பொருள்கள் தொடர்பாக முன் தீர்மானம் கொண்டவராகவே இருப்பதைப் பார்க்கமுடிகிறது. பின்னோக்கித் திரும்பிப் பார்க்கும்போதுதான் ஒரு கலைப் படைப்பில் நாம் ரசிக்கும் அழகியலானது அதன் கருப்பொருளைச் சார்ந்திருக்கவில்லை என்பது நமக்குத் தெரியவருகிறது. ஒரு குறிப்பிட்ட கருவுடன் சிற்பி ஆத்மார்த்தமான நெருக்கம் கொண்டதன் மூலமே அந்த அழகியல் உருவாகியிருக்கிறது.

நாம் ஓர் ஓவியம் வரைய ஆரம்பிக்கிறோம். அல்லது நடனமாடத் தொடங்குகிறோம். ஏதோ ஒன்றை, எப்பாடுபட்டாவது உணர்த்தியாகவேண்டும் என்ற உந்துதல் இல்லையென்றால் நம் படைப்பானது ஜீவன் இழந்து உள்ளொளியற்றுக் காணப்படும். கருப்பொருள் சிறப்பானதாக இருக்கலாம். நடன மங்கை வசீகரமானவராக இருக்கலாம். ஆனால் ஆத்மார்த்தமான ஈடுபாடு இல்லாவிட்டால் ஓவியமோ நடனமோ அந்த அம்சங்கள் கொண்டதாக இருக்காது. அழகியல் சார்ந்த கோட்பாடானது தத்துவாதிகள் சார்ந்தது மட்டுமே. கலைஞர்கள் இதை விளக்க முற்படுவதில்லை.

இந்தியச் சிற்பி தன்னுடைய கருப்பொருள் சார்ந்து தீவிரச் சிந்தனை கொண்டவர். அவர் எப்படியானவராக இருக்கவேண்டும் என்று சிற்ப சாஸ்திரங்கள் என்ன சொல்கின்றன தெரியுமா: ‘சிற்பிக்கு அதர்வ வேதம், 32 சில்ப சாஸ்திரங்கள், தெய்வங்களை எழுந்தருளச் செய்யும் வேத மந்திரங்கள் எல்லாம் தெரிந்திருக்கவேண்டும். அவர் பூணூல் அணிந்திருப்பார். ருத்ராக்ஷ மாலை அணிந்திருக்க வேண்டும். கையில் தர்ப்பைப் புல் வைத்திருக்கவேண்டும். இறை வழிபாட்டில் மனம் மகிழ்பவராக இருக்கவேண்டும். மனைவிக்கு விசுவாசமாக, உண்மையுடன் நடந்துகொள்ளவேண்டும். பர ஸ்த்ரீயைத் தவிர்க்கவேண்டும். பல்வேறு சாஸ்திரங்களில் புலமை இருக்கவேண்டும். அப்படியானவரே தேர்ந்த சிற்பி’ என்று சாஸ்திரங்கள் சொல்கின்றன.

இன்னொரு இடத்தில் 'ஓவியர் என்பவர், நற்குணங்கள் கொண்டவராக இருக்கவேண்டும்; சோம்பேறியாக இருக்கக் கூடாது. கோபப்படக்கூடாது. புனிதம், ஞானம், சுய ஒழுக்கம், பக்தி, பரிவு கொண்டவராக இருக்கவேண்டும். அவர் தனிமையில் படைப்புகளை உருவாக்கவேண்டும். அல்லது சக கலைஞர்கள் இருக்கும்போது படைப்பை உருவாக்கலாம். சாதாரண மனிதர்கள் முன்னிலையில் கலைப்படைப்பை உருவாக்கக்கூடாது' என்று சொல்லப்பட்டிருக்கிறது.

நான் என் கலைப்படைப்பை உருவாக்கும்போது யாரையும் அருகில் இருந்து பார்க்கவிடமாட்டேன். யாருக்கு முன்பாகவும் எதுவும் செய்யமாட்டேன் - டபிள்யு.ஹெச்.ரைட், மாடர்ன் பெயிண்டிங் நூலில் 152 பக்கத்தில் சொல்லியிருப்பதை இங்குக் குறிப்பிடுவது பொருத்தமாக இருக்கும்.

இந்த வரையறைகளின் அடிப்படையில் கலைஞர்கள் அல்லது கைத்தொழில் கலைஞர்கள் ஆகியோருக்கு வாழ்நாள் முழுமைக்கு மான நடத்தை விதிகள் அல்லது பரம்பரை சார்ந்த தொழில் மரபுகள் இருந்திருக்கின்றன. தந்தையை குருவாகக் கொண்டு சிறு பிராயத்திலிருந்தே ஒருவருக்கு அந்தக் கலை அல்லது தொழிலில் பயிற்சி தரப்படுகிறது. தந்தையின் உள்ளொளி, ஆழ் மன அழைப்பு ஆகியவற்றின் தடத்திலேயே மகனும் பயணம் செய்கிறார். ஒரு கலைஞரும் கைத்தொழில் கலைஞரும் ஒரு தொழில் குலத்தின் அல்லது தொழில் சங்கத்தின் அங்கமாக இருந்தார். இந்தக் குலங்களை மன்னர் அங்கீகரித்துப் பாதுகாத்துவந்தார். ஒரு கலைஞருக்குப் போட்டிகள், பொறாமைகள் ஆகியவற்றில் இருந்து முழுமையான பாதுகாப்பு இருந்தது. சிற்பி அல்லாமல் வேறொருவர் கோவில், நகரங்கள், துறைமுகங்கள், குளங்கள், கிணறுகள் இவற்றைக் கட்டினால் அது கொலை பாவம் செய்ததற்குச் சமம் என்று சொல்லப்பட்டது. இது போட்டிகள் இல்லாத சமூகத்தில் நிலவிய தொழில் குழு சார்ந்த பொது உடமைவாதம் (சோஷியலிசம்).

இந்தியக் கலைகளின் ஆரம்பக்கட்டத்தில் அது நடைமுறை சார்ந்ததாகவும் மதம் சாராததாகவும் இருந்திருப்பதாகத் தெரிகிறது. இவ்வுலக இன்பங்களே பிரதானம் என்ற சிந்தனை கொண்ட வர்களே கலைகளில் ஈடுபட்டது இதற்கான காரணமாக இருக்கலாம். ஆனால், கி.பி. மூன்றாம் நூற்றாண்டு தொடங்கி கி.பி.18-ம் நூற்றாண்டு முடிவது வரையில் பக்தி, யோகம், மோக்ஷம் ஆகியவையே பிரதானக் கருப்பொருளாக

இருந்திருப்பதையும் பார்க்க முடிகிறது. இந்தியாவில் மட்டுமே இவை இப்படித் தனித்தன்மையுடன் இருந்ததாகச் சொல்ல முடியாது. எனினும் இந்து மற்றும் பௌத்த மரபுகளின் அனைத்து அம்சங்களிலும் மிகுந்த தனித்தன்மையோடு வெளிப்பட்டிருக்கிறது.

ஹிந்து கலை என்பதன் தொடக்கமாக கி.மு. மூன்று அல்லது இரண்டாம் நூற்றாண்டைச் சொல்லலாம். ஆனால், ஒரு சில நாணயங்கள் நீங்கலாக கி.பி. நான்குக்கு முந்தைய காலகட்டத்தைச் சேர்ந்த கலைப்பொருள்கள் எதுவும் நமக்குக் கிடைத்திருக்க வில்லை.

மூல நூல்களில் ஹிந்து பௌத்தக் கலைகளின் தடயங்களாக இடம்பெற்றிருப்பவை பற்றிச் சுருக்கமாக இங்குப் பார்ப்போம்.

பௌத்த கலைகள் பற்றி இந்த நூலில் பின்வரும் அத்தியாயம் ஒன்றில் விரிவாகப் பேசியிருக்கிறேன். வட மேற்குப் பிராந்தியத்தின் பாதி ரோமானியக் கலப்பு கொண்ட உருவங்களை விட அமராவதி, அனுராதபுரம் ஆகிய தென்பகுதிகளில் கிடைத்துள்ள ஆதி காலச் சிலைகள் மற்றும் ஓவியங்களில் இந்தியத் தனித்தன்மை மிகுந்த கலை வெளிப்பாட்டைக் காணமுடிகின்றன. இதுவே பிரதான மைய நீரோட்டப் படைப்புகள். இவற்றிலிருந்தே நளினமும் பேரழகும் நிறைந்த குப்தர் காலச் சிற்பங்கள் உருவாகி வந்திருக்கின்றன. அடுத்தகட்டமாக இவையே சீனாவின் பௌத்தக் கலைகளுக்கு முன்மாதிரி வடிவங்களாக இருந்திருக்கின்றன.

இந்தியாவில் இந்தச் சிற்பங்கள் உயிர்த்துடிப்பு மிகுந்தவையாக, நாடகீயமாக, கம்பீரமானவையாகப் பரிணமித்திருக்கின்றன. எல்லோரா, எலிஃபண்டா, மாமல்லபுரம், சிலோன் ஆகிய இடங்களில் உள்ளவை இதற்கான சிறந்த எடுத்துக்காட்டுகள். இவையே ஜாவா, சுமத்ரா பகுதிகளின் காலனியப் பௌத்த இந்து கலைகளின் வளர்ச்சியின் அடிப்படையாகவும் அமைந்திருக் கின்றன. அஜந்தாவில் குப்தர் காலச் செவ்வியல் ஓவியங்கள் இடம்பெற்றிருக்கின்றன.

இதமான மனிதாபிமானம், இயற்கை – உயிர்கள் மீதான பரிவு இவையெல்லாம் அஜந்தா மற்றும் மாமல்லபுர சிற்பங்களில் வெளிப்படையான, பிரதான இடத்தைப் பெற்றிருக்கின்றன. இவையெல்லாம் அஷ்வகோசர், ஆர்ய சுரா மற்றும் காளிதாசர் போன்ற நாடக ஆசிரியர்களின் படைப்புகளிலும் பிரதானமாக வெளிப்பட்டுள்ளன.

‘இளவரசர் சித்தார்த்தர் ஒரு நாள் கிராமப்புறத்தில் குதிரையில் பயணம் செய்துகொண்டிருந்தபோது கலப்பையானது நிலத்தை நீரலைகள் எழுவதுபோல் உழுது சென்றதாகக் குறிப்பிடப் பட்டிருக்கிறது. உழவர்களின் முகம் புழுதி படர்ந்து, வெய்யிலில் வாடி இருந்தது. வெப்பக் காற்றால் உலர்ந்து போயிருந்தது. ஏரில் பூட்டப்பட்டிருந்த எருதுகள் கஷ்டப்பட்டு நிலத்தை உழுது கொண்டிருந்தன. மானுடர்களில் அதி உத்தமரான புத்தர் இவற்றையெல்லாம் பார்த்து மிகுந்த வேதனையுற்றார். கருணை அவர் மனதில் பொங்கியது. குதிரையில் இருந்து இறங்கியவர், மிகுந்த வேதனையுடன் பிறவி, உலகில் நடக்கும் துயரங்கள், அழிவுகள் இவற்றையெல்லாம் சிந்தித்து மிகுந்த துக்கமடைந்தார்’.

முடிவற்ற வாழ்க்கை, நிலையற்ற வாழ்க்கை தொடர்பான சாந்தி தேவியின் பார்வை: ‘உற்றார் யார்... உறவினர் யார்... உறவும் நட்பும் எதுவரை?’

அன்பைப் பேசும் இலக்கியங்களும் மதிக்கத்தகுந்தவையே. ஓவியங்களிலும் சிற்பங்களிலும் வெளிப்படுவதுபோலவே, உயிர்களிடையே வேறுபாடு பார்க்காத, பந்தபாசங்களில் சிக்காத உயரிய ஞானத்தின் அடிப்படையிலான பார்வையே உலகம் முழுவதிலுமான அனைத்துவகைக் கலைகளிலும் வெளிப் படுகின்றன. இசையில் உன்னதங்கள் எட்டப்பட்ட காலமும் இதுவே என்று நம்ப அனைத்து முகாந்தரங்களும் இருக்கின்றன. இயற்கை விஞ்ஞானத்திலும் குறிப்பாகக் கணிதம், வான சாஸ்திரம் ஆகியவற்றில் சாதனைகள் நடக்க ஆரம்பித்தது இந்தக் காலகட்டத்தில்தான். நான்கு முதல் எட்டாம் நூற்றாண்டு வரையில் இந்திய நாகரிகத்தின் பொற்காலம் என்றே சொல்லவேண்டும். சீனாவில் வெய் மற்றும் தாங் இருந்த காலம். ஒட்டு மொத்த உலகின் நாகரிகத்தின் இலக்குகள், வழிகள் அனைத்தின் பிரதிநிதியாகக் கீழைத்தேய ஆசியா விளங்கிய காலகட்டம்.

முழுவதுமாக இல்லாவிட்டாலும் பொதுவாக 9-10 நூற்றாண்டு களில் மரபான கலைகள் வீழ்ச்சியைச் சந்தித்தன. இவற்றின் பாணிகள் ஒற்றைப்படைத்தன்மையைப் பெறத்தொடங்கின. கலை நுண்மைகளில் கெட்டிதட்டிப் போக ஆரம்பித்தன. செவ்வியல் சமஸ்கிருத இலக்கியங்களும் மிக விரிவான அலங்கார அம்சங்களில் மூழ்கத்தொடங்கின. பௌராணிக மறுமலர்ச்சி – பக்தி இயக்கம் என்று வகைப்படுத்தப்படும் சக்திகள் பழங்காலச் சைவ வைணவ மரபுகளை மீட்டெடுத்தன. அவை தென்னகத்தின் செய்யுள் மரபு மற்றும் சிற்பக் கலைகளுக்குப் புதிய உத்வேகத்தை

ஊட்டின. வட புலத்தில் அவை செய்யுள் மற்றும் ஓவியங்களுக்கு புத்துயிர் அளித்தன.

இந்தப் பக்தி மரபுகள் தத்துவ மரபுகளில் இருந்து தூய புராணத் தன்மைக்கும் ஞானத்திலிருந்து அன்புக்கும் (பக்திக்கும்) மாறி, இந்திய ஆன்மிகப் பரிணாம வளர்ச்சியில் ஒரு முழுச்சுற்றைச் சுற்றி முடித்தன. அக மற்றும் புற வாழ்க்கைகள் தூரக் கிழக்கு தேசத்து ஜென் பௌத்தத்தைப் போல், ஒருவழியாக இணைப்பு பெற்றன. வாழ்க்கையின் வெளிப்படைத்தன்மை அஜந்தாவின் ஓவியங்களில் புத்தாக்கத்துடன் வெளிப்பட்டுள்ளன. ராதா கிருஷ்ண பிரேமையில், வட இந்திய வைஷ்ணவச் செய்யுள், ஓவியங்களில் எல்லாம் இவை மிகுந்த உத்வேகத்துடன் இடம்பெற்றுள்ளன. இந்த மரபின் தொடர்ச்சியாக ரவீந்திர நாத் தாகூரின் பாடலில் இந்தக் கோட்பாடு மிக எளிமையாக முன்வைக்கப்பட்டிருக்கிறது.

உலகைத் துறப்பது என் மோட்சத்துக்கான வழி அல்ல
முடிவற்ற சுதந்தரத்தை ருசிப்பதே என் வழி
ஆயிரம் ஆரக்கால் கொண்ட சக்கரத்தால் பிணைக்கப்பட்டவன்
ஒவ்வொன்றிலும் இசையின் மகிமை
நறுமணத்தின் மகிமை
அழகிய காட்சியின் மகிமை
முடிவற்று நீடிக்கும் பேரின்பத்தைத் தேடிக் கண்டடைவேன்
முக்தி நிலையின் தீச்சுடரைப் போல்
என் புலன் இன்ப வேட்கை தகிக்கும்
பெருங்காதலின் மென் மலரே என் பக்தியின் கனியாக மாறும்

ஆனால், இன்று இந்தக் கோட்பாடானது இந்திய மதங்களில் இருப்பவற்றின் எச்சமாகவே திகழ்கிறது. புதிய திசை நோக்கிய நகர்வாக இல்லை. 'கல்வி அறிவுபெற்ற' இன்றைய இந்தியாவின் ரசனை என்பது இந்திய மரபை ஒப்புக்கொள்ளாதவர்கள் மற்றும் மேற்கத்திய கலாச்சாரச் சிந்தனைகளுக்கு ஒப்புக்கொடுத்த வர்களின் பார்வையைச் சார்ந்ததாகவே இருக்கிறது. இது யதார்த்தவாதம், புலனின்பம் ஆகியவற்றோடு கிட்டத்தட்ட முதல் முறையாக விளக்கப்பட பாணி, தனி நபர் வாதம் மற்றும் உணர்ச்சிமயம் ஆகியவற்றைக் கலந்து வெளிப்படுத்துவதாகத் திகழ்கிறது.

3

இலக்கிய அழகியல் கோட்பாடு குறித்த இந்துப் பார்வை

சமஸ்கிருதம் மற்றும் ஹிந்தி இலக்கியங்களில் செய்யுள் மற்றும் நாடகம் ஆகிய வடிவங்களில் என்னவிதமான ரசனைக் கோட்பாடுகள் உருவாக்கப்பட்டுப் பயன்படுத்தப்பட்டிருக்கின்றன என்பது பற்றிப் பார்ப்போம். இது சார்ந்து நாம் கண்டடையும் தீர்மானங்கள் எல்லாம் இலக்கியத்துக்கு மட்டுமல்லாமல் அனைத்துக் கலைகளுக்கும் பொருந்துவதாகவே இருக்கின்றன.

முதலில் செய்யுள் – கவிதை ரசனை பற்றிப் பார்ப்போம். நான்கு ஆஸ்ரமங்களின் இலக்குகளையும் அடைய உதவுவதுதான் இந்த ரசனையின் அடிப்படை என்று ஒற்றை வாக்கியத்தில் சொல்லி விடலாம். 'இலக்கியம் என்பது அனைத்து வளங்களையும் அருளும் காமதேனுபோல் இருக்கவேண்டும்' என்று இதைச் சொல்லலாம். ஒருவருக்கு லௌகிக நன்மையைத் தரும் ஒரு செய்யுள் இன்னொருவருக்கு ஆன்மிக நன்மையைத் தருவதாக இருக்கும். ஒரே நபருக்கே கூட வேறொரு தருணத்தில் அதே செய்யுள் அப்படியான அனுபவத்தைத் தரவும் கூடும்.

இங்கு ஒரு கேள்வி எழுகிறது: கவிதையின் ஆன்மா / சாராம்ச மானது எது? வடிவம், பாணி அல்லது குறியீட்டு மொழியே

பிரதானமானது என்று சிலர் சொல்வார்கள் (வ்யன்ஜனா – செய்யுள் வகைகளைப் பற்றிப் பார்க்கும்போது இதை விரிவாகப் பார்ப்போம்). ஆனால் பலர் இதை மறுதலிக்கிறார்கள். அவர்கள் ரசம் (நவ ரசம்) இதுவே செய்யுளின் ஆதாரமான அம்சம் என்று சொல்கிறார்கள். இதை ரசனை, அழகு, உணர்ச்சி என்று சொல்லலாம். சௌந்தர்யம், ரூபம் ஆகியவற்றைப் பேரழகு அல்லது வசீகரம் என்று சொல்லலாம்.

செய்யுள் என்பது வெறும் அசை, தளை, எதுகை, மோனை என இலக்கண விதிகளுக்கு மட்டுமே உட்பட்டதல்ல. நீதி சாஸ்திரம், தர்க்க சாஸ்திரம் ஆகியவையும் கூட தாள லய ஒழுங்குக்கு உட்பட்ட செய்யுளினால் உருவாக்கப்பட்டிருக்கும் ஓர் இலக்கிய உலகில் பலரும் இப்படித் தவறாகவே நினைத்து விடுகிறார்கள். இலக்கண வாய்ப்பாடு விதிகளுக்குக் கட்டுப்பட்ட செய்யுள்கள் பத்ய காவ்யம் எனப்படும். வசன கவிதைகள் 'கத்ய காவ்யம்' எனப்படும். ஆனால் ரச பாவமே ஒரு செய்யுளைக் கவித்துவம் மிகுந்ததாக ஆக்குகிறது.

ஒரு படைப்பு, அழகியல் ரசனை மிகுந்தாக இருக்கவேண்டும். அதை ரசிப்பவர் ரசிகர் எனப்படுவார். அழகியல் ரசனை என்பது ரசிக்கத் தகுந்ததைப் புரிந்துகொண்டு ரசித்தல் எனப்படுகிறது.

ஒட்டு மொத்த இலக்கியமும் ரச பாவத்தின் அடிப்படையிலும் அதன் அனுபவங்களின் அடிப்படையிலும் தீர்மானிக்கப்படுகிறது. இலக்கியங்களில் காளிதாசர் மற்றும் பிறருடைய செவ்வியல் நாடகங்களை அடிப்படையாகக் கொண்டே செய்யுள், நாடகம் ஆகியவற்றின் அழகியல் கோட்பாடுகள் வடிவமைக்கப் பட்டுள்ளன. இந்தப் படைப்புகள் பெருமளவுக்கு மதம் சாராதவை. வெளிப்பாட்டில் உணர்ச்சிமயமானவை.

அழகியல் ரசனை என்பது, விபாவம், அனுபாவம், பாவம், சத்வபாவம் ஆகியவற்றினால் மட்டுமே உருவாக்கப்படுவது இல்லை; ரசிகரின் மனதில் உருவாகும் விஷயம் என்று சொல்லப் படுகிறது.

விபாவம் என்பது கருப்பொருள், உள்ளடக்கம், களம் போன்ற வற்றைக் குறிக்கும். அதாவது கதாநாயகர், பிற கதாபாத்திரங்கள், கதை நிகழும் காலம், இடம் போன்றவை. பெனிடெட்டோ க்ரோஸ் இதை 'ரசானுபாவத்தை உருவாக்கும் பௌதிக, புறக் காரணிகள்' என்று குறிப்பிடுகிறார்.

அனுபாவம்: உணர்ச்சிகள், உணர்வுநிலைகள் போன்றவை.

பாவம்: மகிழ்ச்சி, வலி எனக் கதாபாத்திரங்களில் தூண்டப்படும் மாறும் மனநிலைகள் (33). சந்தோஷம், பதற்றம், கொதிப்பு போன்றவை. நவ ரசங்கள்: காமம், வீரம், சோகம், கோபம், சிரிப்பு, பயம், பரிதாபம், ஆச்சரியம், சாந்தம்.

சத்வபாவம்: தன்னிச்சையான உணர்ச்சி வெளிப்பாடுகள். உள் மனதில் தன்னிச்சையாக எழும் உணர்வுகள். மயிர்க்கூச்செறிதல், நடுக்கம் போன்றவை.

அடிப்படையான நவ ரசங்களில் ஒரு குறிப்பிட்ட உணர்ச்சியைப் பிரதானமாகவும் பிறவற்றை அதன் துணை நிலை அங்கங்களாகவும் கொண்டு ஒரு படைப்பு இயங்கும்.

'மன்னருக்கு மக்கள் அடிபணிவதுபோல், குருவுக்குச் சீடர் பணிவதுபோல் பிரதான உணர்ச்சி நிலையே பிற அனைத்தின் எஜமானாகத் திகழும்'.

மாறாக தற்காலிகமான உணர்ச்சி ஒன்றைப் பிரதானமாகக் கொண்டிருந்தால், அந்தப் படைப்பில் ரச பாவம் வலுவிழந்து போய் காணப்படும். வெறும் மலின உணர்ச்சியைத் தூண்டும் படைப்பாகிவிடும். உணர்ச்சிமயமாகவும் அந்தரங்க (தனிப்பட்ட) உணர்வுகளுக்கு அழுத்தம் கொடுத்தும் உருவாக்கப்படும் படைப்புகள் அழகியல் மிகுந்தவையாகவோ உண்மைக்கு நெருக்க மானவையாகவோ இருக்காது. சொர்க்கத்தில் மீண்டும் ஒன்று சேர்வதாகச் சொல்லி முடியும். காலத்தையும் நிரந்தரத் தன்மையையும் அழகையும் உயிர்த்துடிப்பையும் காதலையும் சுய மோகத்தையும் (பாரபட்சமான உணர்வையும்) ஒன்றுடன் ஒன்று குழப்பியடித்துவிடும்.

நிலையான ஆதார உணர்வுகளான ஒன்பதும் ஒன்பது ரசங்கள் அல்லது பாவங்களுக்கு இசைவானவை. அதேநேரம், இங்கு நாம் பேசும் அழகியல் ரசனை என்பது இந்த ஒன்பதில் இருந்தும் வேறுபட்டது. நவ ரசங்கள் என்பவை ஒரு கலை அனுபவத்தின் பல்வேறு சாயல்கள் மட்டுமே. வகைப்படுத்திக் காட்டவேண்டும் என்ற வசதிக்காகச் சொல்லப்படும் அடிப்படை வார்த்தைகள் மட்டுமே. செய்யுள் தன்மை, காவிய குணம், நாடகீயம் என்றெல்லாம் சொல்வது போன்றதுதான். ஆனால் உண்மையில் கவித்துவம் என்பது இதையெல்லாம் கடந்த ஒரு நிலை.

ரசம் என்பது ருசிக்கப்படுவது; அழகு என்பது உணரப்படுவது. அதாவது ஒரு குறிப்பிட்ட உணர்வுக்குள், ஆதார உணர்ச்சி

நிலைக்குள் ஆழ்வது. ஆனால் அது அந்த உணர்ச்சியை மட்டுமே சார்ந்தது அல்ல. இதன் அடிப்படையில் பார்த்தால், என்ன ஆதார குணத்தை அடிப்படையாகக் கொண்டு அழகியல் ரசனை உருவாகிறது என்பது முக்கியமில்லை.

யதார்த்த அம்சங்கள், கேளிக்கை அம்சங்கள் ஆகியவற்றைச் சார்ந்த நிலைகளில் இருந்து ஹிந்து அழகியல் ரசனை என்பது எவ்வளவு தூரம் விலகிவந்திருக்கிறது என்பதை நாம் புரிந்துகொள்ள வேண்டும். சோகம், மகிழ்ச்சி, உணர்வெழுச்சி, தளர்ச்சி, கொடூரம், கருணை, புரியாதது - புதிரானது, வெளிப்படையானது (உண்மையானது) அல்லது கற்பனையானது என எல்லாமே ஒரு ரசிகரின் மனதில் ரசனையைத் தூண்ட முடியும். அழகியல் ரசனை என்பது உணர்வுகளைச் சாராதது என்று தனஞ்ஜெயர் எழுதிய தசரூபா தெரிவிக்கிறது.

லட்சிய அழகியல் தொடர்பான அறிதல் என்பது கற்றுக்கொண்டு வரக்கூடியது அல்ல. அது பிறவியிலேயே வரவேண்டியது என்று பிளேக் இதைத்தான் குறிப்பிட்டிருக்கிறார். 'விண்ணுலகின் இசையை ஒவ்வொருவரும் அவரவருக்கேற்ற வகையில் விளங்கிக் கொள்கின்றனர். அது ஒத்திசைவுடனோ அல்லாமலோ இருப்ப தென்பது முன்னாளைய காரணங்களைச் சார்ந்தது' என்று பூ சங் லிங் குறிப்பிட்டிருக்கிறார்.

ஒரு கலைப்படைப்பு அழகியல் ரசனை சார்ந்து அல்லாமல், நமக்கு நேர் வழியிலான புலன் இன்பத்தைத் தரக்கூடும். படைப்பின் தொனி, தாளம், லயம், போன்ற புற அம்சங்கள் சார்ந்து இந்த மகிழ்ச்சி கிடைக்கக்கூடும். அல்லது கருப்பொருளின் தார்மிக ஒழுக்கம், போதனை ஆகியவை சார்ந்து அந்த உணர்வு கிடைத்திருக்கலாம். அழகியல் ரசனை என்பது இவற்றில் இருந்து வேறுபட்டது. இவற்றைச் சாராதது. புலனின்பம் அல்லது தனஞ்ஜெயர் சொல்வதுபோல் ஒழுக்கம் சார்ந்த மகிழ்ச்சியின்மை மூலமாகவும் இந்த அழகியல் ரசனை வெளிப்படக்கூடும்.

அழகியல் ரசனை என்பது மகிழ்ச்சி அல்லது சோகம் ஆகியவற்றைச் சார்ந்தது அல்ல என்ற விஷயமே தூய்மைவாதிகளைக் கலைகள் மீது அச்சம் கொள்ளவைக்கக் காரணமாக இருந்திருக்கும். இது உடனடி அனுபவங்கள் சார்ந்தது அல்ல; நல்லது கெட்டது என்ற பார்வைகளுக்கு அப்பாற்பட்டது. எனவே இது நிச்சயம் ஒழுக்கம் சார்ந்த லட்சியங்களைக் கொண்டதாக இருக்கமுடியாது என்ற முடிவுக்கு வந்துவிட்டனர்.

அழகியல் ரசனை என்பது அதற்கான தகுதியும் திறமையும் கொண்டவர்களால்தான் ருசிக்கப்பட (அனுபவிக்க) முடியும் என்று விஸ்வநாதர் குறிப்பிட்டிருக்கிறார். தர்மதத்தர் சொன்னதை மேற்கோள் காட்டியபடி அவர் சொல்கிறார்:

'நாடகக் கலையின் கற்பனை அம்சங்கள் இல்லாதவர்கள் சுவரில் மாட்டப்பட்டிருக்கும் மரச் சிற்பம் அல்லது கல் சிற்பம் போன்றவர்கள்தான்'.

அழகியல் உணர்வுநிலையை அடையாமலேயே ஒருவர் தன் வாழ் நாள் முழுவதும் கலை பற்றிப் படிப்பதில், ஆராய்வதில் நேரத்தைச் செலவிடவும் முடியும். கலை தொடர்பான வரலாற்று ஆராய்ச்சி என்பது கலையை மதிப்பிடும் இடத்துக்கு இட்டுச் செல்கிறது. அதனாலேயே நம் ஆன்மாவில் அந்தக் கலையை உணர்ந்து மகிழ்ந்ததாகச் சொல்லிவிடமுடியாது.

'ஓவியங்கள், செய்யுள்கள் என எல்லாக் கலைப்படைப்புகளுமே அதை ஏற்க / ரசிக்கத் தயாராகாத மனங்களில் எந்தவொரு விளைவையும் உருவாக்குவதில்லை' என்று க்ரோஸ் குறிப்பிடுகிறார். 'செய்யுள் / கவிதைகள் தொடர்பான ஆர்வம் மிகுந்த மாணவர்கள் / ஆய்வாளர்கள் கூட உரிய அழகிய ரசனை கொண்டவர்களாக இருப்பதில்லை' என்று விஸ்வநாதர் இதையே குறிப்பிடுகிறார்.

அழகிய ரசனை மற்றும் தன் மேதைமை என்பது ஒரு பாதி உள்ளார்ந்தது (மரபானது) ஒரு பாதி கற்றுக் கொள்ள முடிந்தது (சம காலத்தியது). வெறுமனே கற்றுக் கொள்வதால் எந்தப் பலனும் இல்லை. ஒரு கவிஞர் எப்படி தன்னெழுச்சியாகப் பிறக்கிறாரோ அதுபோலவேதான் ஒரு ரசிகரும் தானாக உருவாகிறார். கற்றுக் கொடுத்து, கற்றுக்கொண்டு இதை உருவாக்க முடியாது. விமர்சன மனநிலை என்பது ஒருவகையில் நிபுணத்துவம் அல்லது மேதைமைக்கு இணையானது.

கலையின் இலக்கு போதனை அல்ல என்பதில் இந்தியக் கலைக் கோட்பாடு தெளிவாகவே இருக்கிறது. தனஞ்ஜெயர் இதுபற்றிச் சற்றுக் கிண்டலுடன் சொல்கிறார்:

'வரலாறு போன்றவற்றில் மூலம் கிடைக்கும் அறிவைப் போலவே மகிழ்ச்சியைத் தரக்கூடிய நாடகங்களின் மூலம் அறிவு (போதனை) மட்டுமே கிடைப்பதாக ஒரு குறைமதியாளர் கூறுகிறார் என்றால், அவருக்குப் பெரிதாக ஒரு கும்பிடு போடுகிறேன். பாவம் அவர் கலையின் பேரின்பங்களுக்குத் தன் முதுகைக் காட்டிக் கொண்டு நிற்கிறார்'.

ஒரு கலையின் அழகியல் ரசனை என்பது ரசிகரின் கற்பனையைச் சார்ந்தது. 'களிமண் யானை பொம்மையைக் கொண்டு விளையாடும் சிறுவர்கள் அதை யானையாகவே உணர்ந்து மகிழ்ச்சியடைவதைப் போன்றது' என்கிறார். 'நாடக மேடையில் நடிக்க விரும்புபவர், இயற்கையை, புற உலகை அதனுடைய இடத்தில் விட்டுவிட்டு விலகிவிடவேண்டும். குழந்தைகள் பொம்மைகளைக் கொண்டு அட்டைப் பெட்டி, திரைச்சீலைகள் கொண்டு விளையாடுவது போன்ற மனநிலைக்குச் சென்றுவிடவேண்டும்' என்று கதேயும் 'த மாஸ்க்' என்ற படைப்பில் இதையே குறிப்பிட்டிருக்கிறார்.

கலைப் படைப்பில் விவரிக்கப்படும் யதார்த்தம் மட்டுமே அழகியல் ரசனைக்குக் காரணமல்ல. 'நம் தேசத்தில், ரசனைத் திறம் மிகுந்த பார்வையாளர்கள் ஒரு பாடலைத் தமது மனதுக்குள் தமது உணர்வுகளின் துணை கொண்டு முழுமையை நோக்கி நகர்த்திக் கொள்வதில் மன நிறைவடைபவர்களாக இருக்கிறார்கள்' என்று தாகூர் குறிப்பிட்டிருக்கிறார். சுக்ராச்சார்யர் தெய்வத் திருமேனிகள் பற்றிச் சொன்னதில் இருந்து இது எந்தவகையிலும் வேறுபட வில்லை: 'பக்தருடைய பக்தி பாவத்தினால் சிலைகளில் இருக்கும் குறைபாடுகள் எல்லாம் களையப்பட்டுவிடுகின்றன. அவர் களுடைய மனதில் எப்போதும் இறைவன் குடிகொண்டிருக்கிறார். எல்லா சிலைகளிலும் அவர்கள் அந்த இறைவனைக் கண்டடைகிறார்கள்'.

இந்த மனோபாவம் விமர்சனப் பார்வையற்றதாக நமக்குத் தோன்றலாம். அதாவது கலை மேன்மைக்கும் சாதனைக்கும் எதிரானதாக, அபாயகரமானதாகவும் தோன்றலாம். ஆனால் இப்படியான பார்வையே சிருஷ்டிகரம் பற்றி எல்லாக் காலங்களிலும் நிலவியிருக்கிறது. பக்தியும் நம்பிக்கையும் வீழ்ச்சியடையத் தொடங்கியதைத் தொடர்ந்து கலையும் வீழ்ச்சியடையத் தொடங்கியிருக்கிறது.

ஒரு கலைப்படைப்பில் இருக்கும் குறைபாடுகளை இரண்டு காரணங்களினால் ஒருவர் பொறுத்துக்கொண்டு போகக்கூடும். ஒன்று விமர்சனப் பார்வை இல்லாமை. ஒரு கலைஞர் அல்லது கலைப்படைப்பின் மீதான கரிசனம் மூலம் இது உருவாகலாம். கலைப்படைப்பானது உள்ளடக்கம், வடிவம் சார்ந்து உணர்வு நிலைகளைக் கடத்தமுடியாமல் போவதைப் பொறுத்துக் கொண்டு மனம் ஏற்றுக்கொண்டுவிடலாம்.

இன்னொரு காரணம் சிருஷ்டிகரம் சார்ந்தது. ரசிகரின் மனமானது கலைப்படைப்பில் இல்லாத அல்லது எட்டப்படாத

இடைவெளிகளைத் தனது கற்பனைத் திறன் கொண்டு நிரப்பிக் கொண்டுவிடுவதன் மூலம் அந்தப் போதாமைகளைப் பொருட் படுத்தாமல் இருக்கலாம்.

விமர்சனப் பார்வையற்றுப் பிழைகளைப் பொறுத்துக் கொள்ளுதல் என்பது 'அழகாக இருத்தல்; நீதி போதனைகளைச் சொல்லுதல்; புரியாதவற்றிலிருந்து விலகிச் சென்று திருப்தியடைதல்' என்பதாக இருக்கிறது.

சிருஷ்டிகரமான சகிப்புத்தன்மை என்பது வெறும் அழகு, போதனை இவற்றையெல்லாம் தாண்டியது. வெறும் ஒரு 'ஆதிகால' கச்சாவான அல்லது உடைந்த துண்டாக இருந்தாலும் குறியீடாக இருந்தாலும் அதைக் கொண்டே முழுமையான அழகியல் ரசனை அனுபவத்தை மீட்டெடுத்துக்கொள்ளும் திறன் கொண்டது.

மேலும் கதாபாத்திரத்தை ஏற்று நடிக்கும் நாயகர் மூலமாகவோ கலைப்படைப்பானது அழகியல் உணர்ச்சியை எழுப்ப முயற்சி செய்கிறது என்பதாலோ அல்லாமல், படைப்பின் பிரதான உணர்வு நிலையானது ரசிகரின் ரசிப்புத் திறமை மூலமாகவே பேரனுபவத்தைத் தருவதாக ஆகிறது. அழகியல் உணர்ச்சியை உருவாக்கும் நோக்கில் அதாவது அழகாக இருக்கவேண்டும் என்ற நோக்கில் உருவாக்கப்பட்ட எத்தனை படைப்புகள் அந்த இலக்கில் தோற்றுப் போயிருக்கின்றன தெரியுமா?

காவ்ய பிரகாஸா மற்றும் சாஹித்ய தர்பணா ஆகிய படைப்புகளில் செய்யுளின் / கவிதையின் கலை மேதைமை பற்றி விரிவாகப் பேசப்பட்டுள்ளன. நேரடியாகச் சுட்டும் விஷயங்களைத் தாண்டி, சொல்லாமல் சொல்லும் அம்சங்கள் மிகுதியாக இருக்கும் படைப்புகளே ஆகச் சிறந்தவை. இந்தக் குறியீட்டு அணுகு முறையைக் கடைநிலைக் கவிதைகள் மிகக் குறைவாகவே கொண்டிருக்கும். இவை அனைத்தையும் அப்பட்டமாக விளக்கிக் கொண்டிருக்கும். ரொமாண்டிக் அல்லது தாழ் நிலைக் கவிதைகளில் கலையம்சம் என்பது அது பயன்படுத்தும் அலங்கார வார்த்தைகளில் மட்டுமே இருக்கும். வெளிப்படையாகச் சொல்வதைத் தாண்டி அவற்றில் எந்தவொரு மறை ஞானமும் இருக்காது. இப்படியான விவரணை சார்ந்த விளக்கப் பாடல்கள் எல்லாம், ஆட்களின் உருவப்படங்களை (Portrait) வரையும் ஓவியங்களைப் போல் தாழ்நிலை வகையைச் சேர்ந்தவை. சாஹித்ய தர்பண நூலானது இப்படியான கவிதைகளை முழுமையாக நிராகரிக்கிறது.

குறியீட்டு மொழி என்பது இரு பொருள் (சிலேடை) அல்லது குறிப்பால் உணர்த்துவது என்பதையெல்லாம் தாண்டியது. இதில் முதலாவது வெறும் வார்த்தை விளையாட்டாக இருக்கும். இரண்டாவது சுருக்கிச் சொல்லியிருப்பதை வெறுமனே விரித்துப் பொருள் கண்டுகொள்வதுபோல் இருக்கும். குறியீட்டு மொழியில் சொல்லப்பட்டிருப்பதில் இருந்து புரிந்துகொள்ளப்படவேண்டிய தென்பது 9 ரசங்களில் ஏதேனும் ஒன்றாக இருக்கும்.

இந்த இடத்தில் கொஞ்சம் கிளைபிரிந்து ஒரு விஷயம் சொல்கிறேன். ' கலை என்பது வெளிப்பாடு' என்று க்ரோச் கூறுகிறார். வெறுமனே விளக்கிச் சொல்லும் ஒரு வாக்கியம், உதாரணமாக, ஒரு மனிதர் நடக்கிறார்; அல்லது $(a+b)^2 = a^2+2ab+b^2$ என்பது கலை அல்ல.

கவிதை / செய்யுள் என்பது ஒரு வகையான வாக்கியமே. ஆனால் எப்படியான வாக்கியம்? அழகியல் ரசனையை ஆன்மாவாகக் கொண்ட வாக்கியம். அதாவது அதில் நவ ரசங்களில் ஏதேனும் ஒன்று குறிப்பால் உணர்த்தப்பட்டிருக்கும் அல்லது சொல்லப் பட்டிருக்கும். தேவையான ரசனை உணர்வு (ரசாஸ்வாதனா) இருந்தால்தான் புரிந்துகொள்ளமுடியும் என்பதுதான் அழகியலின் (ரசம்) அடிப்படை அம்சம்.

ரசம் மற்றும் ரசாஸ்வாதனா என்றால் என்ன? அழகு மற்றும் அழகியல் ரசனை, உணர்வு என்றால் என்ன?

சாஹித்ய தர்பணாவில் விஸ்வநாதர் இந்த அனுபவம் பற்றி விவரிக்கிறார்:இது தூய்மையானது; பிளவுபடுத்தமுடியாதது; சுயமாக உருவாகக்கூடியது; மகிழ்ச்சியும் பிரக்ஞை நிலையும் கலந்தது; முன் அனுமானங்கள் எதுவும் கலக்காதது. புதிரான அனுபவத்தின் இரட்டைப் பிறவி போன்றது. முழுக்கவும் புலன் உணர்வுகளைக் கடந்த பெரு அதிசயம் (உலகியல் இலக்குகளைக் கடந்தது – லோகோத்தாரம்)'.

இங்கு அதிசயம் என்பது 'பாராட்டுணர்வில்' மனம் விரிவதைக் குறிப்பிடுகிறது. 'மேலும் இதைத் தகுதியுள்ளவர்களால் மட்டுமே உணரமுடியும். கடவுளின் திரு உருவத்தையே கடவுளாக உணர்ந்து களிகூர்வதுபோன்றது. ரசாஸ்வாதானா என்பது கற்பனை. தூய பக்தி நிலையில் வழிபடப்படும் உருவம் (தெய்வம்), வழிபடும் பக்தர் என இரண்டும் ஒன்றாகியிருக்கும். காரண காரியம் இரண்டும் இருக்கும்'.

இந்த ஒரு காரணத்தினாலேயே இது கற்றறிதலுக்கு அப்பாற் பட்டதாகத் திகழ்கிறது. அதன் இருப்பிலிருந்து அதன் புரிதலைப் பிரித்தறியமுடியாது. அதுவாக ஆனாலே அதை உணரமுடியும். புரிதலுக்கு அப்பால் அதற்கென்று தனி இருப்பும் இல்லை. காலவெளியில் நிரந்தரமானது என்று கருதப்படவோ விளக்கப் படவோ கூடியது அல்ல. அது காலமும் கடந்தது. அது புலன்களால் உணரமுடியாதது; மீ மெய்யியல் தன்மை கொண்டது. அது இருப்பதை அதை அனுபவிப்பதன் மூலம் மட்டுமே நிரூபிக்க முடியும்.

கலைகளை வெறுப்பவர் கேட்கும் கேள்விக்கு, ரசிகர் ஒருவர் எதையும் சொல்லிப் புரியவைக்கமுடியாது. ருசித்துப் பார். அப்போதுதான் அதன் அருமை புரியும். நான் எதில் நம்பிக்கை வைத்திருக்கிறேனோ அதை நான் அறிந்திருக்கிறேன் என்று மட்டுமே சொல்லமுடியும்.

அப்படியாக மதம் மற்றும் கலை என்ற இரண்டுமே ஒரே அனுபவத்துக்கான வெவ்வேறு வார்த்தைகளே. யதார்த்தம் மற்றும் அடையாளத்தின் உள்ளொளியே அது. இது இந்துக்களுடைய பார்வை மட்டுமே அல்ல. நவ பிளேட்டோனியர்கள், ஹீஷ் கோ, கதே, பிளேக், ஸ்கோபென்ஹர், ஸ்கில்லர் போன்ற பலரும் இதற்கு இணையான பார்வை கொண்டவர்களே. பெர்டினண்ட் க்ரோஸூம் இதை மறுக்கவும் இல்லை.

கலை ரசனையில் உன்னத எழுச்சித் தருணத்தில் யதார்த்த உலகில் இருந்து முளைத்தெழுந்து வரும் ஒருவித உணர்ச்சியினால் ஆட்கொள்ளப்பட்டிருப்பதாக எளிதில் நம்பிவிடுகிறோம். இதைச் சொல்பவர்கள் எல்லாக் கலைகளும் யதார்த்த அம்சங் களினால்தான் உருவாக்கப்பட்டிருக்கிறது என்று சொல்லியாக வேண்டியிருக்கும். ஆனால், கலைஞனின் விசேஷத் தன்மை என்னவென்றால், யதார்த்தத்தை ஆக்கிரமித்து (அதன் தூய வடிவில் இருப்பதைக் கைப்பற்றி) அதை, தான் உணர்ந்த மொழியில் அதி தூய வடிவில் வெளிப்படுத்துவதில் இருக்கிறது.

இந்த இடத்தில் தூய வடிவம் என்பது அழகியல் ரசனை இல்லாத பொருள்களின் கலப்பு இல்லாத நிலையைக் குறிக்கிறது.

இந்தப் பார்வை ஒருமைத்தன்மையை (Monism) முன்வைப்பது போல் தோன்றலாம். பரம்பொருளே எங்கும் எதிலும் நிறைந் திருக்கும் அம்சம். அதுவே அனைத்திலும் நிறைந்திருக்கும் யதார்த்தம். உலகம் முழுவதும் மாயையே என்ற கோட்பாட்டுக்கு

இது எதிரானது. ஆனால் அன்றாட அனுபவங்கள் எனும் மாய உலகில் கவிஞர்கள், பக்தர்கள், தத்துவஞானிகள் இந்த மாய உலகைக் கடந்து நிற்கும் சத்தியத்தின் கீற்றுகளைத் தரிசிக்க முடியும் என்பதை அது குறிக்கிறது. நாம் நினைக்கும் வடிவிலானது அல்ல உலகம். நாம் அறிந்தவற்றையும் தாண்டி அறியமுடியாத தன்மை கொண்டது உலகம்.

ஒரு பக்தன் உணரும் பக்தியைப்போல், தத்துவ ஞானிகள் உணரும் சத்தியமும் நிஜமும் போல் ஒரு கலைஞரால் அழகியலானது அவருக்கான சத்தியமாக அனுபவிக்கப்படுகிறது. இவை பரம்பொருளின் மூன்று நிலைகள். ஒரு கலைஞர், தான் அனுபவித்த இந்த அனுபூதி நிலையை ரசிகருக்குக் கடத்துவதே கலையின் நோக்கம். இதைச் சாதிக்க அவருக்கு உகந்த எந்தவொரு கருப்பொருளையும் தேர்ந்தெடுத்துக் கொள்ளலாம். ஏனென்றால் பரம்பொருள், சிறியது – பெரியது, உயிருள்ளது – உயிரில்லாததது நல்லது – கெட்டது என்ற பேதங்களில்லாமல் உலகம் முழுவதும் நிறைந்திருக்கிறது.

பரம்பொருள் போன்ற எல்லையற்ற அழகியல் ரசனை உலகை, அந்தரங்க அனுபவங்கள் மூலமாகவே உணரமுடியும். அப்படி யானால் உலகில் இருக்கும் பொருள்களை எல்லாம் விலக்கிவிட்டு, கலையை அனைத்திலிருந்தும் திட்டமிட்டுத் தூய்மைப் படுத்துவதன் மூலம் அடைந்துவிடமுடியுமா? அழகியலை உருவாக்கத் திட்டமிடுவது மட்டுமே போதாது என்று ஏற்கெனவே பார்த்திருக்கிறோம். அதற்கு ஒருவித ஆத்மார்த்தமான அர்ப்பண உணர்வு தேவை. தரையிலிருந்து விலகிச் சென்றால் தான் பறத்தல் சாத்தியம். அது இல்லாமல் எதையும் சாதிக்கமுடியாது. அதேநேரம் வெறுமனே விலகிச் செல்வதன் மூலமும் வெறுமனே துறப்பதன் மூலமும் முழுமையை அடைந்துவிடமுடியாது.

உலக நிகழ்வுகள் மற்றும் உலகப் பொருள்களைப் பார்க்காமல் விலகி நிற்பதன் மூலம் அழகியலை அடைந்துவிடமுடியாது. வெறும் மறுதலிப்பின் மூலம் எதையும் அடைந்துவிடமுடியாது. உலகில் இருக்கும் பொருள்களையெல்லாம் அவற்றின் முழுமையான அழகு மற்றும் உண்மை நிலையில் பார்க்க முடிந்தாலே கலைச் சாதனைகள் செய்யமுடியும். எப்போ தெல்லாம் ஒரு கலைஞரின் மனம் இவற்றில் தோய்கிறதோ அப்போதெல்லாம் அவற்றின் அழகை வெளிக்கொணர்கிறார். கலைஞரின் மனமானது பரம்பொருளுடன் நேரடியாக இணைவ

தில்லை. அவருடைய விருப்பத்துக்குரிய பொருள்களுடன் தன்னை இணைத்துக்கொள்கின்றன.

அப்படியாக நாம் பூமிக்குத் திரும்பிவருகிறோம். நாம் தேடும் பொருளை வேறொரு இடத்தில் கண்டடையவேண்டும் என்று நினைத்தால் அது தவறு. புருஷ மற்றும் பிரக்ருதி அதாவது உயிருள்ள மற்றும் உயிரற்ற பொருள்களைக் கொண்ட இரண்டு உலகங்களும் ஒன்றே. பக்தன், தத்துவஞானி ஆகியோருக்கு தெளிவாகப் புரிந்திருப்பதுபோல் கலைஞருக்கும் இது புரிந்திருக்கிறது. கலை உணர்வற்றவர்களுக்கு இது புரிவதில்லை. ஒரு லௌகீகவாதி அல்லது இருண்மவாதம் பேசுபவர்களிடம் பேசுவதுபோல் இவர்களிடம் பேசவேண்டும். இவர்களுக்கு உணர்வுகள் என்பவையே எல்லாமும் அல்லது ஒன்றுமே இல்லை.

விஸ்வநாதர் மற்றும் அழகியல் ரசனை சார்ந்து பேசிய அனைவரும் முன்வைத்த கோட்பாடானது முழுமையான ஒருமைவாதத்தைக் கொண்டது. அது வேதாந்தத்துடன் கை கோர்த்து நடக்கிறது. நம் தேசத்தைப் போன்ற ஒன்றில் கலைச் சிந்தனை அதனளவில் மரபான தத்துவங்களுடன் ஒருமுகப்பட்டதாகவே இருக்கிறது. எனவே இதைத் தாண்டி வேறொன்றை எதிர்பார்க்க நமக்கு எந்த உரிமையும் இல்லை.

4

[அந்த] அழகென்பது ஒரு நிலை

மனிதர்கள், விலங்குகள், நிலப்பரப்புகள் மற்றும் தொழிற் சாலைகள், நெசவாலைகள், திட்டமிட்ட கலைப்படைப்புகள் போன்ற செயற்கை உற்பத்திகள் இவற்றை அழகானவை அல்லது அழகற்றவை என்றெல்லாம் வகைப்படுத்தமுடியும் என்று பொதுவாக நம்பப்படுகிறது. எனினும் இது தொடர்பான பொதுவான கோட்பாடு எதுவும் இதுவரை உருவாக்கப்பட வில்லை. ஒருவருக்கு அழகாகத் தோன்றுவது இன்னொருவருக்கு அழகற்றதாகத் தோன்றக்கூடும். 'ஒவ்வொருவரும் தமது ரசனைக்கு ஏற்ப அழகிய பொருள்களில் தமக்குப் பிடித்தவற்றைத் தேர்ந்தெடுத்துக் கொள்கிறார்கள்' என்று பிளேட்டோ குறிப்பிட்டிருக்கிறார்.

மனிதர்களை உதாரணத்துக்கு எடுத்துக் கொள்வோம்: ஒவ்வொரு இனமும், ஒருவகையில் ஒவ்வொரு நபரும், தமக்கென தனியான விருப்பங்களைக் கொண்டிருக்கிறார். நம்மிடையே ஒரு பொதுவான இறுதி முடிவை எட்டவே முடியாது. ஐரோப்பியர் ஒருவருக்கு மங்கோலிய அம்சங்கள் பிடிக்கும் என்று சொல்லமுடியாது. அதுபோலவே மங்கோலியருக்கு ஐரோப்பிய அம்சங்கள் பிடிக்கும் என்று சொல்ல முடியாது. ஒவ்வொருவரும்

தமக்கான தனி ரசனை உணர்வைக் கொண்டிருப்பார்கள். பிறவற்றை அழகற்றது என்று சொல்வார்கள்.

மத்திய கால நாயகர் ஒருவர், 'தனது காதலியே பிற பெண்கள் அனைவரையும்விடப் பேரழகி' என்று சொல்வார். பல்வேறு தத்துவ மரபுகள், மதங்கள் எல்லாம் தத்தமது தர்ம விதிமுறைகளே மிக உயர்ந்தவை என்று சொல்வார்கள். ஆனால் இவையெல்லாம் தனிப்பட்ட விருப்பு வெறுப்பு சார்ந்த கூற்றுகள் மட்டுமே. ஏனென்றால் இந்த இனம் தான் உயர்ந்தது என்றோ இந்த ஒழுக்க மரபுதான் உன்னதமானது என்றோ யார் சொல்லமுடியும்?

நமக்கு எது பிடித்திருக்கிறதோ அதுவே மிகச் சிறந்தது என்று சொல்லிவிடுவது மிகவும் எளிது. உண்மையில் நமக்கு அது மிகவும் உகந்தது என்று சொல்ல மட்டுமே இடம் உண்டு. லைலா அழகற்றவர் என்று உலகில் பலரும் சொன்னபோது, 'லைலாவின் அழகைக் காணவேண்டுமென்றால் மஜ்னுவின் கண்கள் தேவைப்படும்' என்று சொல்லப்படும் செவ்வியல் கூற்றைவிட, தனிப்பட்ட விருப்பு வெறுப்புகள் பற்றிச் சொல்லும்போது வேறெதைச் சொல்லிக்காட்டிவிடமுடியும்?

கலைப் படைப்புகளுக்கும் அது பொருந்தும். ஒவ்வொரு கலைஞரும் ஒவ்வொரு பொருளினால் உத்வேகம் பெற்றிருப்பார். ஒருவருக்கு வசீகரமானதாகவும் உத்வேகமூட்டுவதாகவும் இருப்பது இன்னொருவருக்குச் சோர்வூட்டக்கூடியதாகவும் மந்த மானதாகவும் தோன்றக்கூடும். இனத்துக்கு இனம், கால கட்டத்துக்குக் காலகட்டம் இந்த ரசனைகள், தேர்வுகள், வெளிப்பாடுகள் எல்லாம் மாறுபடும். படைப்புகளை ரசிப்பது தொடர்பாகவும் இதே விஷயம் பொருந்தும்.

மனிதர்கள் பொதுவாகக் கல்வி அல்லது மனநிலையின் மூலம் எவ்விதமான கலைப்படைப்புகளை ரசிக்கப் பயிற்றுவிக்கப் பட்டிருக்கிறார்களோ அப்படியானவற்றையே ரசிக்கிறார்கள். பரிச்சயமற்ற கலையை ரசிக்க வேண்டுமென்றால் கடினமான முயற்சி எடுக்கவேண்டியிருக்கும். அதற்குப் பலரும் தயாராக இருப்பதில்லை.

ஒரு செவ்வியல் ஆராய்ச்சியாளர் (ரசிகர்) கிரேக்கக் கலைகளுக்கு இணையாகவோ அதை மிஞ்சும்படியாகவோ எதுவும் இதுவரை உருவாக்கப்படவில்லை. இனியும் அப்படி ஒன்றை உருவாக்கி விடமுடியாது என்றே சொல்வார். மைக்கேல் ஏஞ்செலோ நினைத்ததுபோல், 'இத்தாலிய ஓவியம் மிகச் சிறந்தது. எனவே

மிகச் சிறந்தது எதுவோ அது இத்தாலிய ஓவியமாகவே இருந்தாகவேண்டும்' என்று பலரும் நினைக்கிறார்கள்.

எகிப்திய சிற்பங்கள், சீன அல்லது இந்திய இசை, ஓவியம் இவற்றின் அழகுகளையெல்லாம் அறிந்தே இருக்காத பலர் இருக்கிறார்கள். இப்படியானவற்றின் அழகுகளை அவர்கள் மறுதலிக்கிறார்கள் என்பதால் அவை அழகற்றவையாகி விடுவதில்லை.

சில படைப்புகள் அழகு மிகுந்தவை என்பதை நாம் மறந்துவிடவும் கூடும். கோதிக் சிற்பக் கலை, ஆரம்ப இத்தாலிய ஓவியம் ஆகியவற்றை 18-ம் நூற்றாண்டு மறந்துவிட்டது. 19-ம் நூற்றாண்டில் மேற்கொள்ளப்பட்ட தீவிர முயற்சிகளினாலேயே அவற்றின் அழகியல் அம்சங்கள் மீண்டும் முன்னுக்குக் கொண்டு வரப்பட்டன. பல இயற்கைப் பொருள்கள், கலைப் பொருள்கள் ஆகியவற்றை மனித இனம் மிக மெதுவாகவே ரசிக்கக் கற்றுக் கொள்வதும் உண்டு. பாலைவனம் மற்றும் மலைகளின் இயற்கை அழகு ஆகியவற்றை மேற்குலகம் 19-ம் நூற்றாண்டுக்குப் பின்னரே ரசிக்கக் கற்றுக் கொண்டது.

உலகின் மகத்தான கலைஞர்கள் பலர் அவர்களுடைய மரணத்துக்குப் பின்னரே உலகப் புகழ் பெற்றனர். மனிதர்களின் தேர்வுகளை நாம் கணக்கில் கொண்டு பார்த்தால் இந்த வெறுப்பு விருப்பு பற்றிய இன்னும் மேலான முடிவுகளுக்கே சென்று சேருவோம்.

கேள்விகளுக்கு அப்பாற்பட்ட முழுமையான நன்மை, முழுமையான சத்தியம் என்றெல்லாம் இருப்பதாகச் சிலர் சொல்வதுபோல் முழுமையான அழகியல் (ரசனை) இருக்கிறது என்று சில தத்துவவாதிகள் (கோட்பாட்டாளர்கள்) சொல்வதுண்டு. இறை நம்பிக்கை கொண்டவர்கள் இந்த முழுமைகளையெல்லாம் இறைவனுடன் தொடர்புபடுத்திச் சொல்வதுண்டு. இறைவன் மட்டுமே முழுமையான அழகு, முழுமையான அன்பு, முழுமையான சத்தியம் என்று சொல்வார்கள்.

உண்மையான ரசிகரால் எந்தக் கலைப் படைப்புகள் அழகானவை; எவையெல்லாம் அப்படியற்றவை என்பதைத் தீர்மானிக்க முடியும் என்று பொதுவாக நம்பவும் படுகிறது. எளிய வார்த்தைகளில் சொல்வதென்றால், உண்மையான கலைப்படைப்புகள் எவை; எவை அப்படியற்றவை என்பதைத் தீர்மானிக்க அவரால் முடியும். அதேநேரம் ரசனை சார்ந்து ஒவ்வொருவருக்கும் தனிப்பட்ட

விருப்பு வெறுப்புகள் இருக்கும் என்பதையும் ஒப்புக்கொள்ளத்தான் வேண்டும். எல்லாத் தெய்வங்களும் தேவர்களும் அவரவருக்குப் பிடித்தவகையில்தான் வடிவமைக்கப்பட்டிருக்கின்றனர்.

இந்தக் கூற்றுகளில் இருக்கும் முரணை எப்படித் தீர்ப்பது என்று பார்ப்போம். மிகத் துல்லியமான பதங்களைப் பயன்படுத்தியே இதைச் செய்யமுடியும். இதுவரையில் அழகியல் பற்றிப் பேசியிருக்கிறேன். ஆனால் அதன் அர்த்தத்தை இதுவரை நான் வரையறுக்கவில்லை. அந்த ஒரு வார்த்தைக்குப் பல அர்த்தங்கள் வரும்படியாகவே பயன்படுத்தியிருக்கிறேன். ஓர் அழகிய பெண் அல்லது அழகிய கவிதை பற்றிச் சொல்லும்போது அப்படிச் சொல்வதில்லை. அழகிய ஓவியம் என்றோ அழகிய தட்பவெப்ப நிலை என்றோ சொல்லும்போது இரண்டு வெவ்வேறு விஷயங்கள் பற்றிப் பேசுகிறோம் என்பது புலப்படும்.

அழகியல் கோட்பாடு விஷயத்தில் அழகிய என்ற வார்த்தையை ரசனை சார்ந்து ரசிப்பின் வெளிப்பாடாகவே பயன்படுத்த வேண்டும். இயற்கையான பொருள்களை அழகான என்று சொல்லும்போது ரசனை சார்ந்த தீர்மானமாக அதைச் சொல்வதில்லை. அவற்றை அழகானவை என்று யதார்த்தத்தில் அல்லது தார்மிக அளவில் நமது மனதுக்கு இதமானவற்றையே அப்படிச் சொல்கிறோம். ஒரு கலைப்படைப்பையும் அப்படியாக மதிப்பிடுவதாகவே நாம் பாவனை காட்டுகிறோம்.

நாம் மனப்பூர்வமாக ஒப்புக்கொள்ளும் விஷயத்தை அல்லது அம்சத்தைக் கொண்ட படைப்பை அழகானது என்கிறோம். அதன் நிறம் அல்லது இதம் அல்லது இனிமை அல்லது இனிய இசை அல்லது வசீகரம் ஆகியவற்றினால் நம்மைக் கவர்ந்தால் அதை அழகானதாகச் சொல்கிறோம். இப்படியான உணர்வின் அடிப்படையில் ஒரு நடனம் இனிமையாக இருந்தது என்பதை அந்த நடனக் கலைஞரின் வசீகரம், திறமை, நடனக் கருப்பொருள் ஆகியவற்றின் அடிப்படையில் பாராட்டிச் சொல்வதைத் தூய கலை ரசனை என்று சொல்லக்கூடாது. கலை ரசனை சார்ந்து மதிப்பிடும்போதுதான் அழகான, அழகற்ற என்று பேசலாம். ஆனால் யதார்த்த அல்லது தார்மிகச் செயல்பாடு சார்ந்து ஓர் ஓவியம், பாடல், நடிப்புத் திறமை இவை பற்றிச் சொல்வதென்றால் அந்தப் பாடல் விரும்பத்தகுந்தது; அந்த நடிப்பு கண்ணியமாக இருந்தது; அந்த நிறம் அருமையாக இருந்தது; அந்த அசைவு இதமாக இருந்தது' என்பதுபோல்தான் சொல்லவேண்டும்.

இப்படிச் செய்யும்போது நாம் அந்தக் கலைப் படைப்பை எடைபோடவில்லை. உள்ளடக்கம், பொருள், அதை உருவாக்கி யிருக்கும் தனித்தனி அம்சங்கள், செயல்பாடுகள் அல்லது அவை வெளிப்படுத்தும் உணர்வுகள் இவை பற்றி மட்டுமே பேசுகிறோம்.

ஒரு கலைப்படைப்பை மதிப்பிடும்போது இப்படியான உணர்வுகள், தார்மிகக் கணிப்புகள் இவற்றின் தாக்கமானது நம் கலைத் தீர்மானத்தில் இருப்பதில் என்ன தவறு இருக்கமுடியும் என்ற கேள்வி எழக்கூடும். ஒரு கலை விமர்சகர் தன் அறையில் ஒரு நிர்வாணப் புகைப்படத்தைத் தொங்கவிட்டு தன் ரசனையின் தனித்தன்மையை நமக்கு எரிச்சலூட்டும் வகையில் காட்டியாக வேண்டுமா? ஒரு படைத் தளபதி போர்க்களத்தில் தாலாட்டுப் பாட்டைப் பாடச் சொல்வதுபோல் ஓர் அதிர்ச்சி மதிப்பு கொண்டதாகவே கலை விமர்சனம் இருக்கவேண்டுமா?

ஒவ்வொரு கலை ரசிகரும் ஒவ்வொரு போர் வீரரும் ஒரு கலைஞராகிவிட்டால் கலைப்படைப்புகளின் அவசியமே இருக்காது. அப்படி இல்லாதவரையில் ரசனை சார்ந்த கலைத் தேர்வுகளுக்கு இடமும் முக்கியத்துவமும் நாம் தரத்தான் வேண்டும். அப்படித் தேர்ந்தெடுக்கும் போது நாம் என்ன செய்கிறோம் என்ற தெளிவு ஒருவருக்கு இருந்தாகவேண்டும். இதனால் என்ன பலன், இதில் என்ன போதனைகள் இருக்கிறது என்பதுபோன்ற பார்வைகள் இடையில் புகுந்து முடிவற்ற பிழைகளுக்கு வழிவகுக்காமல் இருக்கவேண்டும் என்ற தெளிவு நமக்கு இருக்கவேண்டும். நாயகராக நடிப்பவரைவிட வயலின் இசைக்கலைஞர் மாபெரும் கலைஞராக இருக்கக்கூடும் என்பதை நாம் மறந்துவிடக்கூடாது. மில்லடின் வார்த்தையில் சொல்வ தென்றால், ‘அழகென்பது கலைப் படைப்பிலிருந்து உருவாவ தில்லை; அந்தக் கலைப்படைப்பை உருவாக்கத் தூண்டிய நிர்ப்பந்தத்தில் இருந்தே அழகியல் பிறக்கிறது’.

ஒரு படைப்பின் அழகிய ரசனை அம்சத்தின் அடிப்படையில் மட்டுமே நல்ல படைப்பு அல்லாத படைப்பு என்று சொல்ல வேண்டும். கலைப்படைப்பின் கருப்பொருள் மற்றும் பிற பொருள்கள் மட்டுமே விருப்பு வெறுப்புகள் சார்ந்தவை. வேறு வார்த்தைகளில் சொல்வதென்றால், கலைப்படைப்பு எந்த அளவுக்கு அழகாக இருக்கிறது என்று சொல்வது, எந்த அளவுக்கு அது ஒரு கலைப்படைப்பாக இருக்கிறது; வெறும் விளக்க, பிரசாரப் படைப்பாக இல்லை என்பதைக் குறிக்கும். அப்படியான கலைப்படைப்பில் மனச்சாய்வு சார்ந்த வசீகரம் எவ்வளவு

முக்கியமானதாக இருந்தாலும் அதன் யதார்த்த வெளிப்பாடுகள் எவ்வளவு முக்கியமானதாக இருந்தாலும் கலைப் படைப்பின் அழகியல் அவற்றில் நிச்சயம் இல்லை.

அப்படியானால் அழகு, அழகியல் ரசனை என்றால் என்ன? பல்வேறு வகையான கலைப்படைப்புகள் எல்லாம் தம்மில் கொண்டிருக்கும் அந்தப் பொதுவான, தனிப்பட்ட அம்சம் எது? ஒரு கலைப்படைப்பின் உருவாக்கம் பற்றிப் பார்ப்போம். 1. கவிஞர் அல்லது படைப்பாளியின் அழகியல் உள்ளுணர்வு (உள்ளொளி) மற்றும் இந்த உள்ளுணர்வின் உள்ளார்ந்த வெளிப்பாடு; 2. உண்மையான படைப்பு அல்லது அழகியல் தரிசனம் 3. பிறருக்குத் தெரிவிக்கும் நோக்கில் இவற்றை வெளிப்படுத்தும் புற அடையாளங்கள் (மொழி போன்றவை) – கலையின் தொழில் நுட்பச் செயல்பாடு 4. இறுதியாக மூல உள்ளுணர்வை அல்லது அதற்கு இணையான ஒன்றை விமர்சகர் அல்லது ரசிகரின் மனதில் மீளுருவாக்கம் செய்தல்.

கலைப்படைப்பின் மூல உள்ளுணர்வானது வாழ்வின் எந்தவொரு அம்சமாகவும் இருக்கக்கூடும். ஒரு கலைஞருக்கு மீனின் செதில்கள் ஒரு கலை உணர்வை உருவாக்கக்கூடும். வேறொருவருக்கு நிலவியல் இயற்கைக் காட்சிகள் அந்த உள்ளுணர்வைத் தூண்டக்கூடும். மூன்றாமவர் ஏழ்மையில் இருக்கும் குடிசை பற்றிப் பேசக்கூடும். நான்காமவர் அரண்மனைகளின் பெருமைகளைப் பாடக்கூடும். ஐந்தாமவர் இந்த உலகில் நடக்கும் அனைத்துமே ஆடலரசன் ஒருவனின் பெரு நடனத்துடன் தொடர்புடையதாக அதில் கட்டுண்டதாகக் கருதுபவராக இருக்கலாம். அந்த உணர்வை 'அவனின்றி ஓர் அணுவும் அசையாது' என்றோ 'ஒரு சிட்டுக் குருவியின் ஒற்றைச் சிறகுகூட அவருக்குத் தெரியாமல் பூமியில் விழாது' என்றோ கவித்துவமாகச் சொல்லக்கூடியவராக இருக்கலாம்.

ஒவ்வொரு கலைஞரும் அவருக்கான அழகியலைக் கண்டடைகிறார்கள். ஒவ்வொரு விமர்சகரும் / ரசிகரும் அந்தக் கலைஞர் வெளிப்படுத்தும் புற அடையாளங்கள், சமிக்ஞைகளை ரசிப்பதன் மூலம் அதைக் கண்டடைகிறார்கள். அப்படியானால் அழகியல் எங்கிருக்கிறது? நிச்சயம் சிலவற்றில் மட்டும் இருக்கிறது; பிறவற்றில் இல்லை என்று சொல்லவே முடியாது. அழகியல் / கலையம்சம் எல்லா இடங்களிலும் எல்லாவற்றிலும் இருக்கிறது. நான் இதை மறுக்கவில்லை. ஆனால், நான் இதைக் கொஞ்சம் மாற்றிச் சொல்ல விரும்புகிறேன். அதாவது எல்லாவற்றிலும்

கலையம்சத்தைக் கண்டடைய முடியும் என்று தெளிவாகச் சொல்லவிரும்புகிறேன்.

எல்லா இடங்களிலும் அழகியல் / கலையம்சம் இருக்கிறதென்று சொன்னால் அவற்றைப் புகைப்படக் கருவிகள்கொண்டு நம்மால் எளிதில் கண்டடைய முடியும்; நம் அளவுகோல்களினால் அதை அளந்துவிடமுடியும் என்று ஆகிவிடும். நாம் அப்படிச் செய்தால் சராசரி ரசனைகளுடனான பரிச்சயம் மட்டுமே கிடைக்கும். கலையம்சம் மிகுந்தவற்றில் இருந்து அல்லாதவற்றைப் பிரித்தறியும் வழிகளைக் கண்டடைய முடியாது. அழகியல் ரசனையை / கலையம்சத்தை இந்த வழியில் அளவிடவே முடியாது. ஏனென்றால் அது கலைஞனுக்குள்ளேயும் அவருடைய உள்ளுணர்வு அனுபவத்துக்குள் இறங்கி அதைப் பகிர்ந்து கொள்ளும் ரசிகரிடமும் மட்டுமே இருக்கிறது. இதைத்தான் 'கலையின் ரகசியம் கலைஞனுக்குள்ளேயே இருக்கிறது' என்று கூ ஜோ சூ (Kuo Jo Hsu) குறிப்பிட்டிருக்கிறார். (12-ம் நூற்றாண்டு) 'த கோக்கா (Kokka)' என்ற நூல் 244 பக்கம்).

ஒரு கட்டுமானத்தின் கலை அழகு என்பது
நீங்கள் அதைப் பார்ப்பதில்தான் இருக்கிறது
வெள்ளை அல்லது சாம்பல் கற்களில் இருப்பதாகவோ
முகப்பு வளைவுகளிலோ விதானங்களிலோ
தூண்களிலோ இருப்பதாகவா நினைக்கிறீர்கள்?
இசை என்பது இசைக்கருவிகள் உங்களுக்கு
எதை எழுப்புகிறதோ அதில் இருக்கிறது
வயலினிலோ இசைக் கச்சேரிகளிலோ
பாடகரின் குரலிலோ இருப்பதாகவா நினைக்கிறீர்கள்
அவற்றுக்கெல்லாம் வெகு அண்மையில்
அவற்றிலிருந்தெல்லாம் அதி தொலைவில் இருக்கிறது.

மனச் சாய்வு சார்ந்த கணிப்புகளை எல்லாம் புறமொதுக்கிவிட்டுப் பார்த்தால், அழகானவை அல்லாதவை என்ற வகைப்பாட்டில் ஒருவித அறிவார்ந்த அம்சம் இருக்கவே செய்கிறது. ஆனால் படைப்பின் எந்த அம்சங்களுக்கு இவை குறிப்பாகப் பொருந்தும்? அழகிய ரசனை மிகுந்த படைப்பு என்று நாம் சொல்பவற்றில் படைப்பின் கருப்பொருள், வெளிப்பாடு, உள்ளடக்கங்கள், வடிவம் எல்லாம் எந்த அளவுக்குப் பார்வையாளருக்குக் கடத்தப் பட்டிருக்கிறது என்பதைக் கவனத்தில் கொண்டு சொல்கிறோம். அழகியல் ரசனை இல்லாதவை என்று நாம் சொல்பவற்றில் உள்ளடக்கம், வடிவம் எல்லாம் வெவ்வேறு தரத்தில் இருக்கும்.

கால வெளி சார்ந்த அம்சங்களில் கலைப்படைப்பு உணர்த்தும் விஷயங்கள் தனி அடையாளமாகத் திகழ்வதில்லை. கலைப் படைப்பினூடாக நமது மன உணர்வுகளே லட்சியத் தொடர்பை, பந்தத்தை முழுமையடையச் செய்கின்றன. இதனால்தான் அழகியல் என்பது ஒரு படைப்புக்கு நாம் 'அளிப்பதாக' இருக்கிறது; அந்தப் படைப்பில் இல்லை. படைப்பைப் பொறுத்த வரையில் கூடுதல் குறைவாக இருக்கும் அழகியல் அம்சம் என்பது படைப்புக்கும் வடிவத்துக்கும் இடையில் எந்த அளவுக்குக் கூடுதல் குறைவான பந்தம் உருவாகியிருக்கிறது என்பதைக் குறிப்பதாக அமையும். படைப்பு பற்றி நம்மால் சொல்ல முடிவது அதுவாக மட்டுமே இருக்கும்.

வேறு வார்த்தைகளில் சொல்வதென்றால், சிறந்த கலை என்பது அவ்வகையானவற்றில் சிறந்த என்று அர்த்தம். உள்ளார்ந்த கலை ரசனை சார்ந்து சொல்வதென்றால் அழகியல் ரசனை என்பது முழுமையானது; துண்டு துண்டாக இருக்காது.

அழகியல் ரசனை / பார்வை என்பது தன்னியல்பானது. ஒரு பக்தருக்குள் இருக்கும் உள்ளொளி போன்றது. திட்டமிட் டெல்லாம் அந்தப் பரவச நிலையை எட்ட முடியாது. அந்த உள்ளுணர்வைத் தடுக்கும் அம்சங்களை நம்மால் பிரக்ஞை பூர்வமாக அப்புறப்படுத்த முடியலாம். ஆனால், அனைத்துக் கலை சாதனைகளின் ரகசியம் என்பது நம்மை மெய்மறக்கச் செய்வதில் இருக்கிறது என்பதை நாம் மறக்கக்கூடாது.

'இசை – ஒரு வருங்கால மதமாக (Music as a Religion of the Furure)' என்ற நூலில் ஈ.ஜி. ரிக்கோடோ கனௌடோ (E. G. Riciotto Canudo), 'கலையின் ரகசியம் என்பது சுய உணர்விழப்பில்தான் இருக்கிறது' என்று இதையே குறிப்பிட்டிருக்கிறார். இந்தப் பரவச நிலை என்பது மகிழ்ச்சியைத் தேடிச் செல்வதன் மூலம் அடையப்படுவ தில்லை. அப்படிச் செல்பவர்களுக்கு அவர்களுக்கான வரையறுக்கப்பட்ட இன்பமே கிடைக்கும். ஆனால் அவர்கள் மனச் சாய்வுகளோடு, அருமையானவற்றினோடு கட்டிப் போடப் பட்டிருப்பார்கள். ஒரு கலைஞரோ எல்லையற்ற அழகை, அழகியலை உருவாக்கிக் கடத்தியிருப்பார்.

கலைப் படைப்புகளின் அழகியலைப் பற்றிப் பேசும்போது நாம் அவையெல்லாம் உண்மையான மகத்தான கலைப் படைப்புகள் என்ற அர்த்தத்தில்தான் சொல்கிறோம். கருப்பொருள், தொடர்பாக்கம், தொழில் நுணுக்கத் திறமை இவையெல்லாவற்றையும் தாண்டி

முழுமையாகச் சொல்லும்போது ஒருவிதப் புதிரான மன நிலையிலேயே சொல்கிறோம். கவிதைகள், ஓவியங்கள், நடனம் போன்ற புற வெளிப்பாட்டு அம்சங்கள் இவையெல்லாம் தேர்ந்த நினைவூட்டல் அம்சங்களாகத் திகழ்கின்றன. இவையெல்லாம் தெளிவான வடிவத்தைக் கொண்டிருப்பதாகச் சொல்லலாம். ஆனால் இவற்றின் வடிவமானது நமக்கு அழகியல் உணர்வை ஏற்படுத்துகின்றன. நம் மனதில் அழகிய ரசனை உணர்வைக் கிளர்ந்தெழ வைக்கின்றன என்றே இதற்கு அர்த்தம்.

தெளிவான வடிவம் என்பதன் விளக்கம் என்னவென்றால், பொருள்களின் (கலைப்படைப்பில் உள்ளவற்றின்) உள்ளார்ந்த பந்தங்களை வெளிப்படுத்தும் வடிவம் என்று சொல்லலாம். அல்லது ஷீ ஹோ சொன்னதுபோல் 'உயிருள்ள பொருள்களின் ஆன்மாவின் லயத்தை வெளிப்படுத்தும் வடிவம்' என்று சொல்லலாம். இப்படியான தெளிவான வடிவமைப்பு கொண்ட எல்லாப் படைப்புகளும் மொழியால் விவரிக்க முடிந்தவையே. இதை நாம் மனதில் கொண்டால், வார்த்தை விளையாட்டு அல்லது மொழியை மொழிக்காகவே பயன்படுத்தும் படைப்புகளைத் தெளிவான கலைப்படைப்புகளுடன் குழப்பிக் கொள்ள மாட்டோம். அல்லது தர்க்கரீதியாக எதைச் சொல்கிறது என்பதையோ அதன் போதனை மதிப்பு என்ன என்பதையோ எல்லாம் அழகியலோடு குழப்பிக் கொள்ளமாட்டோம்.

அழகியல் கோட்பாடென்பது கோட்பாட்டாளரால் உருவாக்கப் பட்டதுதான். கலைஞரால் அல்ல. ஒரு கலைஞர், தான் சொல்ல விரும்பியதுடன் (எதைச் சொல்ல வேண்டுமோ அதனுடன்) மட்டுமே எப்போதும் கவனத்தைக் குவித்திருப்பார். எல்லாக் காலகட்டங்களிலும் கலைஞர்கள் தமது குறிப்பிட்ட கருப்பொருள் மீது மிகுந்த பற்று கொண்டவராகவே இருந்திருக்கிறார்கள். அப்படி இருந்திருக்கவில்லையென்றால், அந்தப் படைப்பை நம்மால் 'உணர' முடியாமல்தான் இருந்திருக்கும்; அந்தக் கலைஞர் தனது கலை உன்னதத்தை அழகியலை எட்ட முடிந்திருக்காது. சிறகில்லாமல் பறக்க முயன்றவரைப் போலவே அவருடைய கலைப்படைப்பு மாபெரும் விபத்தாகவே ஆகிவிட்டிருக்கும்.

கருப்பொருள் முக்கியமானதல்ல என்று கலைஞரைப் பார்த்துச் சொல்லக்கூடாது. கலைகளைப் பிடிக்காது என்பதால் அதை வெறுப்பவர்களைப் பார்த்துத்தான் ஒரு கோட்பாட்டாளர் இதைச் சொல்லவேண்டும்.

உண்மையான ரசிகர், ஒரு கலைஞர் தன் படைப்பில் புற வடிவம், அடையாளங்கள், பொருள்கள் இவற்றின் மூலம் உருவாக்கி யிருக்கும் கலையின் அழகியலைப் புரிந்துகொண்டுவிடுகிறார். கலைஞர் என்ன நோக்குடன், அர்த்தத்துடன் அதை வடிவமைத் திருக்கிறாரோ அதை அந்த ரசிகர் அப்படியே ஏற்றுக் கொண்டாக வேண்டும் என்று அவசியமில்லை. எந்தவொரு கலையுமே காமதேனுவைப் போல் ஏராளமான அர்த்தங்களை வாரி வழங்கக் கூடியது. இது எதைப் பற்றியது என்ற கேள்வி மனதில் எழும் முன்பே கலையின் அழகியல் அம்சத்தால் அவர் ஆட்கொள்ளப் பட்டுவிடுவார்.

கலை ரசனையைக் கல்வியின் மூலம் பெற முடியாது என்று ஹிந்து அழகியல் கோட்பாட்டாளர்கள் சொல்கிறார்கள். முந்தைய ஜென்மத்தில் செய்த புண்ணியத்தின் பலன் என்று சொல்கிறார்கள். ஏனென்றால் எத்தனையோ திறமைசாலிகள், கலை ஆய்வாளர் களாக ஆகப்போகிறவர்கள் எனப் பலருக்கும் அந்தப் பாக்கியம் கிடைத்திருப்பதில்லை. கவிஞர்கள் பிறக்கிறார்கள். உருவாக்கப் படுவதில்லை. ஒரு கலை ரசிகரும் அப்படியே. கலை ரசனையின் அளவு வேறுபடலாம். ஆனால் கலைஞரின் தரம் மற்றும் தகுதியில் அல்ல.

மேற்குலக வார்த்தைகளில் இதைச் சொல்வதென்றால் 'அனுபவ நேர்த்தியை அனுபவத்தின் மூலமே பெறமுடியும். கருத்துச் சொல்லும் திறமையானது கடின முயற்சியின் மூலமே பெறப்பட முடியும்'. எல்லாக் கலைப்படைப்புகளும் அழகியல் ரசனை மிகுந்தவையே என்று பீடத்தில் ஏறி நின்று சொல்வதன் மூலம் நாம் எதையும் பெறவோ உணரவோ செய்வதில்லை. அவற்றின் மகத்துவத்தைப் புரிந்துகொள்ளமுடியவில்லை என்பதை ஒப்புக் கொள்வதே நியாயமான விஷயம். அந்த ரசனையைப் பெறும் காலம் நமக்கும் வரும்.

ரசிகர் (விமர்சகர்) தன் கலையில் தேர்ச்சி பெற்றதும் தனது திறமையை நிரூபித்தாக வேண்டியிருக்கும். வாதப் பிரதி வாதங்களை முன்வைத்து இதை அவரால் செய்துகாட்டமுடியாது. புதிதான ஒரு கலையை அதாவது விமர்சனக் கலைப்படைப்பை உருவாக்குவதன் மூலமே செய்துகாட்டமுடியும். கலைப் படைப்பைப் பார்த்து நேரடியாகக் கலை அனுபவத்தைப் பெறாமல் விமர்சகரின் விவரணைகள் மூலம், அதாவது இரண்டாம் நிலையில் இருந்து, கலையை ரசிக்கும் நபர்களான விமர்சகரின் ரசிகர்களுக்கு

மூலக் கலைப்படைப்பை இரண்டாவது முறையில் கூடுதல் மரியாதையுடன் அணுக விமர்சகர் வழியமைத்துத் தருகிறார்.

கலைப் படைப்புகள் எல்லாம் அழகியலை நினைவூட்டும் அம்சங்கள் மட்டுமே. கலை விமர்சகரின் செயல்பாடு என்பது மறு உருவாக்கம் செய்ததுதான். இந்த முயற்சியில் மூலப்படைப்பின் தரிசனத்தைக் கண்டடைதல் என்பது புதிய கண்டுபிடிப்பாகத்தான் இருக்கும். புதிய கலை சிருஷ்டியாக இருக்காது. எல்லாவற்றிலும் இந்தக் கலை அழகியல் கண்டுபிடிக்கப்படக் காத்துக் கொண்டிருக் கிறது. அதாவது நமது கண்டடைதலுக்காகக் காத்திருக்கிறது. பக்தி, கலை ஞானம் ஆகியவற்றில் கலை ரசனையின் மூலம் நமது தனித் தன்மையில் இருந்து விடுவிக்கப்பட்டு அனைத்தையும் இணைக்கும் பொது அம்சத்துடன் தற்காலிகமாக இணைப்பு பெறுகிறோம்.

அழகியலில் பல படிநிலைகள் கிடையாது. மிகவும் சிக்கலான மற்றும் மிகவும் எளிய கலை வெளிப்பாடுகள் எல்லாம் ஒரே அழகியல் நிலையையே நமக்கு உணர்த்துகின்றன. எளிய பாடல் வரியைவிட,மிக விரிவாகப் பேசுகிறது என்பதால் காவியமே அழகானது என்று சொல்லமுடியாது. ஓர் எளிய கோட்டுச் சித்திரத்தைவிட அதிக விவரணைகள் கொண்ட பெரிய ஓவியமே அழகானது என்று சொல்லமுடியாது. வசீகரமான அம்சங்களைக் கொண்டிருப்பதால் ஆதிகால ஓவியங்களைவிட நாகரிக மனிதரின் ஓவியம் சிறந்தது என்று சொல்லமுடியாது.

கணித ஒத்திசைவைக் கணக்கில் கொண்டு பார்த்தால் சிறிய வட்டங்களைப் போன்றதுதான் பெரிய வட்டங்களும். இந்த இரண்டும் அளவில்தான் வேறுபடுகின்றன; வட்டத்தன்மையில் அல்ல. அதுபோலவே கலையிலும் தொடர்ச்சியான முன்னேற்றம் என்றெல்லாம் ஒன்று கிடையாது. ஒரு குறிப்பிட்ட உள்ளுணர்வு மிக நேர்த்தியான வெளிப்பாட்டைக் கண்டடைந்திருந்தால், அதன் பின் அது பல்கிப் பெருகும். அதே வெளிப்பாட்டையே மீண்டும் நிகழ்த்திக்காட்டும். இந்த மீளுருவாக்கம் பல காரணங்களுக்காக விரும்பத் தகுந்ததுதான். ஆனால் அது ஒருவகையில் படிப்படியான தரமிறக்கத்துக்கு வழிவகுத்துவிடும். நாம் அது தரும் கலை அனுபவத்தைப் பெற உரிய முக்கியத்துவம் கொடுக்கத் தவறிவிடுவோம்.

ஒரு கலை மரபின் உயிர்த்தன்மை என்பது கற்பனையின் வீரியம் அதை வளர்த்தெடுக்கும் வரையில்தான் சாத்தியம். சிருஷ்டிகரம்

மிகுந்த கலைப்படைப்பு என்று நாம் சொல்வது புதுமையான கருப்பொருளை அல்ல; அதுவும் அதன் ஓர் அம்சம்தான். ஆனால் அதுவே எல்லாமும் அல்ல. எங்கெல்லாம் அழகியல் கவனிக்கப் படாமல் இருக்கின்றனவோ அதையெல்லாம் நமக்கு உணர்த்துவது அல்லது நாம் ஏற்கெனவே உணர்ந்திருப்பதைவிட அதிகமாக உணரவைப்பதுதான் சிருஷ்டிகரம். அழகுகளை நாம் எதனால் தவறவிட்டுவிடுகிறோமென்றால், சில வெளிப்பாடுகள் அளவுக்கு 'அதிகமாகப் பயன்படுத்தப்பட்டு விட்டிருக்கும்'. அப்படி ஆகும்போது சிருஷ்டிகரம் மிகுந்த கலைஞர் நமக்கு நாம் இழந்த கலை அனுபவத்தை மீட்டுக்கொடுப்பார். புதியவை, பழையவை என அனைத்து அழகியல்களையும் வெளிப்படுத்தும் சவாலை ஒரு கலைஞர் சந்தித்தாக வேண்டியிருக்கும்.

கலைப்படைப்பின் அழகிய ரசனை என்பது கருப்பொருளைச் சாராதது என்று பலர் மிகச் சரியாகவே குறிப்பிட்டிருக்கிறார்கள். கலைப்படைப்புக்கான உந்துதலை எல்லா இடங்களில் இருந்தும் பெறமுடியும். ஒரு பிராமணரையும் ஒரு நாயையும் அதாவது அனைத்து உயிர்களையும் ஒரே மாதிரியாக நேசிக்கும் அன்பைப் போன்றது. விஞ்ஞானமானது மிகச் சிறியதையும் மிகப் பெரியதையும் ஒரே மாதிரியாகப் பார்ப்பது போன்றது. ஏனென்றால் எல்லாமே பிளவுபடாத பேரடையாளம் ஒன்றின் அதே அம்சங்களைக் கொண்டவையே. நாம் பார்க்கும் ஒன்று அழகுடன் திகழ்கிறதென்றால், இறைவனின் சித்தம் அதனூடாகப் பிரதிபலிக்கிறது என்று அர்த்தம்.

முழுமையான அழகு என்று நாம் எதைச் சொல்கிறோம்? இறைவனுடன் அந்த அழகை அடையாளப்படுத்தும்போது நாம் கடவுள் மிக அழகான உருவம் கொண்டவர் என்றோ அதை நாம் அறிந்துகொள்ளமுடியும் என்றோ சொல்வதாக அர்த்தமில்லை. ஆனால், அழகை நாம் உணரும் போதெல்லாம் இறைவனைப் பார்க்கிறோம்; அவருடன் ஒன்றிணைகிறோம்.

கடவுளே முதல் பெரும் கலைஞர் என்று சொல்லும்போது குயவனாக இருந்து அவர் உருவாக்கியதில் பிழை ஏதேனும் இருந்திருந்தால் உலகில் உருவாக்கப்பட்டவை அழகற்றுப் போயிருக்கும் என்று சொல்லவில்லை. உலகில் இருக்கும் அத்தனை இயற்கைப் பொருள்களும் அவரை உணரவழிவகுக்கக் கூடியவையே. இந்தக் கலை ரசனை வெளிப்பாடானது, நம்மை மீறி வெளிப்படும் தன்மையிலால் சிருஷ்டிச் செயல்பாட்டுக்கு

இணையானது. கற்பனையின் உலகுக்குள் எந்தவொரு தன் விருப்பம் சார்ந்த, பிரக்ஞை பூர்வமான தேர்வு நிலைக்கும் வாய்ப்பில்லை. அது ஆன்மா, உடல், உள்ளுணர்வு ஆகியவை ஒன்றிணைந்து வெளிப்படக்கூடியது. 'இங்கு அல்லது அங்கு என எங்கும் அழகைக் காணும் ஒரு கலைஞரே தன்னுடைய குரு' என்று கபீர் கூறியிருக்கிறார். ஏனென்றால் 'அவரே எங்கெல்லாம் மனம் லயிக்கிறதோ அங்கெல்லாம் எல்லாவற்றையும் கடந்த உன்னதமான பரமாத்மாவைக் கண்டுணர்ந்து வெளிப் படுத்துகிறார்'.

5

பௌத்தக் கலைப் பார்வை

பௌத்தத்தின் ஆரம்பக் கலைப் பார்வை என்பது அவை பெரிதும் கேளிக்கை சார்ந்தவை என்பதாகவே இருந்தது. செய்யுள் / கவிதை, நாடகம், இசை இவற்றின் மூலம் தமது லட்சியக் கருத்துகளை வெளிப்படுத்தப் பெரிதும் விரும்பியிருக்கவே இல்லை. அதுபோலவே சிற்பம், ஓவியம் இவையெல்லாம் முழுக்க முழுக்க உலகியல் இன்பங்கள் சார்ந்தது மட்டுமே என்ற எண்ணமே கொண்டிருந்தது. சிற்பம், ஓவியம் முதலான பௌதிக ஆடம் பரங்கள், அழகுகள் எல்லாம் மனிதர்களைச் சிறைப்படுத்தும் பொறிகள் என்றே கருதினர்.

'அழகியல் என்பது என்னைப் பொறுத்தவரையில் ஒன்றுமே இல்லை; உடம்பின் அழகோ உடைகளின் அழகோ அழகே அல்ல' என்று தச தம்ம சுத்தம் சொல்கிறது. மடாலயச் சுவர்களில் ஆண் பெண் உருவங்களை வரையத் தடைவிதிக்கப்பட்டிருந்தது. பூக்கள், பற்றிப் படரும் கொடிகள் இவை மட்டுமே வரைய அனுமதிக்கப் பட்டன. ஓவியர்கள், இசைக் கலைஞர்கள், நறுமணத் தைலகர்கள், சமையல்காரர்கள், போதை பானம் பரிந்துரைக்கும் மருத்துவர்கள் இவர்களை எல்லாம் புலன் இன்பத்தை விற்பவர்கள் என்ற பட்டியலில் வகைப்படுத்தியிருக்கிறார்கள். புலன்களின்

இச்சையைத் தூண்டும் பொருள்கள், வடிவங்கள் இவற்றினால் கிடைக்கும் இன்பங்களுக்காகவே மக்கள் இவர்களை மதிக்கிறார்கள் என்று விசுத்தி மார்க்கம் மிகத் தெளிவாகக் குறிப்பிட்டிருக்கிறது.

ஹீனயான மார்க்கம் முழுவதும் இப்படியான பார்வையே இருந்தது. சமண மதத்திலும் பௌத்தத்தின் ஆரம்பக்கட்டத்துக்கு இணையான தருணங்களில் பிராமணியச் சிந்தனையில் சில இடங்களிலும் இதே பார்வையைப் பார்க்கமுடிகிறது.

கி.மு. மூன்று மற்றும் இரண்டாம் நூற்றாண்டுகளில் தமது தத்துவங்களைப் பரப்பக் கலைஞர்களைப் பணிக்கு அமர்த்தி பௌத்தர்கள் புரவலர்களாக இருந்ததைப் பார்க்க முடிகிறது. இந்தக் காலகட்டத்தில் உண்மையான பௌத்த அல்லது பிராமணிய லட்சியங்களை மையமாகக் கொண்ட கலைகள் உருவாகத் தொடங்கியிருக்கவில்லை. அப்படியாக ஆரம்ப கால பௌத்தக் கலை என்பது பௌத்தத் தேவைகளுக்கு ஏற்ப மாற்றிக் கொள்ளப்பட்ட பிராமணிய வெகுமக்கள் கலையாகவும் இயற்கை வரைகலையாகவும்தான் இருந்திருக்கிறது என்பது தெரிய வருகிறது. ஆரம்ப பௌத்தக் கலையின் சான்றுகளாகச் சொல்லப் படும் அசோகர் காலத் தூண் சிற்பங்கள் இவையெல்லாம் பௌத்தம் சாராதவையாக இருப்பதோடு அதி - இந்திய மூலம் கொண்டவையாகவே இருக்கின்றன.

அசோகருடைய மற்றும் அவருடைய காலத்தைத் தொட்டடுத்த காலத்தில் இந்திய பௌத்தம் சாராத கலை என்பது பெரிதும் பூமாதா, நீர்நிலைகளை ஆளும் நாக தெய்வங்கள், நான்கு திசைகளையும் காக்கும் யக்ஷ தெய்வங்கள் இவற்றைப் பற்றியதாகவே இருந்தன. வியாஸநகரில் நின்ற நிலையில் இருக்கும் பெண் உருவம், மதுரா அருங்காட்சியகத்தில் இருக்கும் பர்க்கம் கிராம யக்ஷ உருவம் இரண்டும் மௌரியர் காலத்தியவை. சற்றுப் பின்னர், சாஞ்சி மற்றும் பர்ஹூத் பகுதியில் கிடைத்திருக்கும் சிற்பங்களில் நான்கு திசைகளை, நுழை வாசல்களைக் காவல் காக்கும் தெய்வங்களான யக்ஷர்கள் இயற்கைக் கலைவடிவங்களாகக் குறை புடைப்பு கொண்ட சிற்பங்களாக இருப்பதைப் பார்க்கமுடிகிறது. திசைக் காவல் தெய்வங்கள் பௌத்த மடாயலத்தின் வாயில் காப்பாளர்களாக இருப்பதென்பது பௌத்தத்தின் வெற்றியைச் சுட்டிக்காட்டுகிறது. 'புயல் வார'த்தின் போது புத்தரைப் பாதுகாத்த நாக முசலிந்தா கதை இதைக் குறிப்பாக எடுத்துக்காட்டுவதாக இருக்கிறது.

திசைக் காவலர்கள் நீங்கலாக சாஞ்சியில், அழகிய யக்ஷினிகள் உருவங்களையும் பார்க்கமுடிகிறது. இவை பொதுவாகக் காவல் பணி செய்பவைதான். இருந்தும் மிகுந்த மரியாதையும் அழகும் கொண்டவையாக இருக்கின்றன.

இங்கு இடம்பெறும் யக்ஷினியின் உருவம் சாஞ்சியில் இருப்ப வற்றிலேயே மிக மிகச் சிறப்பானது. 'இறந்த உடல் எப்படி அருவருப்பூட்டுமோ உயிருடன் இருக்கும்போதும் அப்படியாகவே இருக்கும்' என்று பழமைவாத பௌத்தம் குறிப்பிடுகிறது. பிளேக்கின் வார்த்தையில் சொல்வதென்றால் பௌத்தத் துறவியல் வாதம் பொதுவாக மேற்கத்திய சாஎரங்களை (உலகியல் இன்பங்களை) புறக்கணிக்கவே செய்திருக்கிறது. ஆனால், சாஞ்சியில் கிடைத்திருக்கும் யக்ஷினியின் உருவம் அழகிய ஆனந்தத்தின் ஆன்மாவை என்ன செய்தாலும் கறைபடியச் செய்துவிடமுடியாது என்பதையே நமக்கு உணர்த்துகிறது.

சாஞ்சியில் கிடைத்திருக்கும் கலைப் பொருள்கள் எல்லாம் பேகனிய மரபைச் சார்ந்தவையே. அவை வெளிப்படுத்தும் துணிச்சலான, வெளிப்படையான மகிழ்ச்சி, தூய்மைவாதச் சிந்தனைகளால் கறை படியாத தன்மை, புதிரான உள்ளுணர்வுகள் இவை சாராமல் யதார்த்தக் கலைச் சித்திரிப்பின் துல்லிய வெளிப் பாடுகளாகத் திகழ்கின்றன. பின்னாளைய மஹாயானத்திலும் வைஷ்ணவ சம்பிரதாயத்திலும் இந்தியச் செய்யுள் மரபில் ஆன்மிகத் தூய்மை உலகமும் புலனின்ப உலகமும் தனித்து இருக்கவேண்டியவை அல்ல; பிரிக்கப்படமுடியாதவையே என்று கண்டடைந்தது.

என்னவானாலும் சாஞ்சி கலைப் படைப்புகள், ஆரம்ப பௌத்தக் கலை உணர்வின் வெளிப்பாடுகள் அல்ல. அதேநேரம் அவை தொல்கலை மரபைச் சேர்ந்தவையும் இல்லை. மாறாக நீண்ட காலம் முன்பே பின்பற்றப்பட்டுவந்த புகழ் பெற்றதொரு வெகு மக்கள் கலை மரபின் செவ்வியல் சாதனை வடிவமே. இந்தக் காலகட்டத்தில் ஏதேனும் பௌத்தக் கலைப் படைப்பைத் தொல் கலைத்தன்மை கொண்டவை என்று சொல்லவேண்டுமென்றால் கட்டடக் கலையைத்தான் சொல்லவேண்டும். அதில் ஆரம்பக் கால ஸ்தூபங்களின் எளிய வடிவங்கள், அலங்கார வேலைப்பாடுகள் இல்லாத மேற் கூரைகள், சைத்திய அரங்கங்களின் வடிவமைப்பு இவையெல்லாம் ஆரம்ப கால பௌத்தக் கலையின் அறிவுத் தேடல் மற்றும் துறவு மனப்பான்மையை வெளிப்படுத்துபவையாக இருக்கின்றன.

பர்ஹூத் மேற்கூரைகள், சாஞ்சி நுழை வாயில்கள் ஆகியவற்றில் இருக்கும் சிற்பங்கள் புத்தரின் முந்தைய பிறவிகள் தொடர்பான கதைகள், நிகழ்வுகள் ஆகியவற்றையும் கடைசிப் பிறவியின் நிகழ்ச்சிகள் இவற்றையும் சித்திரிக்கின்றன. இந்தப் படைப்புகள் குறை புடைப்பு பாணியில் அதி நுட்பங்களுடன் செதுக்கப் பட்டுள்ளன. இந்தப் படைப்புகள் உருவான காலகட்டத்துக் குறிப்பு ஒன்றில் இருந்து இதை உருவாக்கியவர்கள் விதிஷா பகுதியைச் சேர்ந்த, தந்தங்களில் கலைப் பொருள்கள் செய்யும் கைவினைக் கலைஞர்கள் என்பது தெரியவந்திருக்கிறது.

இந்திய வாழ்க்கை குறித்த அற்புதமான ஆவணமாக இது திகழ்கிறது. சுற்றுச் சூழல், நடை உடை பாவனைகள், நம்பிக்கைகள் ஆகியவை யதார்த்தப் பாணியில் ஏராளமான நுட்பமான தரவுகளை உள்ளடக்கியவையாகத் திகழ்கின்றன. ஆனால் இந்தப் புடைப்புச் சித்திரங்கள் எல்லாம் பௌத்தப் போதனைகளை முன்வைக்கும் நிகழ்ச்சிகள், கதைகளைச் சித்திரிப்பவையாகவே இருக்கின்றன. வாழ்க்கை மற்றும் மரணம் தொடர்பான ஆரம்பக் கால பௌத்தப் பார்வையை இவற்றில் வெகு சிலவே சித்திரிக்கின்றன (போராபுத்தூரில் இருக்கும் சுதைச் சித்திரங்கள்).

இந்தப் புடைப்புச் சிற்பங்களில் ஒரு முக்கியமான விஷயத்தைக் குறிப்பிடவேண்டும். இவை எதுவும் புத்தரை எங்குமே சித்திரிக்கவில்லை. இளவரசர் சித்தார்த்தர் ராஜ போகங்கள் அனைத்தையும் துறந்து அரண்மனையில் நீங்கும் மகத்தான சம்பவத்தை (அபிநிஷ்க்ரமணம்) விவரிக்கும் காட்சிகளில் மட்டும் இளவரசரின் உருவம் இடம்பெற்றிருக்கிறது. கந்தக் என்ற குதிரையில் அவர் ஏறிச் செல்லும்போது குதிரையின் குளம்பொலி கேட்டால் யாரேனும் எழுந்துகொண்டுவிடக்கூடும் என்று குதிரையின் காலை மெள்ளத் தூக்கிவைத்து அழைத்துச் செல்லும் தேவர்களின் சித்திரம் மட்டுமே செதுக்கப்பட்டிருக்கிறது. குதிரைக்கு அருகில் இருக்கும் கொற்றக் குடை மூலம் இளவரசரின் இருப்பு அடையாளப்படுத்தப்பட்டிருக்கிறது.

வேறு புடைப்புச் சிற்பங்களில் போதி மரம், அல்லது தெய்வத்தின் மலர் பாதங்கள் இவற்றின் மூலமே புத்தர் சித்திரிக்கப் பட்டிருக்கிறார். வாழும் மனிதர்களின் உலகில் புத்தர் தன் திரு உருவத்துடன் இல்லை. எனினும் அவருடைய இருப்பின் குறியீடுகள், கால வெளியில் பதிந்த அழியாத கால் தடங்கள் இவையெல்லாம் அந்த மகத்தான வழிகாட்டியின், நிர்வாண

நிலையை அடைந்தவர்களின் மரணத்துக்குப் பிந்தைய வாழ்க்கை குறித்த ஸ்வர்ண மௌனத்தைக் கலை அழகுடன் சித்திரிக்கின்றன.

முழுமையடைந்த புத்தர் பரிநிர்வாண நிலை எட்டிவிட்டிருக்கிறார். பூத உடலினால் உணரப்படும் பௌதிக உலகின் அம்சங்களில் இருந்து அவர் விடுதலை பெற்றுவிட்டிருக்கிறார். பெயர் மற்றும் உருவம் இரண்டில் இருந்தும் விடுதலை பெற்றவர் அவர். புத்தரின் உருவத்தைச் செதுக்காததன் மூலம் ஆரம்ப கால பௌத்தக் கலை, முழுமையாக பௌத்தத் தன்மை கொண்டதாக இருக்கிறது. ஆனால், பிந்தைய கால பௌத்தக் கலை என்பது, பௌத்தக் கலையாக இருப்பதைவிட பௌத்தம் பற்றிய கலையாகவே இருக்கிறது.

பௌத்தர்களின் தன்மையும் சிந்தனையுமே காலப்போக்கில் மாறத்தொடங்கிவிட்டிருந்தது. பௌத்தச் சிந்தனை என்பது வெறும் ஞானம் சார்ந்ததாகமட்டுமே இருப்பதிலிருந்து மாறி பகவத் கீதையைப் போல் பக்தியையும் வலியுறுத்தும் உணர்வுப் பூர்வமான நிலைக்கு நகர்ந்துவிட்டிருந்தது.

'பாவச் செயலில் பிறந்தவர்கள், பெண்களைக் கடத்துபவர்கள், அடிமைகள் இவர்கள் கூட என் மீது பக்தி செலுத்தினால் மோக்ஷத்தின் பாதைக்கு வந்து சேர்வார்கள். ஓ குந்தியின் மைந்தனே என்னை மனப்பூர்வமாக வணங்குபவர்கள் பிறவிக் கடலில் மூழ்கிப்போவதில்லை'.

மஜ்ஜிம நிகாய போன்ற ஆரம்பக்காலப் படைப்புகளில்கூட அஷ்ட மார்க்கப் பாதையில் நகர ஆரம்பிக்காதவர்கள்கூட என் மீது நம்பிக்கையும் அன்பும் செலுத்தினால் சொர்க்கத்தை அடைய முடியும் என்று குறிப்பிடப்பட்டிருக்கிறது.

அர்ஹத் என்ற நிலையை புத்தத்துவம் என்ற நிலை பதிலீடு செய்கிறது. இறைவன் இருக்கிறாரா இல்லையா என்பதை அறிய முடியவில்லை என்று சொல்லும் அஞ்ஞேயவாதக் கொள்கையில் இருந்து மாறி புத்தருக்கு அனைத்தையும் கடந்த மஹா புருஷரின் உடல் அம்சங்கள் மற்றும் முழுமை அம்சங்கள் பின்னாட்களில் கொடுக்கப்பட்டன. முந்தைய போதிசத்வர்கள் பின்னால் வரவிருக்கும் முந்தைய போதிசத்வர்கள் ஆகிய அனைவருடனும் சேர்ந்து புத்தர் அதாவது இப்போது, நிர்வாண நிலையை எட்டும் முயற்சியில் இருப்பவர், ஒரு மத பாரம்பரியத்தின் நடு நாயகமாக ஆனார். வழிபாட்டின் மூலம் அடைய முடிந்தவராக ஆகிவிட்டார். மீ மெய்யியல் மற்றும் இறையியல் தொடர்பான உள்ளார்ந்த

வளர்ச்சி என்பதோடு புத்த மதத்துக்கு மாறிய எளிய மக்களின் செல்வாக்கும் இந்த மாற்றத்தில் பங்காற்றியிருக்கிறது. பெரும்பாலான ஆண்கள், அதைவிட அதிகமான பெண்கள் எல்லாரும் ஞானத் தேடலைவிடப் பக்தியுடன் வழிபடுவதற்கே தயாராக இருந்தனர்.

இந்தக் காலகட்டத்திலும் அமராவதியில் புத்தர் குறியீடுகளின் மூலம் குறிப்பால் உணர்த்தப்பட்டிருப்பதைப் பார்க்க முடிகிறது. குறியீடுகளைக் கொண்ட ஆலயங்களில் வழிபடுபவர்களின் ஆர்வம் மிகுந்த அர்ப்பண உணர்வைப் பார்க்கும்போதும் அவர்களில் பலரும் பெண்களாக இருப்பதையும் பார்க்கும்போதும் தத்துவார்த்த, அறிவார்ந்த சிந்தனைகள்கொண்டவரல்ல; பக்திக்கு உகந்தவரே அங்கு வழிபடப்பட்டிருக்கிறார் என்பது தெரிய வருகிறது.

அப்படியாக பௌத்த அதிகாரபூர்வக் கலைகளில் புத்தரின் உருவம் சித்திரிக்கப்படுவதற்கு முன்பாக, புத்தர் வழிபாட்டுக்குரிய தெய்வமாக ஆகிவிட்டிருந்தார். தனி நபரின் இஷ்ட தெய்வமாகி யிருந்தார். எனவே இந்தக் காலகட்டத்துக்குப் பின்பாக எங்கு பௌத்த மடாலயங்கள் எழுப்பப்பட்டனவோ அங்கெல்லாம் புத்தரின் சிலைகள் முளைத்ததில் ஆச்சரியப்பட எதுவுமில்லை. கி.மு. இரண்டாம் நூற்றாண்டு வாக்கில் ஹிந்து கடவுள்களின் திருமேனிகள் வழிபாட்டுக்கு வந்துவிட்டிருந்தன. அந்தவகையில் புத்தரின் திரு உருவங்களும் மடாலயங்களில் செதுக்கப்பட ஆரம்பிக்கப்பட்டதற்கு வெகு காலம் முன்பாகவே தனி நபர் வழிபாட்டில் இடம்பெற்றிருக்கவேண்டும்.

புத்தரின் சிலைகள் பற்றி நாம் பேசுவதற்கு முன்பாக மத அனுபவத்தின் இரண்டாம் கட்டம் பற்றி நாம் பேசியாகவேண்டும். அந்தக் காலகட்டமானது பௌத்தம் மற்றும் ஹிந்து தர்மம் ஆகியவற்றின் வளர்ச்சியில் ஒரேமாதிரியாக மிகப் பெரிய பங்காற்றியிருக்கிறது. இது தியானம் மூலமாக ஆன்மிக விழிப்புணர்வு, உயர்ந்த நிலைக்குச் செல்லுதல் ஆகியவற்றுக்காக யோகக்கலையைப் பின்பற்ற ஆரம்பித்த காலகட்டம். தனி நபர்களை உலகியல் சிந்தனைகளில் இருந்து விடுதலை பெறவைக்கும் நோக்கில் இவை முன்னெடுக்கப்பட்டன.

அதி ஆரம்பக் கால பௌத்த மரபில் கூட தியானத்துக்கு முக்கியத்துவம் தரப்பட்டிருப்பதைப் பார்க்க முடியும். மடாலயங்களில் இருந்த துறவிகள் மிக அதிக அளவிலும் எளிய மக்கள் குறைவான அளவிலும் இந்தத் தியானங்களை

மேற்கொண்டிருக்கிறார்கள். மிக மிகக் கடினமான புதிரான தியானங்கள் எல்லாம் நிர்வாண நிலைக்கும் பிறவிகளைக் கடந்த, திரும்பிவராத நிலைக்கும் இட்டுச் செல்வதாக மதிக்கப்பட்டிருக் கின்றன. தியானங்களை மேற்கொள்ளும் நோக்கிலேயே தனிமை, மரத்தடி ஆகியவை பௌத்த இலக்கியங்களில் மிக மிக உயர்வாகப் போற்றப்பட்டிருக்கின்றன. புத்தருமேகூட போதி மரத்தினடியில் யோக நிலையில் அமர்ந்து தியானம் செய்தபோதுதானே உன்னத ஞானத்தை அடைந்திருக்கிறார்.

ஒற்றை விஷயத்தில் மனதை ஒருமுகப்படுத்துவதுதான் யோக தியானத்தின் வழிமுறை. தியானிப்பவர், தியானிக்கும் விஷயம் என்ற இரண்டும் வெவ்வேறு என்ற நிலையே இல்லாத அளவுக்கு ஒன்று கலப்பதே தியானத்தின் இலக்கு. ஸ்ஹெல்லிங்கின் வார்த்தையில் சொல்வதென்றால் தியானிக்கும் சுயம் தியானிக்கப் படும் சுயத்துடன் கலப்பது. அந்தத் தருணத்தில் காலத்தையும் கால ஓட்டத்தையும் இல்லாமல் ஆக்குகிறோம். நாம் கால வெளியில் இல்லை; அல்லது முடிவற்ற நிரந்தரத்துவம் நம்மில் நிறைகிறது.

பகவத் கீதையில் யோகியைப் பற்றி மிக அழகாக ஒரு விளக்கம் தரப்பட்டிருக்கிறது. இங்கு அதைச் சுருக்கித்தருகிறேன். அது பௌத்த நடைமுறை மற்றும் பிராமணிய நடை முறை இரண்டுக்குமே பொருந்தும். ஏனென்றால் யோகம் என்பது பொதுவானது. தனியாக ஒரு மரபுக்கு மட்டுமே சொந்தம் என்று சொல்லமுடியாது.

'மிகத் தனியான ஓரிடத்தில், எதைக் குறித்த ஏக்கமும் எந்தவொரு உடைமையும் இன்றி ஓர் ஆசனத்தில் திடமாக உட்கார்ந்துகொள்ள வேண்டும். அந்த ஆசனம் மிகவும் உயரமாகவோ மிகவும் தாழ்வாகவோ இருக்கக்கூடாது. அலைபாயும் மனதையும் உணர்ச்சிகளையும் கட்டுக்குள் கொண்டு வரவேண்டும். உடல், தலை இரண்டும் நிமிர்ந்த நிலையில் இருக்கவேண்டும். சுற்று முற்றும் பார்க்கக்கூடாது. அங்கு தியானம் செய்து ஆழ்ந்த அமைதியின் பேரின்ப நிலையை எட்டவேண்டும். அப்படியான ஒரு யோகி புலன்களுக்கு அப்பாற்பட்ட எல்லயற்ற ஆனந்தத்தை அறிந்திருப்பார். உள்ளொளியினால் நிரம்பிய அவர் சத்தியத்தில் இருந்து வழுவமாட்டார். காற்று வீசாத இடத்தில் இருக்கும் சுடரைப்போல் அலைவுறுதலே இன்றி ஒளிர்வார்'.

புத்தரின் திரு உருவம் பிரதான மத வழிபாட்டுக்கான உருவமாக ஆவதற்கு முன்பாக, கால் மடக்கி அமர்ந்த யோக நிலையானது

இந்திய மனங்களுக்கு மன ஒழுங்கு, அதி உன்னத ஆன்மிக நிலையை எட்டுதல், ஆகியவற்றுடன் தொடர்புடையதாக ஆழமாகப் பதிந்துவிட்டிருந்தது. சிற்பக்கலை பின்னாளில் வளர்ந்துவந்த நிலையிலும் அந்த யோக நிலையில் தியானம் செய்த புத்தரின் உருவம் அல்லாமல் வேறு எந்த நிலையிலான புத்தர் உருவமும் அனைவரிடமும் உலகம் முழுவதுமான அங்கீகாரத்தை, மரியாதையை, வணக்கத்தைப் பெற முடிந்திருக்கவில்லை.

அமர்ந்த நிலையில் இருக்கும் யோக புத்தர் சிலை எகிப்திய பிரமிடுகளைப் போல், ஒருவகையில் அதைவிட ஆழமான உள்ளடக்கத்தைக் கொண்ட ஒரு மகத்தான சிற்பமாகத் திகழ்கிறது. இந்தியச் சிற்பிகள் வடித்த சிலைகளிலேயே மகத்தான லட்சிய வடிவத்தை அது பிரதிநிதித்துவப்படுத்துகிறது. அவற்றின் வெகு முந்தைய காலச் சிலைகள் எந்தச் சேதமும் இன்றி நமக்குக் கிடைத்திருப்பதென்பது ஒரு நல்ல விஷயமே.

அனுராதபுரத்தில் இருக்கும் பிரமாண்டச் சிலையே இவற்றிலெல்லாம் அதி அற்புதமானது. ஆகச் சிறந்தது. இதே இடத்தில் போதிசத்வர் சிலை, நிற்கும் புத்தர் சிலைகள் இரண்டு ஆகியவையும் கிடைத்திருக்கின்றன. இந்தக் காலகட்டத்துக்குப் பிந்தைய நிற்கும் நிலையிலான புத்தர் சிலைகளும் கிடைத்துள்ளன. ஆனால், இந்தச் சிலைகளை எல்லாம் நாம் கொஞ்சம் கண்ணியமாக 'தொல் கலை வடிவம்' என்று சொல்லலாம். இவை பிரம்மாண்ட உருவம், தனித்தன்மையற்ற தன்மை, உணர்ச்சி பாவமற்ற தன்மை, எந்தவிதத் திறமையும் வெளிப்படாத தன்மை கொண்டதாகத் திகழ்கின்றன. காட்சிக்கு நிற்பது போன்ற அந்தத் தோற்றங்கள் மிகுந்த கம்பீரத்துடன் இருக்கின்றன; ஆனால், குப்தர் காலச் சிற்பங்களைப் போல் எந்தவொரு கலை நயமோ அழகியலோ வெளிப்படவில்லை.

அனுராதபுரம், அமராவதி பகுதிகளில் கிடைத்திருக்கும் தொல் கலை பாணி சிலைகளின் காலத்தைத் துல்லியமாகக் கணிக்க முடியவில்லை. ஆனால் எப்படியானாலும் கி.பி. முதல் அல்லது இரண்டாம் நூற்றாண்டுக்கு முந்தையதாக இருக்க வாய்ப்பு இல்லை. மூன்று அல்லது நான்காம் நூற்றாண்டுக்கு பிந்தைய தாகவும் இருக்கமுடியாது. இந்தச் சிலைகளைத் தொல் கலைப் பாணியாக வகைப்படுத்துவதனால் இவை ஏதோ பௌத்த சிற்பங்களின் அதி ஆதி சிலைகள் என்றோ அந்தக் கால கட்டத்துக்குச் சற்று அண்மைக் காலத்தைச் சேர்ந்தவை என்றோ நிச்சயம் சொல்லவில்லை. இவையெல்லாம் மேற்கத்திய

பாணியில் இருந்து முற்றிலும் வேறுபட்டதாக இருப்பதால் அப்படிச் சொல்லவில்லை. ஆனால், இந்தச் சிலைகளில் தொல் கலை பாணி வேறு எங்கும் இருந்திராத அளவுக்கு மிகத் தெளிவாக வெளிப்பட்டிருக்கிறது.

அமர்ந்த நிலையில் இருக்கும் புத்தர் சிலைகள் வழிபாட்டு முக்கியத்துவத்துடன் சற்று முன்னரே அநேகமாக கி.பி. இரண்டாம் நூற்றாண்டு வாக்கில் செதுக்கப்பட்டிருக்கக்கூடும். நின்ற நிலையில் இருக்கும் சிலைகளின் காலம் அதுவாக இருக்க முடியாது என்று முன்பே குறிப்பிட்டிருக்கிறேன். இவையெல்லாம் மரம் அல்லது எளிதில் அழியும் பொருள்களால் செய்யப் பட்டிருந்தால், இந்திய உறை நிலைக் கலைப்படைப்புகள் மற்றும் கட்டுமானக் கலையின் வரலாறு தொடர்பாகத் தெரிந்து வைத்திருப்பவற்றுக்கு ஒத்திசைவானதாக இருந்திருக்கும்.

என்ன இருந்தாலும், எம். ஃபௌச்சர் சொன்னதுபோல், கனிஷ்கர் காலத்துக் கலைச் சேகரங்களில் உள்ள புத்தர் சிலையின் முக்கிய அம்சம் என்பது தேய் வழக்குத் தன்மை கொண்டதாக ஒரே மாதிரியானவையாகவே இருக்கின்றன. போதிசத்வர் சிலைகள் பற்றியும் இதைச் சொல்லமுடியும். இந்திரன், பிரம்மா சிலை பாணிகளில் இருந்து வளர்ச்சியடைந்தே அவோகிதேஸ்வரர் மற்றும் மைத்ரேயரின் சிலை வடிவங்கள் உருவாகி வந்திருக்கக் கூடும். 'காந்தாரக் கலைக்கு முன்பே இந்த வளர்ச்சி அடைந்து முடிந்திருக்கவேண்டும்' என்று திரு ஸ்பூனர் குறிப்பிட்டிருக்கிறார். இந்த இரண்டின் வடிவங்களும் தேய் வழக்கு பாணியில் அமைந்திருக்கின்றன. காந்தாரக் கலையின் ஆரம்பக் காலப் படைப்புகளிலும் இப்படியே இருக்கின்றன என்று குறிப்பிட்டிருக்கிறார்.

கி.பி. ஒன்றாம் நூற்றாண்டு தொடங்கி நான்காம் நூற்றாண்டு வரையிலான காந்தாரக் கலையின் கிரேக்க-பௌத்தக் கலைப் பாணி தொடர்பாக எதுவும் இங்கு நான் பேசவில்லை. இவ்வகையான சிலைகள் மிக அதிக அளவில் கிடைத்திருக் கின்றன. சாஞ்சி மற்றும் பர்ஹுத் கலைப் பாணியில் இருந்து உருவாகி வந்த மதுரா சிற்பக் கலைப் பாணி பற்றியும் நாம் இன்னும் பார்க்கவில்லை. இதுவும் ஓரளவுக்கு காந்தாரக் கலைப் பாணியைச் சார்ந்ததுதான். இவற்றைப் பற்றிப் பேசாததற்குக் காரணம் என்னவென்றால், பௌத்தச் சிற்பக் கலையின் மூல ஆதாரம், உந்துதல் எது என்பதைக் கண்டறியும் முயற்சியில்தான் இங்கு ஈடுபட்டிருக்கிறோம். இந்த உந்துதல் எப்போது முழு அளவில்

வெளிப்படுத்தப்பட்டது என்பதைத் தெரிந்துகொள்ள முயற்சி செய்துவருகிறோம்.

காந்தாரக்கலையின் மூலமாகப் பல்வேறு மேற்கத்திய தாக்கம் இந்தியக் கலையில் ஏற்பட்டுள்ளது என்பது நாம் ஆராயும் விஷயத்துக்கு எந்தப் பதிலையும் தரவாய்ப்பில்லை. மேற்கத்தியத் தாக்கத்தை மிகைப்படுத்திச் சொல்லவும் வாய்ப்பு உண்டு. பௌத்தக் கலை மரபில் எதுவேண்டுமானாலும் மேற்கில் இருந்து கடன் வாங்கியதாகச் சொல்லப்படலாம். ஆனால் காலை மடக்கி தாமரை மலரில் அமர்ந்திருப்பது போன்ற தோற்றம் முழுக்கவும் இந்திய வடிவம், இந்தியச் சிந்தனையைச் சார்ந்ததுதான். அமர்ந்திருக்கும் உருவம் அல்லாமல் நின்ற நிலையில் இருக்கும் புத்தரும் பிற அனைத்துப் புத்தத் தெய்வங்களும் பௌத்தக் கலை மரபில் இரண்டாம்பட்சமானவையே.

பல்வேறு காரணங்களுக்காக, காந்தாரச் சிற்பங்கள் எல்லாம் காந்தார அரசர்களால் பௌத்தச் சிந்தனைகளை வெளிப்படுத்த மேற்கத்தியக் கலைஞர்களைப் பயன்படுத்தி உருவாக்கப் பட்டவையே. இந்தியக் கலைஞர்கள் மேற்கத்திய வழிகாட்டு தலால் உருவாக்கியவை அல்ல. ஒரு சில கலைஞர்கள் பிறப்பால் இந்தியர்களாக இருந்திருந்தாலும் இந்திய உணர்வுகளுக்கு வடிவம் கொடுக்கவில்லை. இந்தவகைமைக்கு நவீன கால உதாரணமாக ராஜா ரவி வர்மா இருக்கிறார். இந்தியக் கருப்பொருள்களையே தன் ஓவியங்களில் தீட்டிய போதிலும் இந்திய ஆன்மாவைப் பிரதிபலிக்கத் தவறிவிட்டிருக்கிறார்.

மேற்கத்திய பாணிகள் படிப்படியாக இந்தியமயமாகியிருக்கும் விதமானது வட மேற்கில் மதுரா கலைப் பாணியிலும் காணக் கிடைக்கிறது. 'முதலில் பௌத்த இந்திய உந்துதலில் ஆரம்பித்து காலப்போக்கில் புதிய தனித்தன்மை மிகுந்த கலைவடிவமாகப் பரிணமித்தது' என்று பேராசிரியர் ஆஸ்கர் மூன்ஸ்டெர்பர்க் இதையே குறிப்பிட்டிருக்கிறார். பல ஆய்வாளர்கள் இதை மிக விரிவாக அலசியுள்ளனர். நாம் இங்குக் கவனத்தில் கொள்ள வேண்டிய விஷயம் என்னவென்றால், இந்தியப் பாணி மற்றும் இந்தியச் சிந்தனைகள் (உணர்வுகள்) காந்தாரக் கலையில் எப்படியெல்லாம் மாற்றி வெளிப்படுத்தப்பட்டிருக்கின்றன. இந்தப் பிழையான பிரதிநிதித்துவமானது பிழையாகச் சித்திரிக்கப் படத்தகுந்த ஒரு பாணியை முன்பே கொண்டிருந்திருக்கவேண்டும் என்பதையே சுட்டிக்காட்டுகிறது.

பத்மாசனத்தில் அமர்ந்திருக்கும் புத்தரின் உருவம் இதற்கான மிகச் சிறந்த தெளிவான உதாரணம். காந்தாரக் கலையில் இடம் பெற்றிருக்கும் தாமரை மலரானது மிக மிகச் சிறியதாக இருக்கிறது. அதன் இதழ்களின் நுனி, முள் முட்டைக்கோஸ் நுனியைப் போல் இருக்கிறது. மேலே அமர்ந்திருக்கும் உருவம் அந்தச் சிறிய மலரில் மிகவும் கஷ்டப்பட்டு அமர்ந்திருப்பதுபோல் இருக்கிறது. அது யோக, தியான நிலைக்குச் சற்றும் பொருந்தாத ஆசனமாக இருக்கிறது.

உண்மையில் பத்மாசனம் என்பது ஆன்மிகத் தூய்மை அல்லது தெய்விகம் இவற்றைக் குறிக்கிறது. தாமரை மலராசனம் என்பது ஆசுவாசமான நிலையில் அமர்ந்திருக்கும் யோகியுடன்தான் முழுமையாகப் பொருந்தும். அசௌகரியமான ஆசனம் என்பது யோக நிலைக்கும் யோகிக்கும் உகந்தது அல்ல. யோகி அமரும் ஆசனம் 'ஸ்திர-சுக' அதாவது உறுதியானதாக இதமானதாக இருக்கவேண்டும். இந்த அடிப்படை அம்சத்தைப் புறக்கணித்தால் மூல நோக்கத்தில் இருந்து வழுவியதாகிவிடும்.

கனிஷ்கர் காலத்துப் பத்மாசனப் புத்தர் சிலைகள் தேய்வழக்கி லானவை என்று சொல்லப்பட்டிருப்பதன் காரணத்தை இது உறுதிப் படுத்துகிறது. இந்தப் பார்வையானது மிகத் தெளிவாக உறுதியாகக் கலை நயம் சார்ந்த சான்றுகளின் மூலம் காந்தாரக் கலையானது பௌத்தத் தொல் கலை வடிவம் அல்ல என்பதை உறுதிப் படுத்துகிறது. அகழ்வாராய்ச்சியாளர்கள் இதை ஏற்றுக்கொள்ளத் தயங்கக்கூடும். அப்படியென்றால் பத்மாசன புத்தர் நிலையின் ஆதி வடிவத்தை வேறு எங்கேனும் தேடியாகவேண்டுமா? தாமரை மலர் மேல் தியான முத்திரையுடன் அமர்ந்திருக்கும் ரோமானிய யோகி ஒருவரின் சிலையைத் தேடிச் செல்லவேண்டுமா? நிற்கும் நிலையில் இருக்கும் புத்தரின் சிலைகளுக்கு முன்மாதிரியாக இருக்கும் லேட்டரன் சோபோக்ளஸ் சிலைகளைப் போல் அமர்ந்த நிலை யோகிக்கும் தேடிக் கண்டுபிடிக்கவேண்டுமா என்ன?

இந்தச் சிந்தனை எந்தவொரு விளக்கமும் தேவைப்படாத அளவுக்கு அபத்தமானது அல்லவா? அமர்ந்த நிலையில் இருக்கும் புத்தர் சிலை நிச்சயம் இந்திய வேர்களைக் கொண்டதாகத்தான் இருந்தாக வேண்டும். அப்படியிருக்கும்போது புத்தரின் சிலைக்கான கிரேக்க மூலம் இருக்கும் என்று சொல்வது எவ்வளவு பிழையான, மிகையான கூற்றாக இருக்கும் என்று புரியவில்லையா?

பௌத்தக் கலையின் தொல்கலைப் பாணியாகவும் இந்தியப் பூர்விக வேர்கள் கொண்டதாகவும் காந்தாரக் கலையை ஏன் சொல்ல முடியாது என்பதை நாம் புரிந்துகொண்டால் போதும். காந்தார புத்தர் சிலைகள், போதிசத்வர் சிலைகள் ஆகியவற்றின் பெண்மைக் குணம் மிகுந்த, உத்வேகம் குறைந்த முத்திரைகள், தோற்றங்கள் எல்லாம் பௌத்த சிந்தனையின் உயிர்த்துடிப்பையும் ஆர்வமமிகு பக்தியையும் வெளிப்படுத்தவில்லை என்று தனியே சொல்லத் தேவையே இல்லை.

திரு ஹேவல், பேராசிரியர் மூன்ஸ்டெர்பெர்க் போன்றோர் மற்றும் நான் எல்லாரும் கலை சார்ந்து மட்டுமே அல்லாமல் இந்தியக் கலை சார்ந்து அதிக அக்கறை கொண்டிருக்கிறோம் என்பது உண்மை தான். காந்தாரக் கலை சார்ந்து நாங்கள் சொல்லியிருப்பவற்றை ஐரோப்பியக் கலை தொடர்பான பாரபட்சமான, முன் அனுமானத்தின் காரணமாக நாங்கள் சொன்னதாக எடுத்துக் கொள்ளவேண்டாம். ரோமானிய யதார்த்தவாதக் கலை அணுகு முறையினால் கிரேக்கக் கலை நயமானது என்றென்றைக்குமாக கை நழுவிப் போய்விட்டது என்பதாக இதை எடுத்துக்கொள்ள வேண்டும்.

காந்தாரக் கலையைப் பாராட்டுவதென்பது கிரேக்கக் கலையின் மேன்மைக்குச் சான்று பகர்வதாக இல்லை. அந்தக் கிரேக்க மேன்மையானது எந்த அளவுக்குத் தவறாகப் புரிந்துகொள்ளப் பட்டிருக்கிறது என்பதையே எடுத்துக் காட்டுகிறது. ஓர் ஐரோப்பியக் கலை விமர்சகர், ராவன்னா பகுதியில் இருக்கும் காலா பிளேசிடா மொசைக் கூரைச் சிற்பங்களில் இருக்கும் ஆடுகளின் கம்பளித் தோல் மோசமாகச் சித்திரிக்கப்பட்டிருக்கிறது. மேய்ப்பரும் குண்டாக இருக்கிறார்; அவை கலை நயம் குறைவான செவ்வியல் படைப்புகள் என்றெல்லாம் சொன்னால் அதை எப்படி எடுத்துக்கொள்வோமோ அதுபோல் காந்தாரக் கலைகள் தொடர்பான விமர்சனங்களையும் இகழும் நோக்கம் எதுவும் இன்றிச் சொல்வதாக எடுத்துக்கொள்ளலாம்.

ஆரம்பக் கால பௌத்தக் கலையில் மக்கள் செல்வாக்கு பெற்ற, உணர்வுப்பூர்வமான, இந்திய இயற்கையியல் கலை அம்சங்கள் எல்லாம் பௌத்தத் தத்துவங்கள், சிந்தனைகளை விளக்கும் நோக்கிலும் பௌத்த நினைவுச் சின்னங்களை அலங்கரிக்கும் நோக்கிலும் பயன்படுத்தப்பட்டிருந்தன. காந்தாரக் கலையானது கீழைத்தேய, மேற்கத்தியக் கலைப் பாணிகளின் கலப்பைக்

கொண்டது. கீழைத்தேய பாணி என்றும் மேற்கத்தியப் பாணியிலானது என்றும் தவறாகப் புரிந்துகொள்ளவும் பட்டது. உண்மையில் அது அவற்றைவிடப் பழமையானதாக இருக்க வேண்டும். அது பௌத்த அம்சம் கொண்டது அல்ல.

பௌத்தக் கலையின் தொல் கலைவடிவங்கள் அநேகமாகத் தொலைந்து / அழிந்து போயிருக்கவேண்டும். வட இந்தியாவில் பௌத்தத் தொல் கலை வடிவங்கள் இல்லை. இதற்கு ஒரு முக்கிய காரணம்: அங்குப் பௌத்தக் கலை உந்துதலானது நேரடி சிருஷ்டி வெளிப்பாடாக இல்லாமல் தனது தத்துவச் சிந்தனைகளைச் சித்திரிக்க கிரேக்க ரோமானியப் பாணியைத் தழுவியதாகவே இருக்கின்றன.

தென் இந்தியாவிலும் சிலோனிலும் இருக்கும் கலைப்படைப்புகள் உயிர்த்துடிப்புடனும் தனித்தன்மையுடனும் பௌத்தச் சிந்தனை களின் நேரடி வெளிப்பாடுகளாகத் திகழ்கின்றன. இங்கும் ஆரம்ப காலப் படைப்புகள் தொலைந்து போயிருக்கக்கூடும். எனினும் அனுராதபுரம் மற்றும் அமராவதி பகுதிகளில் கிடைத்திருக்கும் மகத்தான சிற்பங்களை பௌத்தத் தொல் கலைப் பாணிகள் என்று நிச்சயம் தைரியமாகச் சொல்லலாம்.

சீனா, ஜப்பானில் இருக்கும் ஆரம்ப பௌத்தக் கலைப் படைப்பு களையும் கலை அழகியல் சார்ந்து பௌத்தத் தொல் கலை வடிவங்களாகச் சொல்லலாம். ஐரோப்பாவில் கிறிஸ்தவக் கலைவடிவங்கள் அதன் தொல் கலை உந்துதலை சுமார் 600 ஆண்டுகள் தக்கவைத்து வந்ததுபோல் இதையும் சொல்லலாம். ஏனென்றால், புதிய இனங்கள் எப்போதும் இந்தத் தொல் கலை உந்துதல் மற்றும் உணர்வுகளை உள்வாங்கிக் கொண்டு தொல் கலை பாணி நுட்பம் மற்றும் சாயலுடனேபின்னாளில் வெளிப்படுத்தத் தொடங்குகின்றன.

6

சிவதாண்டவம்

சிவபெருமானின் எண்ணற்ற பெயர்களில் ஆகச் சிறந்த பெயர்: நடராஜர். நடனங்களின் அரசர் அல்லது ஆடவல்லான். பிரபஞ்சமே அவருடைய நடன மேடை. எண்ணற்ற அடவுகள் கொண்ட ஆடலரசன். அவரே நடனமாடுகிறார்... அவரே பார்வையாளராகவும் இருக்கிறார்.

ஆடலரசன் உடுக்கையை ஒலிக்கும்போது
அனைவரும் கண்டு களிக்கக் கூடுகிறார்கள்
ஆடலரசன் திரையை மூடும்போது
அனைத்தும் முடிவுக்கு வருகிறது.

சிவ பெருமானின் பக்தர்களுக்கு அவருடைய எத்தனை நடனங்கள், தாண்டவங்கள் தெரியும் என்று யாருமே எண்ணிச் சொல்லிவிடமுடியாது. இந்தத் தாண்டவங்கள் அனைத்தின் பின்னால் இருக்கும் அம்சம் ஒன்றே: ஆதி மூல சக்தி அவரே. சிவ பெருமான் கிரேக்கக் கடவுளான ஏரோஸ் போன்ற மூல முதற் கடவுள். லூசியன் தன் கிண்டல் படைப்பில் சொன்னது:

'பிரபஞ்சத்தில் அனைத்துக்கும் முன்னால் இந்த நடனமே இருந்தது என்று தோன்றுகிறது. ஈரோஸுடன் அதுவும் இந்த

பிரபஞ்சத்தில் தோன்றிவிட்டது போலிருக்கிறது. அவ்வளவு பழமையானது போலிருக்கிறது. ஏனென்றால் பிரபஞ்ச வெளியில் சுழலும் கிரஹங்கள், நிலையாக நின்று ஒளிரும் விண்மீன்கள் அவற்றின் ஒன்றுக்குள் ஒன்று ஊடுருவி, ஒருங்கிணைந்த ஒழுங்குக்கு உட்பட்ட ஒத்திசைவான இயக்கம் போலவே இந்த தொல் நடனம் இருக்கிறது.'

பித்துப் பிடித்து அல்லது போதை தலைக்கேறி ஆடியவர்களின் மனதில் சிவனின் இந்த நடனம் இருந்திருக்கும் என்று சொல்ல வரவில்லை. அதாவது ஆரியர்களின் மலைக்கடவுளாக இருந்தவர் பின்னர் சிவனாக மாற்றம் பெற்றதாகச் சொல்ல வரவில்லை. மதம் அல்லது கலையில் இடம்பெற்றிருக்கும் மகத்தான குறியீடானது அதை நம்பி, மதித்துப் போற்றும் மக்களுக்கு எல்லாமுமாக இருக்கும். யுக யுகமாக, காலகாலமாக இவை அவர்களுக்கு மகத்தான பொக்கிஷமாக இருக்கும்.

சிவனுடைய தாண்டவத்தின் மூலாதாரம் எதுவாக இருந்தாலும் காலப்போக்கில், இறைவனின் செயல்பாடு என்று மதம் அல்லது கலை உலகம் முன்வைக்கக்கூடிய மிகத் தெளிவான அழுத்தமான சித்திரமாகவும் குறியீடாகவும் அது ஆகிவிட்டது. சிவ பெருமானின் பல்வேறு நடனங்களில் மூன்றைப் பற்றி மட்டுமே நான் இங்கு குறிப்பிட விரும்புகிறேன். அவற்றில் ஒன்று மட்டுமே நமது அக்கறைக்குரியது.

முதலாவது தாண்டவம், சிவ பிரதோஷ ஸ்லோகத்தில் தேவ கணங்களுடன் சிவ பெருமான் ஆடும் நடனம்.

மூவுலகங்களின் அன்னையை நவரத்தினங்கள் பதித்த பொன் சிம்மாசனத்தில் அமர வைத்து, சூலபாணி கைலாசத்தில் களி நடனம் புரிகிறார். அத்தனை தெய்வங்களும் அவரைச் சுற்றி நின்று பார்க்கிறார்கள்.

சரஸ்வதி தேவி வீணை வாசிக்கிறார்; இந்திரன் புல்லாங்குழல் இசைக்கிறார். பிரம்மா கைத்தாளம் இசைக்கிறார். லக்ஷ்மி தேவி இனிமையாகப் பாடுகிறார். மகா விஷ்ணு மத்தளம் இசைக்கிறார்.

கந்தர்வர்கள், யக்ஷர்கள், நாகர்கள், சித்தர்கள், நந்தி, கருடன், வித்யாதரர்கள், அமரர்கள், அப்சரஸ்கள் என மூவுலகிலும் இருப்பவர்கள் அனைவரும் சிவனின் தாண்டவத்தையும் தேவ கானத்தையும் கண்டுகளிக்கக் கூடியிருக்கிறார்கள்.

கதா சரித சாகரம் என்ற நூலிலும் சிவ பெருமானின் இந்த மாலை நேர நடனம் குறிப்பிடப்பட்டிருக்கிறது. இந்த நடனத்தை சித்திரிக்கும் ஓவியத்தில், இரு கரங்கள் கொண்ட சிவனும் மற்ற தெய்வங்களும் அவரவர் இசைக்கருவிகளுடன் அவரவருக்கான இடங்களில் இருக்கிறார்கள். இந்த ஓவியத்தில் சிவனின் காலடியில் எந்தவொரு அரக்கனும் கிடத்தப்படவில்லை. சைவ இலக்கியங்களில் எனக்குத் தெரிந்தவரையில் இந்த நடனம் குறித்து எந்தவொரு விளக்கமும் இடம்பெற்றிருக்கவில்லை.

இரண்டாவது நடனம், சிவ தாண்டவம் எனப்படுகிறது. சிவ பெருமானின் தாமஸ அம்சமான பைரவர் அல்லது வீர பத்ரரின் தாண்டவமாகச் சொல்லப்படுகிறது. சுடுகாட்டில் மயானங்களில் பத்து கரங்கள் கொண்ட சிவன் தேவியுடன் ஆடுகிறார். பூத கணங்களும் உடன் கூத்தாடுகின்றன. எல்லோரா, எலிஃபண்டா, புவனேஷ்வரம் போன்ற இந்திய பழங்காலச் சிற்பங்களில் இது இடம்பெற்றிருக்கின்றது.

இந்தத் தாண்டவம் பாதி கடவுள் பாதி பூதம் என்ற அம்சம் கொண்ட ஆரியருக்கும் முந்தைய தெய்வத்தில் தன் வேர்களைக் கொண்டிருக்கிறது. நள்ளிரவில் சுடுகாட்டில் இப்படி அவர் கூத்தாடுவது உண்டு. பின்னாட்களில் மயானங்களில் சிவ பெருமானின் அல்லது தேவியின் இந்த நடனம் சைவ மற்றும் சாக்த மரபுகளில் மிகவும் உணர்வுபூர்வமாக ஆழமான தத்துவ உணர்வுடன் விவரிக்கப்பட்டிருக்கின்றன.

மூன்றாவது நடனம் தில்லை அல்லது சிதம்பரத்தில் பொன்னம்பல மேடையில் நடராஜர் ஆடிய நடனம். ‘கோவில் புராணம்’ என்ற நூலில் பிரபஞ்சத்தின் மையமான சிதம்பரத்தில் தாரக வனத்தில் அத்தனை தெய்வங்களும் ரிஷிகளும் வேண்டிக்கொண்டதன் பேரில் நடராஜர் இந்த நடனம் புரிந்ததாகச் சொல்லப்படுகிறது. இந்த நடனத்தின் உண்மையான தாத்பரியத்துக்கு மாறுபட்ட முறையில் விளக்கம் தரும் அந்த ஸ்தல புராணக் கதையைக் கீழ்க்கண்டவாறு சுருக்கிச் சொல்கிறேன்:

தாரக வனத்தில் மீமாம்ச தத்துவப் பிரிவைச் சேர்ந்த ரிஷிகள் ஆஸ்ரமம் அமைத்து வாழ்ந்துவந்தனர். அவர்கள் சிவ பெருமானை எதிர்க்க வந்தனர். அவருடன் பெண் வடிவில் விஷ்ணுவும் ஆதிசேஷனும் இருந்தனர். முதலில் தமக்குள்ளாக கடுமையாக மோதிக்கொண்டனர் ரிஷிகள். அதன் பின்னர், அவர்களின் கோபம் சிவ பெருமான் மீது குவிந்தது. அவரை அழிக்க முன்வந்தனர்.

யாகம் ஒன்று செய்து அதில் தமது மந்திர சக்திகளைக் கொண்டு பயங்கரமான புலியை உருவாக்கி சிவ பெருமானை அழிக்க ஏவினர். ஆனால் சிவபெருமானோ புன்னகை பூத்தபடியே அந்தப் புலியை அடக்கித் தனது சுண்டு விரலின் நகம் கொண்டு புலியின் தோலை உரித்து அதைத் தனது இடையைச் சுற்றிப் பட்டாடை போல் கட்டிக் கொண்டார்.

வேறொரு புராணத்தில் ரிஷிகள் ஏவியது மதம் பிடித்த யானை என்றும், சிவன் அணிந்திருப்பது அந்த யானையின் தோலாடை என்றும் சொல்லப்படுகிறது.

தோல்வி கண்டு துவளாத ரிஷிகள் மீண்டும் யாகத்தைத் தொடர்ந்து மேற்கொண்டு ஒரு ராட்சஸ நாகத்தை உயிர்ப்பித்தனர். அதையும் சிவ பெருமான் அடக்கி தன் கழுத்தில் மாலையாகப் போட்டுக் கொண்டார். அதன் பின் அவர் ஆனந்த நடனம் ஆட ஆரம்பித்தார். ரிஷிகள் கடைசியாக முயலகன் என்ற குள்ள அரக்கனை ஏவினர். தனது கால் விரல் நுனியால் முயலகனின் முதுகெலும்பை முறித்து மண்ணோடு மண்ணாகப் புதையச் செய்தார். தனது கடைசி எதிரியும் சரனடைந்ததைத் தொடர்ந்து கடவுளர்களும் ரிஷிகளும் கண்டு களிக்கும் வண்ணம் ஆனந்த நடனத்தைத் தொடர்ந்து ஆடினார்.

ஆதி சேஷனும் சிவபெருமானை வணங்கித் துதித்து ஒரு வரம்கேட்டார். இந்த அற்புத நடனத்தை நீங்கள் பிரபஞ்சத்தின் மையப்புள்ளியான புனித தில்லையில் மீண்டும் ஆடவேண்டும் என்று வேண்டிக் கொண்டார். அதன்படியே சிவபெருமானும் தில்லையில் நடனமாடிக் காட்டினார்.

தென்னிந்திய செப்புச் சிலைகளில் இடம்பெற்றிருக்கும் ஆடலரசர் நடராஜப் பெருமானின் நடனம் இந்த தில்லையம்பல நடனத்தையே சித்திரிக்கிறது. இந்தச் சிலைகள் சிற்சில நுணுக்கங்களில் வேறுபடுகின்றன. ஆனால், அனைத்தின் அடிப்படை அம்சமும் ஒன்றே. அது என்ன என்பது பற்றிப் பார்ப்பதற்கு முன்பாக, ஸ்ரீ நடராஜரின் இந்த சிலை பற்றிக் கொஞ்சம் விவரிக்க விரும்புகிறேன்.

இதில் சிவபெருமானுக்கு நான்கு கரங்கள் இருக்கின்றன. அள்ளி முடிந்த தலைமுடி அலங்காரமாக மின்னுகிறது. கேசத்தின் நுனிகள் காற்றில் விரிந்து பறக்கின்றன. தலை முடியில் ஒரு நாகம் சுருண்டு கிடக்கிறது. மண்டையோடு, கங்கை, பிறைச் சந்திரன், கொன்றைப்பூச்சரம் எல்லாம் அணிந்திருக்கிறார். வலது காதில்

ஆண்களுக்கான கடுக்கண் அணிந்திருக்கிறார். இடது காதில் பெண்களின் தோடு அணிந்திருக்கிறார்.

கழுத்தில் ஆரங்கள், நகைகள், அணிந்திருக்கிறார். கைகளில் காப்புகள் அணிந்திருக்கிறார். இடுப்பில் நவரத்தின வளையம். காலில் தண்டை, கைகளில் மோதிரங்கள், காலில் மெட்டிகள் அணிந்திருக்கிறார். உடலோடு ஒட்டிய இறுக்கமான ஆடை முழங்கால் வரையில் அணிந்திருக்கிறார். பூணூலும் மார்பில் நெளிந்தாடுகிறது.

ஒரு வலக்கையில் உடுக்கை; இன்னொரு வலக்கை யாருக்கும் அஞ்சாதே என்று அபய முத்திரை காட்டுகிறது. இடது கரங்களில் ஒன்று அக்னிக் கலசம் ஏந்தியிருக்கிறது. இன்னொரு இடக்கை காலடியில் விழுந்து கிடக்கும் முயலகனைச் சுட்டிக்காட்டுகிறது. கரங்களில் ஒரு நாகமும் நெளிந்து ஆடுகிறது. இடது காலைத் தூக்கி நின்று ஆடுகிறார். தாமரைப் பீடத்தில் இவை அனைத்தும் நிலைகொண்டிருக்கின்றன. தீப்பிழம்புகள் சுற்றிலும் எரிகின்றன. ஒட்டு மொத்த சிலையும் அதிகபட்சம் நான்கு அடிக்குள்ளாக இருக்கிறது.

இலக்கியங்களில் சொல்லப்பட்டிருப்பவற்றை தள்ளிவைத்துப் பார்த்தாலும் இந்த நடனத்தின் பொருளைப் புரிந்துகொள்வது அப்படி ஒன்றும் சிரமமாக இருக்காது. இருந்தும் இந்த நடனம் பற்றி விவரிக்கும் சமகால இலக்கியங்கள் எண்ணற்றவை நமக்குக் கிடைத்துள்ளன. இந்த நடனத்தின் பொதுவான விளக்கமாக மட்டுமல்லாமல் ஒட்டு மொத்த சிற்பமும், நடனமும் குறிப்பதை அணு அணுவாக விவரிக்கவும் நம்மால் முடியும்.

இந்த நடராஜர் சிலைகளின் சில அம்சங்கள் சிவபெருமானுக்கு உரியவை. நடனத்துக்கு அல்ல. அவருடைய சிகை அமைப்பு யோகியுடையது போன்றது. வில்வ மாலை. மண்டையோடு; கங்கை (விண்ணுலகில் இருந்து பாயும் கங்கையின் வேகம் சிவபெருமானின் கேசத்தால் தடுக்கப்படுகிறது); நாகங்கள், உமையொரு பாகனின் அர்த்தநாரீஸ்வர அம்சத்தை குறிக்கும் ஆண், பெண் காதணிகள், நான்கு கரங்கள். உடுக்கையுமே கூட சிவ பெருமானின் இசைக்கருவியே. யோகியுமானவர்; நடனமாடும் போது அந்த உடுக்கைக்கு மேலும் கூடுதல் முக்கியத்துவம் வருகிறது.

சைவர்கள் இந்த சிவ பெருமானின் நடனத்தை எப்படிப் புரிந்துகொண்டிருக்கிறார்கள் என்று பார்ப்போம்: ‘எம்பெருமான்

ஆடலரசர். விறகுக்குள் நெருப்பு உள்ளுறைந்து இருப்பதுபோல் அவர் உயிருள்ளவை, உயிரற்றவை இவற்றில் கலந்து உள்ளுறைந்து இருக்கிறார். இரண்டையும் ஆட்டுவிக்கிறார்.'

திருவாதவூரார் புராணதத்தில் கடவுள் மாமுனிவரும், சிவஞான போதத்தில் மெய்கண்டதேவரும் சொல்லியிருப்பது: விறகுக்குள் வெப்பம் உள்ளுறைந்து இருப்பதுபோல் இறைவன் அனைத்தினுள்ளும் நிரம்பியிருக்கிறார். (ரோமாபுரியின் தத்துவ ஞானி எகார்ட் வான் ஹோக்கிம் சொன்னதை இங்கு ஒப்பிட்டுப் பார்க்கலாம்: காய்ந்த விறகுக்குள் நெருப்பு முழுமையாகவும் உள் ஊடுருவியும் கலந்திருப்பதுபோல் இறைவன் மனிதருக்குள் கலந்திருக்கிறார்.)

இந்த நடனம் சிருஷ்டி (படைப்பு, பரிணாமம்), ஸ்திதி (நிலைத்திருக்கச் செய்தல், காத்தல்) சம்ஹாரம் (அழித்தல், பரிணாமம்), திரபவம் (திரையிட்டு மறைத்தல், மாயை, ஓய்வு நிலை) அனுக்ரஹம் (முக்தி தருதல், கருணை) என சிவ பெருமானின் ஐந்து செயல்களைக் குறிக்கின்றன. பிரம்மா, விஷ்ணு, ருத்ரன், மஹேஷ்வரர், சதாசிவம் என ஐந்து தெய்வங்களால் மேற்கொள்ளப்படுபவையாகவும் இந்தச் செயல்கள் இருக்கின்றன.

இந்த பிரபஞ்சச் செயல்பாடுதான் சிவ தாண்டவத்தின் ஆதார அம்சமாக இருக்கின்றது. மேலும் சில மேற்கோள்கள் சொல்கிறேன்.

'உண்மை விளக்கம்', பாடல் 35 சொல்கிறது:

> தோற்றந் துடியதனில் தோயுந் திதியமைப்பிற்
> சாற்றியிடும் அங்கியிலே சங்காரம் – ஊற்றமா
> ஊன்று மலர்ப்பதத்தி லுற்றாதிரோ தம்முத்தி
> நான்ற மலர்ப்பதத்தே நாடு

'சிவ பெருமானின் உடுக்கை ஒலியிலிருந்து சிருஷ்டி ஆரம்பிக்கிறது. அயப ஹஸ்தம் உலகைக் காக்கிறது. கையிலிருக்கும் அக்னி அழிவைக் குறிக்கிறது. தூக்கி நிற்கும் கால் முக்தி அளிப்பதைக் குறிக்கிறது.' நான்காவது கரம் தூக்கி நிற்கும் காலைக் காட்டுவதன் மூலம் ஆன்மாவின் விடுதலையைச் சுட்டிக்காட்டவும் செய்கிறது.

'சிதம்பர மும்மணிக் கோவை' சொல்வது:

பூமலி கற்பகப் புத்தேள் வைப்பும்
நாமநீர் வரைப்பின் நானில வளாகமும்
ஏனைப் புவனமும் எண் நீங்கு உயிரும்
தானே வகுத்தது உன் தமருகக் கரமே
தனித்தனி வகுத்த சராசரப் பகுதி
அனைத்தையும் வகுப்பது உன் அமைத்த பொற்கரமே
தோற்றுபு நின்ற அத்தொல்லுலகு அடங்கலும்
மாற்றுவது ஆரழல் வைத்ததோர் கரமே
ஈட்டிய வினைப்பயன் எவற்றையும் மறைத்து நின்று
ஊட்டுவதாகு நின் ஊன்றிய பாதமே
அடுத்த இன்னுயிர்கட்கு அளவில் பேரின்பம்
கொடுப்பது முதல்வ நின் குஞ்சித பதமே
இத்தொழில் ஐந்தும் நின் மெய்த்தொழில்.

'உடுக்கை ஏந்திய தமருகக் கரம் தேவலோகத்தையும், மற்ற உலகங்களையும் எண்ணற்ற உயிர்களையும் சிருஷ்டி செய்கிறது. அபய ஹஸ்த பொற்கரம் உயிருள்ள உயிரற்றவை அனைத்தையும் காக்கிறது. அக்னிக் கலசம் ஏந்திய கரம் அனைத்தையும் மாற்றி அமைக்கிறது. ஊன்றிய பாதம் அன்றாட லௌகிக விஷயங்களில் உழலும் உயிர்களுக்கு இடமளிக்கிறது. தூக்கிய திருவடியாகிய குஞ்சித பாதம் நாடிவருபவர்களுக்கு நற்கதி அளிக்கிறது. இந்த ஐந்துமே உன் மெய்த்தொழில்களாகத் திகழ்கின்றன.'

திருமூலரின் திருமந்திர நூலில் 9வது தந்திரத்தில் இடம்பெறும் திருக்கூத்து தரிசனத்தில் கீழ்க்கண்டவாறு குறிப்பிடுகிறது:

எங்குந் திருமேனி எங்குஞ் சிவசத்தி
எங்குஞ் சிதம்பரம் எங்குத் திருநட்டம்
எங்குஞ் சிவமா யிருத்தலால் எங்கெங்குந்
தங்குஞ் சிவனருட் டன் விளையாட்டதே (2722)

ஒளியாம் பரமாம் உளதாம் பரமும்
அளியார் சிவகாமி யாகும் சமயக்
களியார் பரமும் கருதுறை யந்தக்
தெளிவாம் சிவானந்த நட்டத்தின் சித்தியே. (2726)

ஆன நடம்ஐந்து அகள சகளத்தர்
ஆன நடமாடி ஐங்கரு மத்தாக
ஆன தொழில்அரு ளால்ஐந் தொழில்செய்தே
தேன்மொழி பாகன் திருநட மாடுமே. (2727)

பூதங்கள் ஐந்தில் பொறியில் புலன்ஐந்தில்
வேதங்கள் ஐந்தின் மிகும்ஆ கமந்தன்னில்
ஓதும் கலைகாலம் ஊழியுடன் அண்டப்
போதங்கள் ஐந்தில் புணர்ந்தாடும் சித்தனே. (2730)

மாயையையும் மகா மாயையையும் கடப்பவர்களுக்கே இந்தக் களி நடனம் காட்சி கிடைக்கும்.

சத்தி வடிவு சகல ஆனந்தமும்
ஒத்த ஆனந்தம் உமையவள் மேனியாம்
சத்தி வடிவு சகளத்து எழுந்துஇரண்டு
ஒத்த ஆனந்தம் ஒருநட மாமே. (2769)

ஆகாச மாம்உடல் அங்கார் முயலகன்
ஏகாச மாம்திசை எட்டும் திருக்கைகண்
மோகாய முக்கண்கள் மூன்றொளி தானாக
மாகாய மன்றுள் நடஞ்செய்கின் றானே. (2774)

அப்படியாக ஆனந்தக் கூத்தனின் ஆடலே அனைத்திலும் வெளிப்படுகிறது.

இதுவே சிவ தாண்டவம். அண்ட வெளியில் நடக்கும் இந்தப் பெரு நடனமே நம் உடம்பிலும் மனத்திலும் நடக்கிறது என்பதை உணர்வதே மிகவும் அவசியம். எங்கும் இறைவன் இருக்கிறான்; எங்கும் மனம் வியாபித்திருக்கிறது. இன்னொரு பாடலில் இது இவ்விதம் வெளிப்படுகிறது:

ஆடிய காலும் அதிர்சிலம்பு ஓசையும்
பாடிய பாட்டும் பலவான நட்டமும்
கூடிய கோலம் குருபரன் கொண்டாடத்
தேடியு ளேகண்டு தீர்ந்தற்ற வாறே. (2760)

சிவ சிந்தனை அல்லாமல் பிற சிந்தனைகள் அனைத்தையும் மனத்தில் இருந்து அகற்றிவிடவேண்டும். உள்ளத்திலும் உடம்பிலும் சிவ நடனமே நடக்கும்வண்ணம் நம்மை மாற்றிக் கொள்ளவேண்டும். அதுவே பந்த பாசங்களில் இருந்து விடுபட ஒரே வழி.

'உண்மை விளக்கம்' மேலும் சொல்கிறது:

மோனந்த மாமுனிவர் மும்மலத்தை மோசித்து
தானந்த மனைடத்தே தங்கியிடும் ஆனந்தம்
மொண்டருந்த நின்றாடல் காணுமருள் மூர்த்தியாகக்
கொண்டதிரு அம்பலத்தான் கூத்து. (37)

மோனமாகிய ஞான வரம்பில் நிற்கும் சிறந்த முனிவர்கள் மும்மல வாசனையையும் அறவே நீக்கிவிடுவார்கள்; யான் எனும் செருக்கு அற்ற நிலையில் வெளிப்படும் சிவானந்த அமுதத்தை மொண்டு கண்களால் அருந்தும் பொருட்டு வெளியே புலப்பட நின்று சிவன் நடனம் ஆடுவார். அதுவே திருவருளையே காணும் வடிவமாகக் கொண்ட திருவம்பலத்தான் கூத்தாகும்.

மும்மலத்தை அழிக்கும் ஆன்ம ஞானிகள் தமது சுய போதத்தையும் அழித்துவிடுகிறார்கள். இப்போது அவர்கள் தமக்குள் பரம் பொருளை உணர்கிறார்கள். பேரானந்த நிலையில் இருக்கிறார்கள். அம்பலத்து ஆடலரசனின் ஆனந்த நடனத்தைக் கண் முன் காணும் பாக்கியம் பெறுகிறார்கள்.

'மோனந்த மா முனிவர்' என்ற பதத்துடன் திருமூலர் குறிப்பிட்டிருப்பதையும் ஒப்பிட்டுப் பார்க்கவேண்டும்.

'யோகிகள் அதி உன்னத மோன நிலையை அடையும்போது தம்மை முழுமையாக இழந்து அங்கு அசைவற்ற நிலையை அடைகின்றனர். அவர்கள் அப்போது நிர்மலமான ஆகாயத்தை எட்டுகின்றனர். அங்கு அவர்கள் பேரொளியைத் தரிசிக்கின்றனர். அங்கு அவர்கள் வேதாந்த ஞானம் பெறுகின்றனர். உள்ளுக்குள் ஆழ்ந்து அசைவற்ற நிலையை அடைகின்றனர்' என்று திருமூலர் குறிப்பிடுகிறார்.

சிவபெருமான் அழிவின் கடவுள். எரியும் சுடுகாட்டை விரும்புபவர். ஆனால் எதை அவர் அழிக்கிறார்? விண்ணையும் மண்ணையும் யுக முடிவில் அழிப்பது மட்டுமல்ல; ஒவ்வொரு தனியான ஆன்மாவையும் பிணைத்திருக்கும் விலங்குகளையும் அழிக்கிறார்.*

---

* அழிவு, அழிவு, அழிவு. உள்ளுக்குள் இருப்பவற்றை, தன்னகங்காரத்தை அழிப்பது, சுற்றி இருப்பவற்றை அழிப்பது. உங்களுக்கும் பிற உயிர் களுக்கும் அன்புடன் இடம் தரவேண்டும். அழிவு மிகவும் அவசியம். ஏனென்றால் அதற்குப் பின்னரே சிருஷ்டி சாத்தியமாகும். உலகில் உருவாக்கப்படுபவை எல்லாமே ஏற்கெனவே இருந்தவற்றின் சிதிலங்களில் இருந்து உருவானவையே. இந்த உலகில் புதியதென்று எதுவுமே இல்லை. வடிவம் மட்டுமே மாறுகிறது. அந்த வடிவங்களும் முழுமையாக அழிக்கப்படவேண்டும். நீங்கள் பருகும் கோப்பைகள் அனைத்தையும் உடையுங்கள் – லே லிவரே தெ மொனெல்லே – மார்செல் ஸ்க்வாப் – Le Livre de Monelle – Marcel Schwob).

சுடுகாடு என்பதை எதைக் குறிக்கிறது. அது எங்கே இருக்கிறது? பூத உடல்கள் எரிக்கப்படும் மயானம் அல்ல; பக்தர்களின் மனம் மயானம் போல் வெறுமையாக ஆக்கப்படவேண்டுமென்பதைக் குறிக்கிறது. ஒரு மனிதரின் சுய போதம் அழிக்கப்படவேண்டும்; மாயையும் கர்ம வினைகளும் அங்கு எரியூட்டப்படுகின்றன. அந்த மயானத்தில்தான் ஸ்ரீ நடராஜர் திரு நடனம் ஆடுகிறார். சுடலையாண்டி என்பது சிவ பெருமானின் இன்னொரு பெயர். அவரின் புன்னகையில் தில்லை நடராஜரின் பொன்னம்பல நடனத்தின் நளினத்துக்கும் சுடுகாட்டில் ஆடும் ஆனந்தக் கூத்துக்கும் இடையிலான வரலாற்றுத் தொடர்பையும் பார்க்க முடிகிறது.

வங்காளத்தில் சாக்தர்களிடையேயும் இந்த நடனம் பற்றிய கருத்துருவம் இடம்பெற்றுள்ளது. அங்கு சிவபெருமானின் பெண் அம்சமே அதாவது சக்தி ரூபமே மிகுதியாகப் போற்றப்படுகிறது. அங்கு இப்படியான நடனமாடுபவர் காளிதேவி. அவர் நம் மனத்தில் நிலைபெற வேண்டுமென்றால் நம் இதயம் நெருப்பால் சுத்தம் செய்யப்படவேண்டும். அனைத்தையும் துறந்து காலியாக்கவேண்டும். காளி தேவிக்கான ஒரு வங்காளப் பிரார்த்தனைப் பாடல்:

காளி மா... உனக்கு சுடுகாடு ப்ரியமானது
எனவே என் மனதை மயானமாக்கிவிட்டேன்
மின்னும் கரிய நிறத்தவளே... சுடுகாட்டில் ஆடுபவளே
அழிவற்ற பெரு நடனத்தை ஆடு
என் சிந்தையில் சூனியமல்லாமல் எதுவுமில்லை
ஓ காளி அன்னையே...
சுடுகாட்டுத் தீ இரவும் பகலும் எரிகிறது
காற்றில் எங்கும் பறக்கிறது இறந்தவரின் சாம்பல்
உன் வருகைக்காகக் காத்து நிற்கிறேன்
மரணத்தை வென்ற மஹாகாலன் உன் காலடியில்
உன் களி நடனம் ஆடியபடியே என்னில் நுழை
கண்கள் மூடி காளியே
உன்னை நான் கருத்தில் நிறைத்துக்கொள்கிறேன்.

தென்னிந்தியாவுக்குத் திரும்புகிறேன். நம் தமிழ் இலக்கியங்களில் சிவ பெருமானின் நடனம் விரிவாக விவரிக்கப்பட்டுள்ளது.

'சிவஞான சித்தியார்', சுபக்க மூலம் நூலில் சொல்பவை: உலகில் இருக்கும் எண்ணற்ற ஆன்மாக்களுக்கு இகம், பரம் எனும் இரு

உலகத்து நன்மைகளும் முக்தியும் கிடைக்க எம்பெருமான் ஐம்பூதங்களாலான தன் நடனத்தை ஆடுகிறார்.

மீண்டும் 'உண்மை விளக்கம்' சொல்வதைப் பார்ப்போம்:

சிவாயநம என்னும் திருவெழுத்தஞ்சாலே
அவாயமற நின்றாடுவான்

சிவபெருமான் திரு ஐந்தெழுத்தையே திருமேனியாகக் கொண்டு உயிர்களின் துன்பத்துக்குக் காரணமான பிறப்பு அறுபடும்படி நின்று ஆடுவார்.

மாயை தனையுதறி வல்வினையைச் சுட்டுமலம்
சாய அமுக்கி அருள் தாளெடுத்து – நேயத்தால்
ஆனந்த வாரிதியில் ஆன்மாவைத் தானழுத்தல்
தானெந்தை யார்பரதம் தான்

துடியை அசைத்துப் பக்குவமடைந்த ஆன்மாவின் உணர்விலிருந்து மாயையை விலக்குகிறார். ஹோம அக்னியை ஏந்தியுள்ள கை அந்த ஆன்மாவின் தொல்வினைகளை முளைக்காதபடி அழிக்கும். ஊன்றுந் திருவடியானது ஆணவம், மலம், அவித்யா ஆகியவற்றை அழிக்கும். தூக்கிய திருவடி ஆன்மாவை ஆனந்த நிலைக்கு இட்டுச் செல்லும். இந்தத் திருநடனத்தைத் தரிசிப்பவர்களுக்கு மறு பிறவியே கிடையாது.

உலக நிகழ்வுகள் எல்லாம் இறைவனின் திரு விளையாடல் என்று சைவ இலக்கியங்கள் குறிப்பிடுகின்றன. திருமூலர் இது பற்றிச் சொல்லும்போது, அழிவற்ற நடனமே அவருடைய திருவிளையாடல்தான் என்கிறார். பரவச நிலையின் பாடல் (Skryabin's Poem of Ecstasy) என்ற ஸ்க்ர்யபினின் படைப்பில் என்ன சொல்லியிருக்கிறாரென்றால் ஹிந்து சிற்பி நடராஜரின் எந்த மகத்தான நடனத்தைச் சிலையாக வடித்தாரோ அதையே பாடியிருக்கிறார்.

உயிராற்றல் (புருஷ சக்தி) துடிக்கிறது.
உயிர் ஏங்குகிறது.
உயிராற்றல் விசித்திர நிலையில் (யோக மாயையின்)
அனைத்தையும் உருவாக்குகிறது.
அன்பின் களிப்பில் (பேரானந்தத்தில்) தன்னை ஒப்புக்
கொடுக்கிறது.
தான் படைத்த சிருஷ்டி மலர்கள் (பிரபஞ்சம்) மத்தியில்
எல்லையற்று நீள்கிறது முத்தம்...

படைப்பின் அழகு கண்களை மயக்க
அவன் ஓடுகிறான்.
துள்ளிக் குதிக்கிறான்; சுழன்று ஆடுகிறான்.
தன் ஆடலில் (திருவிளையாடலில்) உற்சாகம், பேரானந்தம்,
காதல் போராட்டத்தில் விட்டு விடுதலையாகி,
தெய்வ நிலை எட்டுகிறான்.
இலக்கற்ற செயல்களின் மாபெரும் களியாட்டத்தில்
பரஸ்பர ஏக்கங்களின் கூடலில்
காதல் மட்டும் பிரக்ஞையில்.
உயிராற்றல் தெய்வ நிலையின் இயல்பைக் கண்டடைகிறது
(ஸ்வபாவம்)...
ஓ என் இனிய உலகமே... என் வாழ்வே...
என் மலர்தலே... என் பரவசமே
உன் ஒவ்வொரு தருணமும் நான் உருவாக்குபவையே.
முந்தைய அனுபவங்கள் அனைத்தையும் மறுதலித்தபடி
முடிவற்ற மறுதலிப்பு (நேதி நேதி; இது அல்ல; அது அல்ல)...
ஆடலை அனுபவித்து, ஆனந்தப் புயலில் சிக்கி முக்கி
பரவசத்தின் பெருவெளியில் கடுகி விரைகிறான்
முடிவற்ற நிலையாமையில் (சம்சார சாகரம், நித்ய பாவம்)...
இலக்கற்ற, இந்த முடிவற்ற பறத்தலில் தெய்விக நிலையில்
உயிராற்றல் தன்னை உணர்ந்துகொள்கிறது.
சித்தத்தின் வலிமையில், தனிமையில், விட்டு விடுதலையாகி.
முடிவற்ற சிருஷ்டி, முடிவற்ற ஒளிர்தல், முழுவதும் உயிர்ப்பு
தெய்விக வழிகளில் பல்வேறு வடிவங்களில் தன்னை
வெளிப்படுத்துகிறான்...
ஓ என் உலகே உன்னில் நான் உறைகிறேன்.
என்னைப் பற்றிய உன் கனவின் மூலம் என் இருப்பு நிகழ்ந்தது.
விடுதலையின் ஓர் அலை... பேரானந்தத்தின் ஓர் அலை
ஒரு மாபெரும் எரிமலை வெடிப்பு (மஹா பிரளயம்)
இந்த பிரபஞ்சத்தை (சம்சார சாகத்தை) அரவணைத்து
உள்ளிழுக்கிறது.
உயிர் அதன் உன்னத நிலையை எட்டுகிறது.
முடிவற்ற அலையடிப்பை உணர்கிறான்
சுந்தர மனதின் தெய்விக ஆற்றலே (சக்தி)...
அனைத்துக்கும் துணிந்தவன்
அச்சமாக இருந்தது இப்போது ஆர்ப்பாட்டமாகிவிட்டது.
அபாயமாக இருந்தது இப்போது ஆனந்தமாகிவிட்டது.
பிரபஞ்சம் பெருங்களிப்பில் ஆடும் என்னில் எதிரொலிக்கிறது.

சிவபெருமானின் எங்கும் எதிலும் நீக்கமற நிறைந்திருக்கும் அம்சம் ஏதோ அழியும் மாக்களுக்கு மகிழ்ச்சியைத் தருவதற்காக அவர் ஆடுவதுபோல் சொல்லப்படுகிறது. ஆனால், பிரபஞ்சத்தில் உயிர் வாழ்க்கையை நிலை நிறுத்தவே அவருடைய நடனம் நடக்கிறது. முக்தி தேடுபவர்களுக்கு அதை வழங்கவே நடக்கிறது. மனித நடனக் கலைஞர்களின் நடனத்தை நாம் சரியாகப் புரிந்து கொண்டால், அவையுமே கூட விட்டு விடுதலையாவதை இலக்காகக் கொண்டே நிகழ்த்தப்படுவதைப் புரிந்துகொள்ள முடியும்.

எம்பெருமானின் நடனமானது அவருடைய சுயத்தின் வெளிப்பாடு. ஒவ்வொரு அசைவும் ஸ்வபாவமாக வெளிப்படுபவை. தன்னிச்சையாக, எந்தவொரு இலக்கும் எதிர்பார்ப்புகளும் இன்றி வெளிப்படுபவை. ஏனென்றால் இறைவன் வேண்டுபவை வேண்டாதவை, இலக்குகள், நோக்கங்கள் ஆகியவற்றைக் கடந்தவர்.

இன்னொரு கோணத்தில் சிவபெருமானின் நடனம் என்பது, சி-வா-ய-ந-ம என்ற பஞ்சாக்ஷரத்துடன் தொடர்புடையதாகச் சொல்லப்படுகிறது. இந்த ஐந்து அக்ஷரங்களையும் தியானித்தால் ஆன்மாவானது ஒளியும் இருளும் அற்ற பரவெளிக்குச் சென்று சேர்ந்துவிடும். அங்கு சிவமுடன் சக்தி ஐக்கியமாகிவிடும் என்று 'உண்மை விளக்கம்' கூறுகிறது.

உண்மை விளக்கத்தின் இன்னொரு பாடல் சொல்கிறது:

ஓங்கார மேதற் றிருவாசி உற்றதனில்
நீங்கா எழுத்தே நிறைசுடராம் – ஆங்காரம்
அற்றார் அறிவரணி அம்பலத்தான் ஆடலிது
பெற்றார் பிறப்பற்றார் பின்

எம்பெருமானுக்கு உப அங்கமாக, பின்புலமாக உள்ள திருவாசி, ஓங்காரமாகும். அந்தத் திருவாசியில் அமைந்துள்ள சுடர்கள் ஓங்காரத்தின் நீங்காத மாத்ருகாக் கரங்கள் ஆகும். அதில் இருந்து நீங்காத எழுத்தே நிறைசுடர். ப்ரணவத்தை விட்டு நீங்காத பஞ்சாக்ஷரமே உள்ளொளி.

யான் எனது என்ற கர்வம் இல்லாதவர்களே திருவம்பலத்தானின் ஆடலின் இந்த அம்சத்தை அறிந்துகொள்ளமுடியும். அவர்கள் அதன் பின் பிறப்புகள் அறுபட்டு முக்திநிலையை எட்டி விடுவார்கள். இதுவே சிதம்பர நடராஜரின் திரு நடனம் சொல்லும் உண்மை.

இந்த திருவாசி (அலங்கார வளைவு) பற்றி 'திரு அருட்பயன்' மேலும் தெளிவாக விளக்குகிறது. இது இயற்கையின் நடனமாகச் சொல்கிறது.

ஊன நடனம் ஒருபால் ஒருபாலாம்
ஞானநடம் தான்நடுவே நாடு

இயற்கையின் முடிவற்ற நடனம் ஒரு பக்கம் நடக்கிறது. ஞானத்தின் நடனம் வேறொரு பக்கம் நடக்கிறது. பிந்தையதன் நடுவாந்தரத்தில் மனதை நிலை நிறுத்து என்று சொல்கிறது.

திரு. நல்லசாமி பிள்ளை இது தொடர்பாகத் தந்திருக்கும் விளக்கத்தை இங்குத் தருகிறேன்: முதல் நடனம் பருப்பொருள் சார்ந்தது. பௌதிகம் மற்றும் தனியான ஆற்றல் சார்ந்தது. இதுவே திருவாசி, ஓங்காரம். காளியின் நடனம் இது. இன்னொன்று சிவபெருமானின் நடனம். பஞ்சாக்ஷரமானது ஓங்காரத்தில் இருந்து பிரிக்க முடியாதது. அர்த்தமாத்ரா அல்லது ப்ரணவத்தின் நான்காவது எழுத்து சதுர்த்தம் மற்றும் துரியம். சிவபெருமான் தானாக இச்சை கொள்ளாமலோ அவராக ஆடாமலோ முதல் நடனம் சாத்தியமில்லை.

திருவாசியே பிரகிருதியைக் குறிக்கிறது. அதற்குள் சிவபெருமான் தன் தலை, கைகள், கால் கொண்டு அந்த வளைவைத் தொட்டுக் கொண்டு ஆடுவதென்பது எம்பெருமான் அகில உலகிலும் நிறைந்து நிற்கிறார் (புருஷ) என்பதைக் குறிக்கிறது. இந்த இரண்டின் நடுவே அதாவது, சி-வ என்ற பதங்களுக்கும் ந-ம என்ற பதங்களுக்கும் இடையே 'ய' என்ற எழுத்து இருப்பதுபோல் தனியான ஆன்மா இருக்கிறது.

அப்படியாக, சிவபெருமானின் இந்த நடனத்தின் உள்ளார்ந்த பொருளாக நமக்குக் கிடைத்திருப்பதைச் சுருக்கமாகச் சொல்கிறேன்.

சிவபெருமானின் நடனம் மூன்று அடுக்குகளைக் கொண்டது. பிரபஞ்சத்தினுள் நடக்கும் அனைத்துச் செயல்களும் அவருடைய திருவிளையாடலே என்பதைக் குறிப்பால் உணர்த்தும் பிம்பம் அது. பிரபஞ்சமானது திருவாசியாக (வளைவாக) சித்திரிக்கப் பட்டிருக்கிறது. இரண்டாவதாக, இந்தப் பிரபஞ்சத்தில் இருக்கும் எண்ணற்ற ஆன்மாக்களை மாயையில் இருந்து விடுவித்து முக்தி அடையச் செய்வதே எம்பெருமானின் திரு நடனத்தின் நோக்கம். மூன்றாவதாக இந்த நடனம் நடக்கும் இடமான சிதம்பரமே இந்த

உலகின் மையம். அது ஒவ்வொரு ஆன்மாவின் இதயத்திலும் உள்ளது.

இந்த நடனம் தொடர்பான கலை அழகியல் சார்ந்த விமர்சனத்தை இதுவரை நான் சொல்லவில்லை. சிவபெருமானின் நடனத்தை உறைந்த சிலை என்பதில் இருந்து விலகி வந்து அற்புதமான அல்லது முழுமையடைந்திராத இலக்கியப் படைப்புகளில் இருந்து மேற்கோள் காட்டி விளக்கியிருக்கிறேன். விஞ்ஞானப் பார்வை, மத சிந்தனை, கலை அழகு என அனைத்தும் கலந்து உருவான மகத்தான படைப்பு இது என்பதில் எந்தவொரு சந்தேகமும் இல்லை.

இப்படி ஒரு மகத்தான சிந்தனை ரிஷிகளும் கலைஞர்களுமான அவர்களுக்கு எப்படித் தோன்றியது? யதார்த்தத்தின் சித்திரம்; வாழ்வில் சிக்கல்களுக்கான விடுதலை; இயற்கையின் ஆதாரக் கோட்பாடு; ஏதோ ஒரு நபருக்கோ ஓர் இனத்துக்கோ ஒரு நூற்றாண்டைச் சேர்ந்தவர்களுக்கோ மட்டுமல்ல; எக்காலத்துக்கு மான தத்துவஞானிகளுக்கும் கலைஞர்களுக்கும் பக்தர்களுக்கும் பொருந்தும்படியான சிந்தனை. சிற்பம் போன்ற உறை கலைகளில் தமது வாழ்வின் உள்ளொளியை வெளிக்கொணர பிரமப் பிரயத்தனப்படும் நபர்களுக்கெல்லாம் இந்த நடனம் எவ்வளவு நளினமாக எவ்வளவு வலிமையாக ஒரு மகத்தான முன்மாதிரியாகத் திகழ்கிறது.

தனித் துறை சார்ந்த நிபுணத்துவம் பெருகிவரும் இந்நாட்களில் இப்படியான பல்துறை சாதனை நமக்கு மிகவும் அசாதாரண மானதாகவே தென்படுகிறது. ஆனால், இப்படியான ஒன்றை உருவாக்கியவர்களுக்கு அந்நாட்களில் வாழ்க்கை என்பது இப்படியாக, தனித்தனியாக, ஒன்றுடன் ஒன்று கலக்காத பிரிவு களாக இருந்திருக்கவில்லை. அதேநேரம் தனியான படைப்புகளை விமர்சிக்கும்போது (இசையின் கலைச் சொற்களின் அடிப்படையில் சொல்வதானால்) அது அடிப்படை தாள லயங்களை மிக நுட்பமாகவும் அழுத்தமாகவும் தவிர்க்கமுடியாத வகையில் வெளிப்படுத்தக்கூடும் என்பதையும் கவனத்தில் கொள்ளத் தவறிவிடுகிறோம்.

இந்த மகத்தான கலைப்படைப்பின் ஒவ்வொரு அங்கமும், அங்குலமும் வறட்டுக் கோட்பாடு சார்ந்தோ வெறும் மூட நம்பிக்கை சார்ந்ததாகவோ இல்லை; நேரடியாக, வெளிப் படையாகப் புரிந்துகொள்ளமுடியும்படியாக இருக்கின்றன.

இன்றைய கலைஞர் ஒருவர் எவ்வளவு மிக உன்னதமானவராக இருந்தபோதிலும் சிவ நடனம் (தாண்டவம்) போன்ற அனைத்து அறிவுத்துறை மற்றும் கலைத்துறைகளும் மதித்துப் போற்றும் படியான ஒன்றை உருவாக்கிவிடமுடியாது.

காலம் முடிவற்றது என்பதைப் புரிந்துகொண்டால், ஒரு காலகட்டத்தின் மாறுபாடுகள் பல்வேறு நிலவியல் வெளிகளையும் காலவெளிகளையும் கடந்துசெல்வதைப் புரிந்துகொள்ளமுடியும். உடுக்கையின் மூலம் குறிப்பால் உணர்த்தப்படும் கால மாறுபாடு, நிலையற்று மாறும் மற்றும் அழிக்கும் நெருப்பு ஆகியவை மிகவும் முக்கியமானவை. இவையெல்லாம் பிரம்மாவின் இரவு பகல் கோட்பாட்டைக் குறிக்கும் குறியீடுகள்.

பிரம்மாவின் இரவில் இயற்கை செயலற்ற நிலையில் இருக்கிறது. சிவபெருமான் விரும்பாதவரையில் இயற்கையின் உயிர்ப்பு (நடனம்) நடைபெற வாய்ப்பு இல்லை. சிவன் தன் செயலற்ற நிலையில் இருந்து பெரும் பரவசத்துடன் கிளர்ந்தெழுந்து நடனமாடத் தொடங்குகிறார். உறைந்த நிலையில் இருக்கும் பருப் பொருட்களினூடாக நடன அதிர்வுகளும் (உடுக்கையின்) ஒலி அலைகளும் ஊடுருவுகின்றன. இயற்கையும் (உயிர்களும்) எழுந்து அவரைச் சுற்றியே ஆடத்தொடங்குகின்றன (சிருஷ்டி). பெரு நடனத்தின் அத்தனை அம்சங்களையும் அவரே நிலை நிறுத்துகிறார். ஒரு யுகம் முடியும் நிலையில், நடனமாடிக் கொண்டேயிருப்பவர், அனைத்து வடிவங்களையும் உருவங் களையும் பெயர்களையும் நெருப்பு கொண்டு அழித்து புதிய செயலற்ற நிலையை (யுக முடிவு) உருவாக்குகிறார். இது இலக்கியம் / கவிதை மட்டுமல்ல; விஞ்ஞான உண்மையும் கூட.

நடராஜர் சிலை, கடந்த காலத்தில் பல தலைமுறைகளினால் போற்றிப் புகழப்பட்டிருப்பதில் வியப்பு எதுவும் இல்லை. அனைத்துவிதமான மறுதலிப்புகளைக் கேட்டிருக்கிறோம். அனைத்து மத நம்பிக்கைகளுக்கும் பழங்குடிகளின் மூட நம்பிக்கையில் வேர்களைத் தேடும் நபர்கள் எத்தனையோ பேரைப் பார்த்திருக்கிறோம்; எல்லையற்ற பிரமாண்டத்தையும் எல்லையற்ற அணுத்துகளையும் ஆராய்பவர்களைப் பார்த்திருக்கிறோம். அனைத்தையும் கடந்து இன்றும் நாம் தில்லை நடராஜரை வணங்கு பவராக மதித்துப் போற்றுபவராகவே நீடித்தும் வருகிறோம்.

7

பல கரங்கள் கொண்ட இந்தியச் சிலைகள்

இந்தியச் சிற்பக் கலையில் பல கரங்கள் கொண்ட சிலைகள் பற்றிக் குறிப்பிடும் சில கலை ஆய்வாளர்கள், இந்தத் தனித்தன்மை வாய்ந்த அம்சத்தை ஏதோ மன்னிக்க முடியாத பிழை என்பதுபோல் குறிப்பிடுகிறார்கள்.

திரு வின்செண்ட் ஸ்மித் இது பற்றி எழுதும்போது, 'கி.பி.300க்குப் பின்னர், இந்திய சிற்பக் கலை என்று சொல்லப்படுவதானது ஒரு கலை என்று மதிக்கத் தக்கதே இல்லை. சிற்பங்களில் இடம்பெற்றிருக்கும் மனித மற்றும் விலங்கு உருவங்கள் எல்லாம் மிகவும் இறுக்கமானதாகவும் சம்பிரதாயமானவையாகவும் இருக்கின்றன. வலிமை (சக்தி) என்ற கருத்தாக்கமானது உறுப்புகளின் பெருக்கத்தின் அடிப்படையில் மோசமான முறையில் சித்திரிக்கப்பட்டுள்ளன. மத்திய காலக் கோவில்களின் சுவர்கள், கூரைகளில் கூட்டமாக இடம்பெற்றிருக்கும் பல தலைகள், பல கைகள் கொண்ட கடவுளர் சிலைகள் எல்லாம் எந்தவொரு ரசனையும் கொண்டவையாக இல்லாமல் பெரிதும் அழகற்றும் விகாரமாகவும் காட்சியளிக்கின்றன' என்று குறிப்பிட்டிருக்கிறார்.

திரு மாஸ்கெல் சொல்கிறார்: 'விலங்குகளின் தலைகளைக் கொண்டதும் பல கைகள் கொண்டதுமான இந்தக் கடவுளர் சிலைகள் அழகற்றுக் காணப்படுகின்றன'.

சர் ஜார்ஜ் பேர்ட்வுட் சொல்கிறார்: 'புராண தெய்வங்களின் பூதாகரமான உருவங்கள் கலையின் மேம்பட்ட வெளிப்பாடு களுக்கு உகந்தவை அல்ல. இதுவே இந்திய சிற்பமும் ஓவியமும் நுண்கலை வடிவங்களாக இந்தியாவில் அறியப்படாமல் இருப்பதற்கான காரணமாக இருக்கும்'. ('இந்தியா போன்ற ஒரு நாட்டில் மனத்துக்கு அல்லது ஆழமான கலை உணர்வுகளுக்கு ஏற்றதாக எதையும் நாம் எதிர்பார்க்கக்கூடாது' என்று பி.ஹெச்.பேடன் பவல் சொல்லியிருப்பதையும் இங்குக் குறிப்பிடுகிறேன்.)

1910 வாக்கில் இந்திய சிற்பங்கள், ஓவியங்கள் பற்றி வின்செண்ட் ஸ்மித்தின் கருத்துகள் பெருமளவுக்கு மாற்றமடைந்தன என்பதையும் இங்கு குறிப்பிடவேண்டும்.

இதுபோன்று ஏராளமான மேற்கோள்களை எடுத்துக்காட்ட முடியும். ஆனால், இப்படியான எண்ணம் கொண்ட கலை விமர்சகர்கள், ஆய்வாளர்கள் இருக்கிறார்கள் என்பதைப் புரியவைக்க இங்குச் சுட்டிக் காட்டியிருப்பவையே போதுமானது என்று நினைக்கிறேன்.அவர்களைப் பொறுத்தவரையில் இந்திய சிற்பக் கலையில் கடவுளர்களின் சிலைகள் பல கைகள், முகங்கள் கொண்டதாக இருப்பதும் விலங்கு உருவங்கள் கொண்டதாக இருப்பதும் எல்லாம் மிகப் பெரிய குறை. அந்தக் கலைப் படைப்புகளின் சிறப்பு பற்றிச் சொல்ல எதுவுமே இல்லை என்ற எண்ணம் கொண்டவர்களாகவே இருக்கிறார்கள்.

இதுபோன்ற விமர்சனங்களுக்கு பதில் சொல்லும் வகையில் சமோதரஸ் வெற்றிச் சிலை (Winged Victory of Samothrace இறக்கைகள் கொண்ட பெண் உருவம்), ஹிப்னாஸின் தலை போன்ற கிரேக்க உதாரணங்களையோ சேக்மெட் சிலை (Sekhmet) அல்லது எகிப்தின் விலங்கு உருவம் கொண்ட கடவுளர்கள் சிலைகளையோ பைசண்டைன் சிலைகள் அல்லது மத்திய கால தேவதைச் சிலைகள் அல்லது நவீன காலத்திய திரு ரோடின் போன்றோரின் சிலைகள் இவற்றை எடுத்துக்காட்டிப் பேசுவதில் எந்தப் பலனும் இருக்கப்போவதில்லை. ஏனென்றால் மேலே சொன்னவர்களின் விமர்சன அளவுகோலின்படிப் பார்த்தால் இந்தச் சிலைகள் எல்லாமேகூட, அவர்கள் தமது கலை விமர்சனக்

கோட்பாட்டுக்கு உண்மையாக இருந்தால், இதே மாதிரியான விமர்சனங்களையே எதிர்கொள்ளவேண்டியிருக்கும்.

இந்த இடத்தில் கொஞ்சம் விலகிச் சென்று ஒரு விஷயம் சொல்கிறேன். மிகவும் தெளிவாக வெளிப்படையாகத் தெரியும் ஒரு விஷயத்தை மீண்டும் சொல்லப் போகிறேன். என்னைக் கொஞ்சம் மன்னிக்கவும். இந்திய சிற்பக் கலை பற்றி ஆய்வு செய்பவர்களும் வரலாற்று ஆய்வாளர்களும் மட்டுமே இந்த விமர்சனத்தை முன்வைத்திருக்கிறார்கள். சிற்ப / ஓவியக் கலைஞர்களோ கலை அழகியல் நிபுணர்களோ இப்படிச் சொல்லி நான் கேள்விப்பட்டதே இல்லை. எனவே இந்த அத்தியாயத்தில் நான் சொல்பவை,இந்திய சிற்பக் கலை பற்றி ஆய்வு செய்பவர் களுக்கும் வரலாற்று ஆய்வாளர்களுக்கும் சொல்லும் பதில் மட்டுமே. மற்றவர்கள் இவற்றைத் தாண்டிச் சென்றுவிடலாம்.

இந்திய சிற்பங்கள் பற்றி மேற்கோள் காட்டியிருப்பவற்றை முதலில் விளக்கியாகவேண்டும். அப்போதுதான் கலை வெளிப்பாடு, கலை இலக்கு பற்றிய புரிதலுக்கு வரமுடியும். அதற்கு முதலில் மிகவும் வசீகரமான சிலைகள் / சிற்பங்கள் எவை என்று பார்த்து அவற்றை மீளுருவாக்கம் செய்ய முடியும்.

ஆனால் இந்தக் கலைத் தீர்மானமானது பரவலாக இருக்கும் பிழையான புரிதலின் விளைவாக உருவானது மட்டுமே. இந்திய, கிரேக்க, எகிப்திய சிலைகள் தொடர்பான விமர்சனங்களில் பொருட்படுத்தத் தகுந்தவற்றை முதலில் எடுத்துக்கொண்டு பார்ப்போம். வெறுமனே அதிக கைகள், அதிக தலைகள் இருக்கின்றன என்பது போன்ற விமர்சனங்களை விட்டுவிடுவோம்.

ஒரு சிலை அல்லது ஓவியம் எந்த அளவுக்கு உயிரோட்டத்துடன் வெளிப்பட்டிருக்கிறது என்பதன் அடிப்படையிலேயே அது புகழத் தகுந்ததாக ஆகிறது என்று லியனார்டோ டாவின்ஸி குறிப்பிட்டிருக் கிறார். உயிருள்ளவற்றின் உணர்வுகளை அவற்றின் அசைவு களுடன் இணைத்து ஒரு சிற்பம் அல்லது ஓவியம் எந்த அளவுக்கு லயமுடன் வெளிப்படுத்துகிறது என்பதுதான் முக்கியம் என்று சேய் ஹோ (Hsieh Ho) குறிப்பிட்டிருக்கிறார். ஒருமை, உயிர்த்துடிப்பு, எல்லையற்ற தன்மை, கலை அமைதி ஆகிய நான்கு அம்சங்களும் ஒரு சிற்பத்தில் / ஓவியத்தில் இருக்கவேண்டும் என்று திரு ஹோம்ஸ் குறிப்பிட்டிருக்கிறார்.

வேறு வார்த்தைகளில் சொல்வதென்றால் ஒரு கலைப்படைப்பு உயிர்த்துடிப்பு மிகுந்ததாகவும் லயம் மிகுந்ததாகவும்

இருக்கவேண்டும். குறிப்பிட்ட வழிமுறையில், வடிவமைப்பில் அது சித்திரிக்கும் விஷயத்தை நம்மால் அழுத்தமாக உணர முடிவதாக இருக்கவேண்டும்.

இந்தக் கோணத்தில் பார்த்தால், ஒவ்வொரு கலைப்படைப்பையும் அவற்றின் சிறப்பு அம்சங்களின் அடிப்படையில் மதிப்பிட வேண்டும் என்பதே சரி. இதை எளிமையாகச் செய்துபார்க்கலாம். பல கைகள், தலைகள் கொண்ட ஒரு சிற்பத்தில் திரு ஹோம்ஸ் குறிப்பிட்டிருக்கும் நான்கு அம்சங்களில் ஏதேனும் ஒன்று குறைவாக இருந்தால் அந்தக் கலைப்படைப்பு தரத்தில் குறைவானது அல்லது கலை அழகு அற்றது என்று சொல்லலாம். அல்லது அந்தக் கலைப்படைப்பு நம்மால் ஆழமாக உணரப் படாமல் போகிறது என்றால் அது கலை நயம் குறைவானது என்று எடுத்துக்கொள்வோம். ஆனால், இந்த நான்கு குணங்கள் அதற்கு இருந்தாலோ ஆழமான உணர்வுகளை நமக்கு உணர்த்துவதாக இருந்தாலோ அதற்குப் பிறகும் கை, தலைகளைக் கணக்குப் போட்டுப் பார்த்துக் கொண்டிருக்கவேண்டுமா என்ன?

ஒரு கலைஞர் (சிற்பி) தான் எதைப் படைக்கவேண்டும் என்று தீர்மானிப்பதில்லை. சிற்ப சாஸ்திர நூல்களில் இந்தக் கடவுளின் சிலையை இந்த விதமாக வடிக்கவேண்டும் என்று இருக்கும் விதிமுறைகளின்படி அதை அவர் வடிக்கிறார். உதாரணமாக நடராஜர் சிலைக்கு நான்கு கரங்கள்; பிரம்மாவுக்கு நான்கு தலைகள்; மஹிஷாசுரமர்த்தினிக்குப் பத்து கரங்கள்; விநாயகருக்கு யானைத்தலை என்று வரையறுக்கப்பட்டுள்ளன.

நமது நவீன கால விமர்சகர்கள் என்ன சொல்கிறார்களென்றால், இப்படியாக விதிமுறைகளுக்கு உட்பட்டுச் செய்யப்படுபவை கலைப் படைப்பாக இருக்கமுடியாது என்கிறார்கள். ஆனால், புனித நூல்களில் சொல்லப்பட்டிருக்கும் உருவங்கள், விதிமுறைகள் எல்லாம் மிகவும் சிரமமானவை. ஒரு படைப்பு அவற்றில் எந்த அளவுக்கு வெற்றி பெற்றிருக்கிறது என்பதைக் கணக்கில் கொள்ளவேண்டும் என்று சொல்வதே நியாயமாகவும் நிதானமான விஷயமாகவும் இருக்கும். இந்த விதிமுறைகளுக்கு உட்பட்டு இந்தக் கடுமையான விதிகளைப் பூர்த்தி செய்து காட்டுவ தென்பதுதான் கலை மேதைமை. ஒரு கலை வரலாற்று ஆய்வாளர், விமர்சகர் ஆகியோரின் நோக்கம் இப்படியான வெற்றி அந்தப் படைப்பில் இருக்கிறதா என்று பார்ப்பதாகவே இருக்கவேண்டும்.

ஜாவா தீவில் கிடைத்த மஹிஷாசுரமர்த்தினி சிலையில் அம்மனுக்குப் பத்து கரங்கள் இருக்கின்றன. மஹிஷாசுரனை அவர்

வதம் செய்கிறார். இந்த இடத்தில் அவர் ஆக்ரோஷமாகத் தன் முழு வலிமையையும் வெளிப்படுத்துகிறார். இருந்தும் கோபமாகவோ கொடூரமானவராகவோ இல்லை. ஒருவித மென் சோகம் அவர் முகத்தில் தென்படுகிறது. தவிர்க்க முடியாத, செய்தேயாக வேண்டிய ஒன்றைச் செய்யும்போது ஞானவான்களின் மனதில் உருவாகும் மென் சோகம். நாடகத்தில் தன் பாத்திரத்தை விலகி நின்று நடிக்கும் பக்குவம் அவர் முகத்தில் தென்படுகிறது.

இந்தச் சிலை சிதிலமடைந்த நிலையில்தான் கிடைத்திருக்கிறது. இருந்தும் ராஜஸ உணர்வை மிக நளினமாக, இதமாக வெளிப் படுத்துவதை நன்கு உணரும்படியாகவே இருக்கிறது. இந்த மன அமைதியும் இதமான தன்மையும் ஒட்டு மொத்தச் சிலையின் அசைவு முழுவதிலும் அழகாக ஒத்திசைவுடன் வெளிப்படும் வகையில் வடிவமைக்கப்பட்டுள்ளது. சிலையின் எந்தவொரு பகுதியும் வேறொன்றுடன் முரண்படவில்லை. முழு ஒத்திசைவும் சிலையில் வெளிப்படுகின்றது. இதையே கலை ஒருமை என்று சொல்கிறோம். இப்படி அருமையான சிற்பத்தைப் பத்து கைகள் இருக்கின்றன என்ற காரணத்துக்காக விமர்சிப்பது சரியல்ல.

நடராஜர் நடனச் சிலையை எடுத்துக் கொள்வோம். அதன் தாள லயம், உலகச் செயல்பாடுகள், உயிர்கள் அனைத்துக்கும் அடி நாதமாக இருக்கும் ஆதி லயம், சக்தி எல்லாம் அதில் அற்புதமாகச் சித்திரிக்கப்பட்டுள்ளன. அசைவும் லயமும் ஒன்றிணைந்த நிலை.

ஹிரண்யகசிபுவின் மரணம் பற்றிய சிலையைப் பார்த்துவிட்டு விகாரமாக இருப்பதாகச் சொல்லலாம். ஆனால், இந்தத் தோற்றத்தைக் காரணம் காட்டி விமர்சிப்பது சரியல்ல என்பது நமக்கு வெகு காலத்துக்கு முன்பே நன்கு தெரியும். இறை நம்பிக்கையற்ற அரசனை நர-சிம்ம வடிவில் தெய்வம் வந்து கொல்லும் புராணக் கதை நிகழ்வானது இதைவிட வேறு எப்படிச் சித்திரிக்கப்படமுடியும். மடியில் கிடத்தப்பட்டிருக்கும் மன்னனின் மார்பைக் கிழிக்கும் கைகள், முகத்தில் தென்படும் அலட்சியமான புன்னகை, கண்களில் தென்படும் கோபம் – இதைவிட அந்தப் பயங்கரக் காட்சியை எப்படிச் சித்திரிக்கமுடியும்? அந்தப் புராண கதாபாத்திரத்தின் உணர்வு நிலைகளை இந்தச் செய்கைகளே மிகத் துல்லியமாகச் சித்திரிக்கமுடியும். இந்தக் காட்சி சிறப்பாக இல்லையென்றால் வேறு எதுதான் அப்படி இருக்கமுடியும். உள்ளார்ந்த இயல்புடன் வெளிப்படும் இந்தச் சிலையைக் கிரேக்க லோகூன் (Laokoon கிரேக்க ட்ராஜன் புரோகிதரையும் அவருடைய

இரண்டு மகன்களையும் பாம்புகள் சுற்றி வளைத்துத் தாக்கும் காட்சி) சிலையுடன் ஒப்பிட்டுப் பார்க்கலாம்.

இதுபோன்ற உருவங்களுக்குப் பல கைகள் இருப்பதை 'அதிகப் படியான அங்கங்கள்' என்று சொல்ல முடியாது. ஏனென்றால் மனித உருவுக்குத்தான் இரண்டு கைகள் என்ற விதி பொருந்தும். இங்கு நாம் ஒரு கலைப்படைப்பைப் பற்றிப் பேசுகிறோம். ஒருமையைப் பற்றி அல்ல. ஒரு கலைப்படைப்பு ஒருங்கிணைவுடன் இருந்தால் அதிகப்படியாகச் சேர்க்கப்படுபவை பற்றி நாம் பேசவே முடியாத நிலையே ஏற்படும்.

அலங்காரமானவை என்று நாம் சொல்பவை பற்றிச் சொல்வ தென்றால் அவை இல்லாவிட்டால் அந்தப் படைப்பு அத்தனை அழகானதாக இருக்காது. சேர்ப்பதன் மூலமோ அகற்றுவதன் மூலமோ நாம் ஒன்றைப் படைப்பதில்லை. இப்படியான படைப்புகளைப் பற்றிப் பேசும்போது, இவையெல்லாம் மூலப் படைப்புக்குத் தெளிவான, உயிரூட்டம் தரும் அம்சங்களாக இருக்கின்றனவா இல்லையா என்பதையே நாம் பேசவேண்டும்.

பாரபட்சமற்ற பார்வை கொண்ட மற்றும் திறமை வாய்ந்த ரசிகர்கள் இந்திய சிற்பங்களில் சிலவற்றில் போதுமான உணர்ச்சிகள் அழுத்தமாக வெளிப்பட்டுள்ளன. சிலவற்றில் வெளிப்படவில்லை என்று சொல்வார்கள். ஆனால் தலைகள், கைகள் ஆகியவற்றை எண்ணிப் பார்த்துவிட்டுப் பேசும் விமர்சனங்களைவிட நுட்பமான கலை ரசனை இருந்தாலே இதையெல்லாம் புரிந்துகொள்ளமுடியும்.

இந்திய மரபில் இருக்கும் இப்படியான சிக்கலான உருவங்களுக்கு இணையாக நவீன கலையில் நடந்துவரும் சில மாற்றங்களை ஒப்பிட்டுச் சொல்வதென்றால் இந்திய மரபுப் பாணியானது நவீனத்தையும் விட நவீனமானது என்றே சொல்லவேண்டி யிருக்கும். சிந்தனை அல்லது செயலின் தொடர்ச்சியைச் சித்திரிக்க இன்றைய காலகட்டத்தில் சில ஓவியர்கள் கூட்டு அல்லது தொகுப்பு பிம்பங்களைப் பயன்படுத்துகிறார்கள்.

ஓர் ஆளுமையின் ஒரு தனி அடுக்குக்கு / அர்த்தத்துக்குப் பதிலாகப் பல அர்த்தங்களை யூகித்துப் புரிந்துகொள்ளும் சுதந்தரம் கொடுக்கப் படுகிறது. மனித ஆளுமையுமே கூட பல அம்சங்களின் தொகுப்பு தான் என்பதை இன்று நாம் புரிந்துகொண்டிருக்கிறோம். இந்த நிலையில் பிரபஞ்சத் தெய்விகச் சக்திகளுக்கு இது மேலும் பல மடங்கு பொருந்துவதாகவே இருக்கும். தெய்விகப் புருஷர்கள் உபாதிகள் மூலம் ஒரே நேரத்தில் பல இடங்களில்

இருக்கமுடிந்தவர்கள். இதுபோன்ற விஷயங்களைக் கலைகளில் இடம்பெற வைக்கவேண்டுமென்றால் நேரடியான பிரதிநிதித்துவ மொழிக்குப் பதிலாகச் செயற்கையான கலை மொழியே தேவைப் படும். அப்படியென்றால் இந்த வழிமுறையானது இந்தியாவிலும் எகிப்திலும் கிரேக்கத்திலும் முற்காலத்தில் பின்பற்றப் பட்டிருக்கிறது. இப்போதும் பயன்படுத்தப்படுகிறது. சொல்ல விரும்புவதைத் தெளிவாக, அழுத்தமாகச் சொல்ல அது உதவுகிறது. ஒரு கலைப்படைப்பின் ஆதாரமான பாதுகாப்பான அடித்தளமே அதுதானே.

இந்தப் புராணச் சிற்பங்களை ஒரு கோட்பாட்டாளராக புதிரான விஷயங்களை வெளிப்படுத்துவதாகவும் எடுத்துக்கொள்ளலாம். அல்லது கலைஞர்கள் நமது வாழ்க்கைக்கு அப்பாலான வேறொரு வாழ்க்கையின் யதார்த்தத்தைச் சித்திரிப்பதாகவும் இதை எடுத்துக்கொள்ளலாம். நமக்குப் பரிச்சயமான இந்த உலகம் அல்லாமல், அதே நேரம் நம்மால் புரிந்துகொள்ள முடிந்ததும் ஒருபோதும் பார்க்க முடியாததுமான தேவ லோகம் போன்ற ஒன்றின் உருவங்களைச் சித்திரிப்பதாகவும் எடுத்துக்கொள்ளலாம். அப்படியாக, இந்த உருவங்கள் எல்லாம் அழுத்தமானவையாகவும் திருப்திகரமானவையாகவும் இருக்கின்றன. எப்படி எடுத்துக் கொண்டாலும் அவற்றுக்கிடையிலான வேறுபாடு என்பது மிகவும் குறைவுதான். அடிப்படையில் இந்த உருவங்கள் எல்லாம் நாம் எப்படி எடுத்துக் கொண்டாலும் தமக்கானதொரு தனி உலகைக் கொண்டவையே.

கலை இலக்கியவாதிகளின் விமர்சனங்கள் கலை என்பது நேரடியாக உள்ளதை உள்ளபடி (உண்மைக்கு ஏற்ப) சித்திரிப்பவை அல்ல என்பதைச் சுற்றியே அமையும். அனுபவம் மற்றும் உணர்வு களுக்கு அவை உண்மையாக இருக்கவேண்டும் என்று நான் இதையே குறிப்பிட்டிருக்கிறேன். அது மட்டுமல்லாமல் ஒரு கலைப்படைப்பில் இருப்பவற்றை நேரடியான அர்த்தத்தில் எடுத்துக்கொள்வதென்றால் அந்தக் கலைப்படைப்பு எந்த உலகைச் சித்திரிக்கிறதோ அதன் அடிப்படையில் அந்தப் புரிதல் இருக்க வேண்டும். அந்த உலகம் யோக சாதனா, தியான மந்திரங்கள் முன்வைக்கும் உலகமாக இருந்தாலும் அதன் அடிப்படையில்தான் புரிந்துகொள்ளவேண்டும்.

எல்லா உலகங்களுமே ஏதோவொரு கருத்தியல் சார்ந்தவைதான். 'புரிதல்' என்பது நிஜமாகத் தெரிந்த ஒன்றாக இருக்கவேண்டிய தில்லை. மனிதர்களுக்கு நிஜமாகவே இரண்டு கைகள்

இருக்கின்றனவா என்பது தெரியாது. அது ஒருவிதமான 'அறிவார்ந்த சித்திரிப்பு' மட்டுமே. நம் நிஜ உலகில் தேவதை களைப் பார்ப்பதில்லை என்பதால் தேவதைக் கதைகளை நாம் விமர்சிக்கமுடியாது. கதை எழுதியவரின் உலகில் தேவதைகள் கிடையாது என்பதை உணர்த்தும்வகையில் கவனமின்றி எழுதப் பட்டிருந்தால் அதை வேண்டுமானால் நாம் விமர்சிக்கலாம்.

விலங்குகள் பேசும்படியாக எழுதப்பட்டிருக்கும் கதைகளை எடுத்துக்கொண்டு விலங்குகள் சமஸ்கிருதமோ ஆங்கிலமோ பேசுமா என்று விமர்சிக்கக்கூடாது. அதுபோலவே இந்திய புராணத் தெய்வங்களைப் பார்த்து மனிதர்களுக்கு இரண்டு கைகள் மட்டும்தானே உண்டு என்று விமர்சிக்கக்கூடாது.

ஒரு கலையை ரசிக்கவேண்டுமென்றால், வடிவம் சார்ந்தோ தார்மிக அளவிலோ அதில் இருக்கும் விசித்திர அம்சங்களில் நம் கவனத்தைக் குவிக்கக்கூடாது. கலைஞர் என்ன சுதந்தரத்தை எடுத்துக்கொண்டு அதைப் படைத்திருக்கிறாரோ அதைப் புரிந்து கொண்டு நாமும் அந்த தர்க்கத்தை ஏற்றுக்கொண்டு ரசிக்க வேண்டும். பல தலைமுறைகளாக ஒரு புராணக் கதாபாத்திரத்தை, உருவத்தைப் பார்த்தும் கேட்டும் பழகிய மக்களுக்கு அவை எதுவுமே விகாரமாகவோ விசித்திரமாகவோ தோன்றாது. முதலில் விசித்திரமானதாகத் தோன்றுபவர்களுக்கும் அவர்களுடைய புரிதலின் எல்லைக்கு அப்பாற்பட்டதாகவே இருக்கவேண்டும்.

இன்றும் எஞ்சியிருக்கும் பழங்கால இந்திய சிற்பக் கலை பற்றி ஆய்வு செய்பவரையும் வரலாற்று ஆய்வாளரையும் பற்றிச் சொல்வதென்றால் அவர்களுடைய ஆய்வுகள் எல்லாம் அகழ்வாராய்ச்சிகள் சார்ந்தவையாக மட்டும் இருந்தாலே கூடுதல் பயன் தரக்கூடியவையாக இருக்கும். ஏனென்றால் சிற்ப, ஓவியக் கலை என்பது வெறும் விளக்கச் சித்திரம் மட்டுமே என்று சொல்லிக்கொண்டு, அவர்கள் தமது விருப்பு வெறுப்புகளை இந்திய கீழைத்தேயக் கலைகள் மீது திணிக்கக்கூடாது. அப்படிச் செய்தால் அவர்கள் எதை எதிர்பார்த்து அந்தப் படைப்புகளை அணுகுகிறார்களோ அது கிடைக்காது. அந்த அதிருப்தியானது அவர்களுக்கு இந்தியக் கலைப்படைப்புகள் மீது சோர்வையும் சலிப்பையுமே ஏற்படுத்தும்.

8

இந்திய இசை

மூவாயிரம் ஆண்டுகளாக, இந்தியாவில் இசை என்பது நன்கு வளர்த்தெடுக்கப்பட்ட கலையாக இருந்துவருகிறது. வேதச் சடங்குகளுக்கு அந்த மந்திரங்களின் இசை லயம் மிகவும் முக்கியமான அம்சமாக இருந்திருக்கிறது. பின்னாளைய வேத இலக்கியங்கள், பௌத்த நூல்கள், பிராமணியப் புராணங்கள், காவியங்கள் எல்லாம் கிறிஸ்தவ யுகத்துக்குப் பல நூற்றாண்டு களுக்கு முன்பாகவே நம் தேசத்தில் இசை என்பது தனியானதொரு கலையாக வெகு சிறப்பாகச் செழுமைப்படுத்தப்பட்டிருக்கிறது என்பதைத் தெளிவாக எடுத்துக்காட்டுகின்றன. கி.பி. நான்கிலிருந்து ஆறாம் நூற்றாண்டு வரையான குப்தர்களின் ஆட்சிக் காலத்தைப் பாரத இசை உச்சத்தைத் தொட்ட காலகட்டமாகச் சொல்லலாம். காளிதாஸரின் நாடகங்கள் என்ற உச்சத்தை சம்ஸ்கிருத இலக்கியங்கள் தொட்ட காலமும் இதுவே. இசை, நாடகம் ஆகியவை சார்ந்த பரத முனிவரின் மகத்தான படைப்பான நாட்டிய சாஸ்திரமும் இந்தக் காலகட்டத்தில் உருவானதுதான்.

இன்றைய இசையானது இந்தப் பாரம்பரிய இசை மரபுகளின் நேரடி வழித்தோன்றலாகவே இருக்கிறது. பரம்பரை வழியில் வாரிசுக் கலைஞர்களின் குழுக்களால் இந்த இசை மரபானது விரித்தும்

விளக்கியும் காலங்களைக் கடந்து வந்திருக்கிறது. இந்தப் பாடல்கள் எழுதப்பட்ட காலம் எதுவாக வேண்டுமானாலும் இருக்கட்டும்; குரு சிஷ்ய பரம்பரையில் கற்றுத் தரப்பட்டு வந்திருக்கும் இந்த இசை மரபானது நிச்சயம் வெகு பழங் காலத்தியதுதான். நம் தேசத்தின் பிற கலைகள் மற்றும் வாழ்க்கை விஷயங்களைப் போலவே பழங்காலத்தின் அறுபடாத, நீடித்து நிலைக்கும் பாரம்பரியம் ஒன்றின் அற்புதமான காட்சியை இசை மரபிலும் பார்க்க முடிகிறது.

மிகை உற்பத்தி மற்றும் போட்டி பொறாமைகளை அடிப் படையாகக் கொண்ட நவீனச் சமுதாயத்தில் உருவாகியிருக்கும் பொருளாதார ரீதியாகப் பாதுகாப்பற்ற நிலையால் பீடிக்கப் பட்டிருக்கும் தலைமுறைகளுக்குக் கிடைக்க வாய்ப்பில்லாத பலதரப்பட்ட உணர்வு நிலைகள், அனுபவங்கள் ஆகியவற்றை வெளிப்படுத்துபவையாக நம் மரபான கலைகள் திகழ்கின்றன.

இந்தியாவில் இசைக்கலையானது தனக்கேயான உள் ஒடுங்கிய மற்றும் வெகு தெளிவாகத் திட்டமிட்ட வளர்த்தெடுப்பு, போஷிப்பு ஆகியவற்றைக் கொண்ட சூழலில்தான் நிலைபெற்று வந்திருக்கிறது. ஐரோப்பிய மரபில் செவ்வியல் இசை மரபு எப்படி இருந்ததோ அதுபோல்தான் இங்கும் இருந்திருக்கிறது. மேட்டுக் குடிகளின் தனிப்பட்ட உள் வட்ட இசையாகத்தான் அது இருந்தது. புரவலர்கள் தமது மகிழ்ச்சிக்காகவும் தமது நண்பர்கள், உறவினர்களின் மகிழ்ச்சிக்காகவும் இசைக் கலைஞர்களைப் போஷித்து வந்திருக்கின்றனர். அல்லது இசை என்பது தெய்விக வழிபாட்டுக்கான கோவில் இசையாக இருக்கும். இசைக் கலைஞர் என்பவர் தெய்வத்தின் பரம பக்தராக சேவகராக இருப்பார்.

பொது மக்களுக்காக இசை நிகழ்ச்சி என்பது வழக்கத்தில் இருந்திருக்கவில்லை. ஓர் இசைக் கலைஞருடைய வாழ்வாதாரம் என்பது அவருடைய திறமையையோ கூட்டத்தினரை மயக்கும் திறமையையோ சார்ந்திருக்கவில்லை. வேறு வார்த்தைகளில் சொல்வதென்றால் இசைக் கலைஞர்களுடைய வாழ்க்கையானது மரபினால் பாதுகாக்கப்பட்டதாக இருந்தது. அவர் இசைக் கலைஞராக அல்லாமல் வேறு யாராகவும் ஆகவேண்டிய அவசியமே இருந்திருக்கவில்லை.

சிறு வயதிலேயே இசைப் பயிற்சி ஆரம்பித்துவிடுகிறது. கலையே / இசையே அவருடைய தொழிலாகவும் அமைகிறது. ஐரோப்பா மற்றும் அமெரிக்காவில் இருப்பதுபோல் ஒரு கலைஞருடைய சுய

வெளிப்பாடுகளுக்கான வாய்ப்புகளுக்கு, இசை மேதைமையற்ற கத்துக்குட்டிகளுக்கு ஆசிய மரபில் இடம் தரப்படவில்லை. சமூகச் செயல்பாடாக இசைக் கலை கற்றுத் தரப்படவில்லை. ஒரு பக்கம் மரபான கலைகளில் பாண்டித்தியமும் கலை மேதைமையும் கொண்ட இசைக் கலைஞர்கள்; மறு பக்கம் எளிய பொதுமக்கள். அனைவருக்கும் இசை கற்றுத் தரப்படவில்லை. ஆனால், அனைவரும் இசையை ரசிக்கவும் மதித்துப் போற்றவும் செய்தனர்.

இந்திய இசை மரபில் ஒரு ஒரு பாடலைப் பாடவேண்டுமென்றால் அவர் முறையான பயிற்சி பெற்ற இசைக் கலைஞராக இருக்க வேண்டும் என்று சொல்லப்படுவதை விமர்சிக்கும் குரலை நான் கேட்டிருக்கிறேன். உன்னதங்களை மறுதலிக்கும் வெகுஜன வாதத்தின் குரலாகவே இது வெளிப்படுகிறது. ஒரு பாடலைக் கேட்பவர் அவருக்கேயான கலை ரசனை சார்ந்து அதை உள்வாங்கிக்கொள்ளவேண்டும். இது இந்தியக் கலைகளின் அனைத்து அழகியல், ரசனை சார்ந்த கோட்பாடுகளுக்கும் பொருந்தும். இந்திய இசைக் கலைஞர்களுக்கு ஒரு தெளிவான வரையறுக்கப்பட்ட இசை ரசிகர்கள் குழு இருக்கிறது. குரல் வளம் தாண்டி இசை சார்ந்து நுட்பமான ரசனை கொண்டவர்கள். ஒரு பாடல் பாடப்படும் விதத்துக்கு அல்ல; அந்தப் பாடலுக்கே ரசிகர்களாக இருக்கிறார்கள்.

இசை நுட்பம் தெரிந்தவர்கள் தமது உள்ளார்ந்த கற்பனை மற்றும் உணர்வுகளின் மூலம் அந்தப் பாடலை முழுமைபெற வைக்கிறார்கள். இப்படியான சூழலில், உணர்வுப் பூர்வமான முழுமையை எட்டுவதே முக்கியம் என்பதைவிடக் கேள்வி ஞானத்தில்தான் அது முழுமை பெறுகிறது. மிகச் சிறந்த சிற்பம் என்பது அதி நவீனமானது அல்ல; அதி பழங்காலத்தியது என்று சொல்வது போன்றதுதான் இது. அழகியலைவிட உள்ளுணர்வை நாம் இங்கு முக்கியமானதாகச் சொல்கிறோம். ஏழையின் சிரிப்பில் இறைவனைக் காண்கிறோம் என்று சொல்வது போன்றது. வெளிப்படையாகத் தெரியும்படியான ஏழ்மை நிலையிலேயே இறைவனுடைய மகாத்மியம் முழுமையாக வெளிப்படுகிறது. மகேஸ்வரன் பிக்ஷாட நாதராக இரவலராக கையில் ஒரு நயா பைசா இல்லாத துறவியாக இருக்கும்போதுதானே அதிகப் போற்று தலுக்கு உரியவராக இருக்கிறார்.

இந்தியப் பாடகரின் குரல் சில நேரங்களில் உள்ளார்ந்த அழகைக் கொண்டதாக வெளிப்படுகிறது. சில நேரங்களில் திட்டமிட்ட கலை ஞானம் மூலமாகவும் திறமை, சாதகம் ஆகியவற்றின்

மூலமும் வெளிப்படுகிறது. எந்த நிலையிலும் ஐரோப்பியாவில் நடப்பதுபோல் வெறும் குரல் மட்டுமே ஒரு பாடகரை நம் மரபில் உருவாக்கிவிடுவதில்லை.

இந்திய இசைக் குறிப்புகள் எழுதப்படுவதில்லை. எனவே புத்தகங்களின் மூலமாக இதைக் கற்றுக் கொள்ளமுடியாது. கோட்பாட்டளவில் இது சரியாக இருக்கலாம். ஆனால், ஓர் அந்நிய நாட்டுக்காரர் இந்திய இசையைக் கற்றுக்கொள்ள விரும்பினால், இந்திய இசை குருவிடம் சிஷ்யராக இருந்து ஆத்மார்த்தமான பந்தத்தை உருவாக்கிக் கொள்ளவேண்டும். இந்தியக் குருகுல மரபில் கல்வி பெறுவதுபோலவே அதைக் கற்றுக் கொள்ள வேண்டும். இந்திய வாழ்க்கையின் பல்வேறு புற சடங்குச் சம்பிரதாயங்களைப் பின்பற்றியாகவேண்டும். இந்தியப் பாடல்களை இந்திய விதிமுறைகளுக்கு உட்பட்டு மேம்படுத்தும் அளவுக்குக் கற்றுத் தேறவேண்டும். நுட்பமான இந்திய ரசிகர்கள் ஏற்றுப் பாராட்டும் வகையில் தேர்ச்சி பெறவேண்டும். ஒரு கலைஞருக்குண்டான கற்பனை இருந்தால் மட்டும் போதாது. தீர்க்கமான நினைவாற்றல், அதி நுட்பமான ஸ்வர ராக மாறு பாடுகளைப் பிரித்துப் புரிந்துகொள்ளும் கூர்மையான செவியும் இருக்கவேண்டும்.

இசையின் ஸ்வரங்கள் என்பவை எல்லா நாடுகளிலும் பாடல்களின் பொதுமைப்படுத்தலாகவே இருக்கின்றன. ஐரோப்பிய இசை அலகுகள் என்பவை 12 அடிப்படையான குறிப்புகளைக் கொண்டவையாகவும் டி ஷார்ப் (D Sharp), ஈ ஃபிலாட் (E Flat) போன்றவற்றின் ஒரே மாதிரியான இடையீடுகள் ஆகியவற்றைக் கொண்டவையாகவே இருக்கின்றன. ஏற்ற இறக்கங்கள், ஸ்ருதி, ராக மாறுபாடு ஆகியவற்றுக்கு உகந்த வகையில் அது வடிவமைக்கப்பட்டிருக்கிறது. வேறு வார்த்தைகளில் சொல்வதென்றால் ஒரு பியானோ இசைக்கருவி என்பது ஸ்வரங்களுக்கு அப்பாற்பட்டது. நவீன இசை வடிவங்களில் கூட்டிசையின் ஒத்திசைவுக்காக இந்தச் சமரசம் செய்துகொள்ளப்பட்டிருக்கிறது. ஓர் அதி தூய்மையான இன்னிசை (Melody) என்பது எவ்வளவு தீவிரமாகப் பயிற்சிகளின் மூலம் வளர்த்தெடுக்கப்பட்டாலும் ஆரோகண அவரோகணங்கள் மற்றும் ஸ்வரப் பிரஸ்தானங் களில்தான் நிலைகொண்டிருக்கிறது.

நவீன ஐரோப்பாவின் இசைக் கருவிகள் நீங்கலாகத் தெளிவாக வரையறுக்கப்பட்ட இசைக் குறிப்பு / அலகு என்று எதுவும் இல்லை. இந்திய இசையில், ஸ்வரத் தாளத் தொகுப்புகள்

தெளிவாக வரையறுக்கப்பட்டுள்ளன. ஒரு ஸ்வரத்தின் துல்லியமான அதிர்வுத் தொனியானது ஆரோகண அவரோகணத்தில் அதன் இடத்தின் அடிப்படையில் தீர்மானமாகிறது. தொனியுடனான அதன் தொடர்புடன் அல்ல. 22 ஸ்ருதிகள் என்பவை எல்லாப் பாடல்களிலும் பயன்படுத்தப்படும் அனைத்து ஸ்வரங்களின் தொகுப்பு. எந்தவொரு பாடகரும் 22 இடங்களில் நிறுத்திப் பாடுவதில்லை. ஏனென்றால் இது மிக மிகக் கடுமையான விஷயம்.

இரண்டு அடுத்தடுத்த இசை அலகுகளுக்கு / ஸ்வரங்களுக்கு இடைப்பட்ட மிக நுட்பமான இடைவெளியே ஸ்ருதி. அடுத்தடுத்த ஸ்வரங்களில் இரண்டு ஸ்ருதிகள் அரிதாகவே பயன்படுத்தப்படும். மூன்று ஸ்ருதிகள் இடைவெளி பயன்படுத்தப்படுவதே இல்லை. இதனால் இந்த மிக மிக நுட்பமான இடைவெளி என்பது பொதுவாகப் பாடலில் வெளிப்படையாகத் தெரியாது. கமக அலங்காரங்களில் மட்டுமே தென்படும்.

ஒவ்வொரு இந்தியப் பாடலும் ஒரு குறிப்பிட்ட ராகத்தில் அல்லது ராகினியில் அமைந்திருக்கும். ராகினி என்பது ராகத்தின் துணை வடிவம். பெண்பால் வடிவம். பிரதான ஸ்வரத்தின் சுருக்கப்பட்ட அல்லது மாற்றப்பட்ட வடிவம். பழங்காலக் கிரேக்க மற்றும் கிறிஸ்தவ பாரம்பரியங்களில் இருப்பதுபோல் ஐந்து, ஆறு அல்லது ஏழு சுரங்களின் தொகுதி. ஆனால் ஒரு ராகம் என்பது மேளகர்த்தாவைவிட நுணுக்கமானது. ஏனென்றால் இவை ஆரோகணச் சிறப்பு அம்சங்கள் கொண்டவை. மேலும் இதுவே பிரதான அம்சம். பாடகர் பல இடங்களில் சஞ்சரித்த பின்னர் இந்தப் பிரதான ராகத்துக்கே எப்போதும் திரும்பிவருவார்.

எந்தவொரு ராகமும் ஏழு ஸ்வரங்களுக்கு அப்பால் எதையும் கொண்டிருப்பதில்லை. இந்தியப் பாடல்களின் விசேஷ தொனியானது அசாதாரண நிரவல்கள், இடைவெளிகள் ஆகிய வற்றினால் உருவாகிறது. அடுத்தடுத்த ஸ்வரங்களை சின்னஞ் சிறிய இடைவெளிகளினூடாகப் பயன்படுத்துவதால் அல்ல.

ஒரு ராகம் என்பது ஒரு பாடலின் அடிப்படை வரைபடம். இனிமையின் வார்ப்பு. இந்த வரைபடத்தையே ஒரு குரு தன் சிஷ்யருக்குக் கற்றுத் தருவார். ஒரு பாடலைப் பாடுவதென்பது இந்த அடிப்படை ராகத்தில் ஒருவர் தன்னுடைய செழுமைப் படுத்தல்களை வெளிப்படுத்துவதுதான். ராகங்களின் எண்ணிக்கை மிக மிக அதிகம். பெரும்பாலும் 36 அடிப்படை ராகங்கள் அதாவது ஆறு ராகங்கள் மற்றும் ஒவ்வொன்றுக்கும் ஐந்து ராகினிகள்.

ராகங்களின் மூலங்களும் பல தரப்பட்டவை. நாட்டுப்புறப் பாடலில் இருந்து உருவான பஹாரி ராகம், தேச சஞ்சாரத்தில் ஈடுபட்ட துறவிகள் இசைத்த பாடல்களில் இருந்து உருவான ஜோக் ராகம் எனப் பல ராகங்களைச் சொல்லலாம். வேறு பல ராகங்கள் அவற்றை உருவாக்கிய இசைக் கலைஞரின் பெயரில் அறியப் படுகின்றன. ஏழாம் நூற்றாண்டைச் சேர்ந்த சமஸ்கிருத - திபெத்தியப் படைப்புகளில் 60 ராகங்களுக்கு மேல் குறிப்பிடப் பட்டுள்ளன. இடி முழக்கம் போன்ற, இந்திரன் போன்ற, இதயத்துக்கு இதமான என்பது போன்ற பெயர்கள் சூட்டப் பட்டுள்ளன. பஸந்த ராகம் (வசந்த ராகம்), மதுவந்தி, ஹம்சத்வனி எனப் பல பெயர்கள் சூட்டப்பட்டுள்ளன.

உளவியல்ரீதியாகப் பார்த்தால் ராகம் என்பது இந்தியச் செவிகளுக்கு ஒரு குறிப்பிட்ட உணர்வை உணர்த்தக்கூடியதாக இருக்கின்றது. பழங்கால கிரேக்கத்தில் இருந்ததுபோல் ஒவ்வொரு இசைத்துணுக்கும் குறிப்பிட்ட உணர்வு நிலையைப் பிரதிபலிக்கும். வாழ்க்கையின் குழப்பங்களை மீண்டும் உருவாக்கிக்காட்டுவது அல்ல பாடல்களின் நோக்கம். மனித மனங்களிலும் உடல்களிலும் ஆன்மாவிலும் குறிப்பிட்ட உணர்வெழுச்சியைத் தட்டி எழுப்புவதே அவற்றின் நோக்கம். ஒவ்வொரு ராகமும் பகல் அல்லது இரவின் ஏதாவது ஒரு மணி நேரத்துடன் பிணைப்பு பெற்றிருக்கும். அந்தக் குறிப்பிட்ட தருணத்தில் அந்த ராகத்தைப் பாடுவது மிகவும் பொருத்தமாக இருக்கும். சில ராகங்கள் குறிப்பிட்ட பருவ காலத்துடன் பொருந்துவதாக இருக்கும். அல்லது ஏதேனும் குறிப்பிட்ட மந்திர உணர்வுகளையோ விளக்க முடியாத விளைவு களையோ உருவாக்குபவையாக இருக்கும்.

இது தொடர்பாக ஒரு புகழ் பெற்ற கதை ஒன்று இருக்கிறது. ஒரு மன்னர் (அக்பர்) 'தீபக்' ராகத்தில் அமைந்த பாடலைக் கேட்க வேண்டும் என்று விரும்பினார். அதைப் பாடினால் நெருப்பு பற்றிக் கொள்ளும். உடம்பெல்லாம் சூடேறிக் கொப்பளங்கள் ஏற்படும் என்பதால் அரசவை இசைக் கலைஞர் (தான்சேன்) பாட மறுத்தார். ஆனால் மன்னரின் தொடர் வற்புறுத்தலினால் அந்த தீபக் ராகத்தைப் பாடினார். பாடும்போதே உடலில் கொப்பளங்கள் ஏற்படத் தொடங்கிவிட்டன. யமுனை நதியில் சென்று குதித்த பின்னரும் உடல் சூடும் கொப்பளங்களும் குறையவில்லை. இந்த மந்திர குணத்தினாலும் பருவ காலங்களுடனான தொடர்பினாலும்தான் ஒரு ராகத்தை விதிமுறைகளை மீறிப் பாடக்கூடாது என்று சொல்லப்பட்டது.

ராகங்கள் எல்லாம் இசையின் பூதங்கள் / தேவதைகள் என்று குறியீட்டு ரீதியில் சொல்லப்படுவதுண்டு. ராக மரபுகளை மீறிப் பாடுதல் என்பது அந்த ராக தேவதைகளின் எலும்புகளை முறிப்பதற்குச் சமம்.

நாரத முனிவர் பற்றியும் ஒரு கதை சொல்லப்படுவதுண்டு. அவர் மாணவராக இருந்த காலகட்டம். ஆனால், இசை நுணுக்கங்கள் அனைத்தையும் கரைத்துக் குடித்துவிட்டதாகக் கர்வம் கொண்டார். மஹாவிஷ்ணு அவரை மட்டம் தட்டி உண்மையைப் புரியவைக்க விரும்பினார். மேலுலகத்தில் பரந்து விரிந்த அரங்கம் ஒன்றில் கை கால்கள் உடைந்த எளிய மனிதர்கள் – ஆண்களும் பெண்களுமாக அழுது புலம்பிக் கொண்டிருந்தனர். அவர்கள் எல்லாம் ராகங்கள், ராகினிகள். ‘நாரதர் என்ற பெயருடைய முனிவர் ஒருவர் இசை பற்றி எதுவும் தெரியாமல் ராகங்களைத் தாறுமாறாகப் பாடியதால் தங்களுடைய கை கால்கள் எல்லாம் முறிந்துபோனதாகச் சொன்னார்கள். அந்தப் பாடல்களை முறையாகப் பாடினாலே முறிந்த கை கால்கள் எல்லாம் குணமாகும்’ என்றும் சொன்னார்கள்.

நாரதருக்கு உண்மை புரிந்ததும் தலைகுனிந்தார். மஹா விஷ்ணுவின் முன்னால் மண்டியிட்டு தனக்கு இசையை முழுமையாகக் கற்றுத் தரும்படி வேண்டிக் கொண்டார். மஹாவிஷ்ணுவின் கருணையினால் நாரதர் பின்னாளில் கடவுளர்கள் எல்லாரும் மெய் மறந்து போற்றும்படியான மகத்தான இசைக் கலைஞராக ஆனார்.

இந்திய இசை முழுவதும் இனிமையானது. எந்தப் பக்க வாத்தியமும் தேவையில்லை. வெறும் தம்புரா போதும். நவீன ஐரோப்பிய இசையில் ஒரு பாடலின் ஒவ்வொரு இசைக் குறிப்பும் அவற்றுடன் இணைந்து கேட்கப்படும் நாண்களின் குறிப்புகள் மூலமாக வெளிப்படுத்தப்படுகிறது. பக்க வாத்தியங்கள் இல்லாத மெல்லிசையில் கூட இசைக் கலைஞர்கள் உள்ளார்ந்த ஹார்மனியை உணர்வதுண்டு. பின்னணி இசை இல்லாத நாட்டுப்புற பாடல்கள், இசை அரங்க நிகழ்ச்சிகளுக்குச் செல்பவர்களுக்கு உவப்பாக இருக்காது.

தூய மெல்லிசை என்பது எளிய விவசாயிகள் மற்றும் இசை மேதைகளின் விருப்பத்துக்குரியது. இதற்கான காரணம் என்ன வென்றால், பியானோவில் இசைக்கப்படும் அல்லது எழுதப்பட்ட இசைக்குறிப்பில் இடம்பெறும் நாட்டுப்புறப் பாடல் அதன் உயிர்த் துடிப்பை இழந்துவிடும். ஐரோப்பிய இசைக் கலையின்

கருவிகளில் மெலோடி தன்னளவில் சுய வலிமையுடன் இருப்ப தில்லை. அங்கு இசை என்பது மெலடிக்கான தன்னியல்பு, இசைக் கருவிகளுடனான ஒத்திசைவுக்கான நிர்ப்பந்தங்கள் ஆகியவற்றுக் கிடையிலான சமரசமாக அமைந்திருக்கும். இந்தியர்கள் கேட்பது போல் இந்திய இசையைக் கேட்கவேண்டுமென்றால் அந்தப் பாடலின் தூய தொனியை உணர்ந்து, புரிந்து கேட்பவராக இருக்கவேண்டும். இல்லாத ஹார்மனிகளை முழுவதுமாக மனதில் இருந்து அகற்றிவிடவேண்டும். முதல் முறை இதைக் கேட்கும் போதுதான் இப்படியான பிரக்ஞைப்பூர்வமான முயற்சிகளை எடுக்கவேண்டும். நவீன கலையுடன் நல்ல பரிச்சயம் உருவான பின்னர், ஆரம்பக் கால இத்தாலியச் சீன ஓவியங்களைப் புரிந்து கொள்ள முயற்சி செய்வதுபோல் இருக்கும். அவற்றிலெல்லாம் அனுபவங்கள், உணர்வுகள் எல்லாம் மிக நுணுக்கமாகச் சொற்பக் குறியீடுகளின் மூலம் அனைத்தையும் விவரித்திருக்கும். அவற்றைப் புரிந்துகொள்ளவேண்டுமென்றால் இன்றைய நிலையில் நாம் கூடுதல் முயற்சி, வழிமுறைகளைப் பின்பற்றியாக வேண்டியிருக்கும்.

இந்தியப் பாடல்களின் இன்னொரு முக்கியமான அம்சம் அதில் வெளிப்படும் நளினம், இலாவணியம். ஐரோப்பாவில் பல ஸ்வரங்கள் ஒரே நேரத்தில் ஒன்றுடன் ஒன்றாகக் கேட்கப்படுவதாக இருப்பதால் நளினம் என்பது அதிகப்படியான அலங்காரம் போலவே தென்படும். ஸ்வரங்களுக்கு இயல்பானதாகவோ ஒத்திசைவானதாகவோ இல்லாமல் வலிந்து இணைக்கப்பட்டதாக இருக்கும். ஆனால் இந்தியாவில் ஸ்வரங்களும் நுண்ணிய நளினமான தொனியும் மிக நெருங்கி ஓர் ஒத்திசைவுடன் வெளிப்படுகின்றன. இசையில் நளினமானது ஓவியத்தில் ஒளியும் நிழலும் போல, பல்வேறுவிதமான ஒலி இயைவுகளின் மூலம் உருவாக்கப்படுகிறது. நளினம் இல்லாத இந்தியப் பாடல் இந்தியச் செவிகளுக்கு, ஐரோப்பியப் பாடல் ஒன்று பின்னணி இசை இல்லாமல் இருப்பதுபோல் இருக்கும்.

ஐரோப்பிய இசையில் ஒரு ஸ்வரத்தில் இருந்து இன்னொன்றுக்கு நழுவிச் செல்லுதல் மிகவும் முக்கியமான அம்சம். இந்திய இசையில் ஸ்வர மாற்றத்தைவிட இரண்டுக்கு இடையிலான இடை வெளிக்கு முக்கியத்துவம் தரப்படும். அதன் அடிப்படையிலேயே இசையின் / ஒலியின் தொடர்ச்சியை நாம் உணர்கிறோம். இதற்கு நேர்மாறாக ஐரோப்பியப் பாடல்களில் ஹார்மோனி ஒத்திசைவுக்காக மேலிருந்து கீழாகப் பகுக்கப்பட்டிருக்கும். குரலுடன் சேர்ந்து கேட்கும் பின்னணி இசைக்கருவிகளுக்கு ஏற்ப

வடிவமைக்கப்பட்டிருக்கும். எனவே அதைப் புதிதாகக் கேட்கும் இந்திய செவிகளுக்கு அந்த இசை பெரிதும் இடைவெளிகள் கொண்டதாகவே தோன்றும்.

இந்திய மரபில் ஆலாபனை நீங்கலாக அனைத்துப் பாடல்களும் வரையறுக்கப்பட்ட இறுக்கமான தாளகதியைக் கொண்டவை. முதல் முறை கேட்கும்போது இவற்றை முறையாகப் புரிந்து கொள்வது கடினமாக இருக்கும். ஏனென்றால் இந்திய தாளகதிகள் எல்லாம் சாஹித்யத்தை அடிப்படையாகக் கொண்டவை. ஐரோப்பிய இசையில் தாளங்கள் எல்லாம் நடனங்கள், அணி வகுப்பு ஆகியவற்றில் இருப்பதுபோல், உச்சரிப்பு அழுத்தங்களின் அடிப்படையில் அமைந்திருக்கும்.

ஐரோப்பிய தாளம் என்பது இரண்டு அல்லது மூன்றின் மடங்குகளாக அளவிடப்படுகிறது. ஹிந்து இசையானது இரண்டு, மூன்றின் கூட்டல்களாக அளவிடப்படுகின்றன. சில தாளகதிகள் மிகவும் விஸ்தாரமானவை. உதாரணமாக ஆதி தாளம் என்பது 5+5+2+2. இடைவெட்டுத் தாளங்கள் அதிகம் பயன்படுத்துவதால் அது மேலும் சிக்கலான வடிவமாகிறது. இந்திய இசை ஒருவகையில் ராகங்களைச் சார்ந்ததாகவும் இருக்கிறது. அதே நேரம் உணர்வு நிலைகளைச் சார்ந்ததாகவும் இருக்கிறது. ஒரு தாள கதி எங்கு முடிகிறது எங்கு ஆரம்பிக்கிறது என்பதை வெளி நாட்டவர்களுக்குக் கண்டுபிடிப்பது சிரமம். சாஹித்யங்களுடன் நல்ல பரிச்சயம் இருக்கும் இந்திய ரசிகர்களுக்கு அது மிகவும் எளிதுதான். இந்திய இசையின் தாளகதியைப் புரிந்துகொள்ள சாஹித்யத்துக்கு (வார்த்தைகளுக்கு) முக்கியத்துவம் தரவேண்டும். தாள அதிர்வுகளுக்கு அல்ல.

இந்திய இசையில் மிருதங்கம் (தபேலா) அல்லது தம்புரா அல்லது இரண்டும் பக்கவாத்தியமாகப் பயன்படுத்தப்படும். தம்புரா ஒரு தந்தி இசைக் கருவி. நான்கு தந்திகள் இருக்கும். உச்ச ஸ்தாயி, கீழ் ஸ்தாயி என அனைத்து ராகங்களுக்கும் பொதுவான ஸ்தாயிகளில் ஒத்திசைவு செய்யப்படும். பாடகரின் குரலுக்கு ஏற்ப இது மாற்றியமைக்கப்படும். நான்கு தந்திகளிலும் சீவா எனப்படும் நூல் துண்டு பொருத்தப்பட்டிருக்கும். இவையே தம்புரா ஒலியின் உயிர் போன்றவை. இந்தத் தந்திகள் தொடர்ந்து பின்னணியில் இதமாக இசைக்கப்பட்டுக் கொண்டிருக்கும். இந்த வலிமையான அஸ்தி வாரத்தின் மேல் எழுப்பப்படும் அலங்காரம் மிகு மாளிகையாகப் பாடல்கள் திகழும்.

தம்புராவை வெறும் தனி இசைக் கருவி என்று குறுக்கிவிட முடியாது. நவீனப் பாடல்களுக்குப் பின்னணியாக ஒலிக்கும் பியானோ இசைபோல் தனியாகக் கவனத்துக்கு உரிய கருவியும் அல்ல. இந்தியப் பாடல்களுக்கான இதமான சூழலை உருவாக்கித் தருகிறது. அந்தத் தம்புராவின் இசைவெளியில் பாடல்கள் ஜீவனுடன் செழுமைபெற்றுச் செல்கின்றன.

இந்திய இசையில் தம்புரா நீங்கலாக வேறு தனி இசைக் கருவிகளும் இருக்கின்றன. அந்த வகையில் மிக முக்கியமானது வீணை. செவ்வியல் இசைக் கருவி. ஐரோப்பியர்களின் வயலினுக்கும் ஜப்பானியர்களின் கோட்டோ வாத்தியத்துக்கும் இணையானது. நுட்பமான இசை சங்கதிகளை வெளிப்படுத்துவதில் மனிதக் குரலுக்கு அடுத்த இடத்தில் இருக்கக்கூடியது. இடது கையால் ஸ்வரங்கள் இசைக்கப்படும். வலது கையால் வீணைத் தந்திகள் இழுக்கப்படும். அதி நுட்பமான ஸ்ருதி மாறுபாடுகளைத் தந்தியின் நீளத்தை மாற்றி அமைப்பதன் மூலம் உருவாக்குவார்கள். இடது கையை கிடைமட்டமாக அசைத்து இசைப்பார்கள்.

பாடலைச் சாராமல் தனியான லயத்தில் தம்புராவை இசைக்க வேண்டும். அதுவே அதில் இருக்கும் சவால். ஆனால் வீணையில் எண்ணற்ற நுணுக்கங்கள், சவால்களை எதிர்கொள்ள வேண்டியிருக்கும். வீணை இசைப்பதில் தேர்ச்சிபெற வேண்டுமென்றால் குறைந்தது 12 ஆண்டுகள் ஆகும் என்று சொல்லப்படுவதுண்டு.

இந்தியப் பாடகர் ஒரு கவிஞரும் கூட. ஒரு கவிஞர் பாடகரும் கூட. மனிதக் காதல் அல்லது இறை காதல்... இதுவே பெரும்பாலான கலைப்படைப்புகளின் முக்கிய கருப்பொருள். அல்லது இறைவனைப் போற்றிப் புகழும் துதிகள். இந்திய இசைப் பாடல்களின் வார்த்தைகள் எல்லாம் ஆத்மார்த்தமானவை. உணர்வுப்பூர்வமானவை. ஒரு பாடகர் இசைக்கலைஞராகவும் இருப்பார். எனினும் இசையில் சாஹித்யம் என்பது இசையைச் சுமந்து செல்லும் வாகனம் போலவே இருக்கிறது. வார்த்தைகள் மிகவும் சுருக்கமாக இருக்கும். கதை ஒன்றைச் சொல்வதைவிட உணர்வு நிலையையே பெரிதும் பிரதிபலிக்கும். தமக்கான தர்க்க ஒழுங்குக்குள் இயங்குவதைவிட இசைக்கு உறுதுணையாகவே சாஹித்யங்கள் இருக்கும். நவீன ஓவியங்களில் நிறங்களின் சேர்க்கைக்கும் கலை வெளிப்பாட்டுக்கும் கருப்பொருள் என்பது ஓர் அடித்தளமாக மட்டுமே இருப்பதுபோல் இருக்கும்.

இசையில் ஆலாபனை என்ற ஒன்று இருக்கிறது. அடிப்படை ராகத்தை ஒரு பாடகர் தனது மனோலயத்துக்கு ஏற்ப விஸ்தரித்துப் பாடுவார். இசைக்கு எவ்வளவு முக்கியத்துவம் தரப்படுகிற தென்றால், இந்த ஆலாபனையில் அர்த்தமற்ற வார்த்தைகளே பயன்படுத்தப்படும். குரலே ஒரு இசைக்கருவியாகிவிடும். பாடலில் இடம்பெறும் வார்த்தைகளைவிடப் பாடலே மேலானது. இந்தியப் பாடகர் இப்படியான பாடல் வடிவத்தையே பெரிதும் விரும்புகிறார். பாடலில் இடம்பெறும் வார்த்தைகளுக்கு முக்கியத்துவம் தருபவர்களை இந்தப் பாடகர்கள் ஒருவகையில் வெறுக்கிறார்கள் என்றே சொல்லலாம். ஐரோப்பாவில் இருப்பதைவிட இந்திய மரபில் குரலுக்கு அதனளவிலேயே மிகப் பெரிய முக்கியத்துவம் தரப்படுகிறது. வார்த்தைகளை இசையில் விளக்கி விவரிக்கும் ஒன்றாகக் குரல் பார்க்கப்படுவதில்லை. ரவீந்திர நாத் தாகூர் இதுபற்றிக் கூறியிருப்பவை:

> 'யார் உனக்கு அந்நிய உடைகள் அணிவித்தது?' என்ற பாடலைச் சிறு வயதில் கேட்டேன். பாடலின் அந்த ஒரு வரி எனக்குள் வித்தியாசமான சித்திரம் ஒன்றைத் தீட்டியது. இப்போதும் அந்த வரி என் நினைவில் ஒலித்துக் கொண்டிருக்கிறது. அந்த வரி எனக்குள் ஏற்படுத்திய மந்திர உணர்வின் தாக்கத்தில் ஒரு பாடல் எழுதவேண்டும் என்று முயற்சி செய்தேன். அந்தப் பாடலை மனதுக்குள் பாடிப் பார்த்தபடி, 'தேவி... எனக்கு உன்னைத் தெரியும்; எவ்வளவு விசித்திரமானவர் நீங்கள்...' என்று ஆரம்ப வரிகள் மனதில் எழுந்தன. இந்தப் பாடலுக்கு இசையமைக்கா விட்டால் அந்தப் பாடலில் என்ன அர்த்தம் எஞ்சியிருக்கும்? ஆனால் அந்த ராகத்தின் வலிமையினால் அந்த விசித்திரமான தேவி என் மனத்தில் எழுந்தருளிவிட்டார்.
>
> 'விசித்திரங்கள் நம் இந்த உலகில் வந்துபோய்க் கொண்டுதான் இருக்கின்றன... புதிர் கடலின் மறு கரையில் வெகு தொலைவில் அமைந்திருக்கிறது தேவியின் வீடு... சில நேரங்களில் இலையுதிர் கால காலைகளில் அவள் தென்படுவாள்... சில நேரங்களில்நள்ளிரவின் மலர்ச்சியில் தென்படுவாள்... சில நேரங்களில் நம் இதயத்தின் அடி ஆழத்தில் அவளின் சான்னித்தியத்தை உணர்வோம்... வானத்து ஒலிகளில் என் செவிகளைக் குவிக்கும்போது சில நேரம் அவள் குரல் என் காதில் மென்மையாக ஒலிக்கும்.'
>
> என் பாடலின் ராகம் அந்த விசித்திரமான தேவியின் வாசலுக்கு என்னை இட்டுச் சென்றது; இந்த உலகம் முழுவதையும்

கையகப்படுத்தியிருக்கிறாள்; இந்த உலகம் முழுவதிலும் ஊடுருவியும் இருக்கிறாள். 'உலகங்களில் எல்லாம் சஞ்சரித்து இறுதியின் உன் வாசல் வந்து நிற்கிறேன் விசித்திரமானவளே.... உன் விருந்தாளி நான்.'

பல நாட்கள் கழித்து தெருவில் யாரோ ஒருவர் பாடிக் கொண்டே போனதைக் கேட்டேன்:

அறிய முடியாத (ஆன்மப்) பறவை
கூண்டுக்கு உள்ளும் புறமுமாக
எப்படி வந்து போய்க் கொண்டிருக்கிறது?
என்னால் அதைப் பிடிக்க முடிந்தால்,
என் மனதை அதன் கால்களில்
சங்கலியால் பிணைத்துவிடுவேனே.

இந்த நாட்டுப்புறப் பாடலும் அதே விஷயத்தைத்தான் சொல்கிறது! சில நேரங்களில் அறிய முடியாத பறவை, மூடிய சிறைக்குள் அடைபடுகிறது. எல்லையற்ற, அறிய முடியாத பரம்பொருள் பற்றி ஒரு வார்த்தை உச்சரிக்கிறது. அந்த ஒற்றை வார்த்தையில் மனம் என்றென்றைக்குமாக லயிக்க விரும்புகிறது. ஆனால் முடிவதில்லை. இசையன்றி, அந்த அறிய முடியாத பறவை வந்து போவதை நமக்கு உணர்த்துவது வேறெதுவாக இருக்கமுடியும்? இதனால்தான் நான் பாடல் புத்தகத்தை வெளியிட மிகவும் தயங்குவதுண்டு. ஏனென்றால் அச்சிடப்படும் புத்தகங்களில் இசையின் ஆன்மா முழுவதுமாக விடுபட்டுப் போயிருக்கும்'.

இந்திய இசை, அடிப்படையில் தனிநபர் சாராதது. அது வெளிப்படுத்தும் உணர்வும் அனுபவமும் அந்தத் தனி நபரின் உணர்வு அல்லது ஞானம் இவற்றையெல்லாம் தாண்டிய ஆழமான, அநாதியான, விசாலமான ஒன்றையே வெளிப்படுத்துகின்றன. கண்ணீர் இல்லாத சோகம் அது; குதூகலம் இல்லாத மகிழ்ச்சி அது; சாந்த நிலையில் வெளிப்படும் பரபரப்பு; சமநிலை பிறழாமல் வெளிப்படும் உணர்வெழுச்சி. ஒட்டு மொத்த மனித இனத்தின் ஆழ் மன உணர்வுகளின் தொகுப்பு. இந்திய இசை மேதை ஒருவர் கலை உந்துதல் பற்றிப் பேசுவதென்றால் அநாதியான வேதங்களைப் போன்றது அது; ஒரு கலைஞன் ஆழ் மனதைக் கேட்கவும் பார்க்கவும் செய்யும்போது அந்த உந்துதலைப் பெறுகிறான். அந்தக் கலைஞனின் வீணையின் தந்திகளில் இசையின் மறை ஞானத்தை வெளிப்படுத்தவேண்டியது வாக் தேவி சரஸ்வதி

அல்லது இசை ரிஷி நாரதர் ஆகியோரின் வேலை. கிருஷ்ணனின் புல்லாங்குழல் இந்த உலக பந்தங்கள், கடமைகள் அனைத்தையும் விட்டுவிட்டு அவனுடைய குழலிசையை மட்டுமே பின் தொடர்ந்து செல்லும்படிச் செய்யும். இவை மூலம்தான் கலை நிகழ்த்தப் படுகிறது; தனி மனித முயற்சியினால் அல்ல. கலை என்பது பாடகனின் குரலிலோ நடனக் கலைஞரின் அசைவிலோ இல்லை. இசைத் தெய்வங்கள் நம் மூலமாக இசையை, கலையை நிகழ்த்திக் கொள்கின்றன. அவர்களின் கைகளில் நாம் ஓர் இசைக் கருவி மாத்திரமே.

இசை என்பது சொர்க்கத்தின் நகல். இசைக் கலைஞர்கள் எல்லாம் இறைவனின் சீடர்கள். அந்த விண்ணுலகில் சஞ்சரித்தே தம் இசையைக் கற்றுக் கொள்கிறார்கள். கண்களால் பார்க்கப்படுவதும் யதார்த்த உலகில் பிரக்ஞை பூர்வமாக உணரப்படுவதுமான வற்றுக்கு அப்பால் ஆழ் மனதுக்குள் இருக்கும் அறிய முடியா ஊற்றில் இருந்து கலை ஞானம் அவர்களை அறியாமலே கொப்பளித்து வருகிறது. இதனால்தான் கலைப் படைப்புகளை நமது அன்றாட வாழ்க்கை நடைமுறைகளுடன் ஒப்பிட்டுப் பார்க்கக்கூடாது; கலை ரசனையை முறையாக வளர்த்தெடுக்க வேண்டும் என்று சொல்லப்படுகிறது.

நாட்டிய சாஸ்திரத்தின் மகத்தான குருவான பரத முனிவருக்கு சிவபெருமான் கலை நுட்பங்களைக் கற்றுத் தரும்போது 'மனிதக் கலைகள் இயற்கை விதிகளுக்கு உட்பட்டதாக இருக்கவேண்டும். ஏனென்றால், மனிதர்களில் ஆழ் மனதும் புற உலக வாழ்க்கையும் ஒன்றுக்கொன்று முரண்பட்டுக் கொண்டவையாக இருக்கும்' என்று விளக்கியிருக்கிறார். மனிதன் தன்னைத் தான் இன்னும் முழுமையாக உணரவில்லை. அவனுடைய செயல்பாடுகள் எல்லாம் மனதின் தீவிர எண்ணவோட்டங்களால்களால் உருவாகிறவையே. அவனுடைய பெருமைகள், திறமைகள் எல்லாம் சுய மைய-பிரக்ஞை பூர்வமானவையே.

நாம் வாழ்க்கை என்று சொல்வது ஒருங்கிணைக்கப்படாத பெரு வடிவம். கலையின் விதிகள், ஒத்திசைவுகள் ஆகியவற்றுக்கு அகப்படாதது. அப்பாற்பட்டது. நன்மை தீமைகளைத் தாண்டி இயங்கக்கூடியது. வேறு வார்த்தைகளில் சொல்வதென்றால் அது கடவுள்களிடம் இருக்கிறது. அவருடைய ஒவ்வொரு அசைவு களும் ஆழ் மன வாழ்வில் பிரதிபலிக்கின்றன. கலை என்பது அந்த முழுமையான தன்னிச்சையான அநிச்சையான வெளிப்பாடுதான்.

உள்ளொளியின் அடையாளம் மற்றும் வெளிப்பாடுகள் எல்லாம் நம் மனதுக்குள் இருக்கும் விண்ணுலகின் வெளிப்பாடுகளே.

அப்படியாக, பிற எந்தவொன்றைவிடவும் கலை ஒன்றே மனித வாழ்க்கைக்கு மிகவும் நெருக்கமானது. திரு ஜான் யீட்ஸ், 'இந்திய இசையின் கோட்பாடு மிகவும் விரிவானது; அதன் தொழில் நுட்பங்கள் மிகவும் கடினமானவை; எனவே அது வெறும் கலை மட்டும் அல்ல; அது வாழ்க்கையாகவுமே இருக்கிறது' என்று கூறியிருக்கிறார்.

இந்தியப் பாடகர் தன் அனுபவங்களின் ஒரு பகுதியையோ தற்காலிகமான ஒன்றையோ பாடவில்லை. உலகின் ஒட்டுமொத்த ஆழ்நிலை யதார்த்தத்தை வெளிப்படுத்துகிறார். 'இங்குப் பாடுபவர்கள் எல்லாம் கடவுளைப் பாடுகிறார்கள்' என்று சங்கராச்சாரியர் குறிப்பிட்டிருக்கிறார். விஷ்ணு புராணத்தில், 'எல்லாப் பாடல்களும் இறைவனின் அம்சமே. அவர் இசையை ஆடையாக அணிந்துகொள்கிறார்' என்று குறிப்பிடுகிறது. 'எத்தனை கலைஞர்கள்... எத்தனை ராகங்கள்... எத்தனை ராகினிகள்... இருந்தும் எத்தனை பேர் இறைவா உன்னைப் பாடுகிறார்கள்' என்று கிரந்த சாஹிப் குறிப்பிடுகிறது.

இவற்றிலிருந்து நாம் ஒரு கலை நுட்பம் பற்றிய மீ மெய்யியல் விளக்கத்தை, குறிப்புணர்த்துதலைப் புரிந்துகொள்ளமுடியும்.

எல்லாக் கலைகளிலும் விவரிக்க முடிந்த மற்றும் வார்த்தைகளுக்கு அப்பாற்பட்ட மகத்தான அம்சங்கள் கலந்து இருக்கும். ஆண் அம்சங்கள், பெண் அம்சங்கள் எல்லாம் மிக நேர்த்தியாக முழுமை வடிவில் இணைந்து இருக்கும். பாடலுக்கு முன்பாக, பாடலினூடே, பாடல் முடிந்த பின்னும் எனத் தம்புராவின் ஸ்ருதியைத் தொடர்ச்சியாகக் கேட்கிறோம். அதுவே காலங்கடந்த முழுமை. அதி ஆதியில் இருந்தது. இப்போது இருக்கிறது. இனி எப்போதும் இருக்கவும் செய்யும். அதேநேரம் இயற்கையின் ஓர் அம்சமாக பாடல் ஒன்று பிறக்கிறது; ஒரு சுழற்சியை முடித்துக் கொண்டு திரும்புகிறது. பிளவுபடாத அந்த முழுமையின் பின்னணியில் இந்த அழகிய வடிவம் ஒன்று மிக அற்புதமான ஒத்திசைவுடன் ஆன்மா மற்றும் பருப்பொருளின் ஒற்றுமையாக வெளிப்படுகிறது.

இதனால்தான் இந்திய இசையானது புதிதாக எதையும் சேர்த்து முழுமைப்படுத்த வேண்டிய ஒன்றல்ல; அடிப்படைகளைச் சிதைக்காமலேயே முடியும் என்றாலும் அது அவசியமில்லை.

அலங்காரங்களுக்காக ஆதார அடிப்படையைப் பிளவு படுத்துதல் என்றால் நாம் இன்னொரு புதிய ஸ்வரத்தை, இன்னொரு உலகை உருவாக்கவேண்டும். பாடலின் ஆன்மாவுக்குப் போட்டியாக அதன் சுதந்தரத்துக்குப் போட்டியாக உருவாக்கவேண்டியிருக்கும். அது அந்தப் பாடலின் ஆன்மாவை, அதன் மேன்மையை, அதன் கலை அமைதியைச் சீர்குலைத்துவிடும்.

இது பாடகரின் இலக்கைச் சிதைத்துவிடும். இந்த சுய மைய சிந்தனை கொண்ட உலகில் வாழும் நாம் அழியக்கூடியவர்கள்; ஆனால் நம்முடைய இந்த அழிவு என்பது ஒருவித மாயை. அது தொடர்பான உண்மைகள் எல்லாமே சுய புரிதல் சார்ந்தவை மட்டுமே. இந்த மாறக்கூடிய, பிரியக்கூடிய உலகில் எல்லையற்ற, கால வெளி கடந்த பேரமைதி ஒன்று இருக்கிறது. அதுவே அனைத்து உயிர்களின் இலக்கு. 'அந்த உன்னத நல் முத்துதான் எல்லாமுமானது. இந்த உலகத்தினருக்கு அது ஒன்றுமே இல்லை. ஆனால், ஞானம் பெற்றவர்களுக்கு அதுவே எல்லாம்' என்று பேஹ்மன் (Behman) இதைத்தான் குறிப்பிட்டிருக்கிறார்.

ஒவ்வொரு மத குருவும் நமக்கு இந்த உயிர் மூச்சை, வழியை வழங்குகிறார்கள். ஆனால் அதில் பயணிப்பது மிகவும் சிரமம். அது மிக மிக நீளமான பாதை. நமது வீடுகள், சொத்து சுகங்கள், பெற்றோர், வாழ்க்கைத்துணைகள் என அனைத்தையும் துறக்க வேண்டும்; அதன் மூலம் நாம் அடையவிருக்கும் லட்சியம் என்பது, நம்முடைய குறைகள் மலிந்த மொழியில் சொல்வதென்றால், அப்படி ஒன்று இல்லை என்றுதான் சொல்லமுடியும். நம்மில் பலர் ஏராளமானவற்றைச் சொந்தமாக வைத்திருக்கிறோம். அவை எல்லாவற்றிலும் நமது சுய சிந்தனையையும் அடையாளத்தையும் கைவிடுவதுதான் மிக மிகக் கடினம். அந்த மாபெரும் தியாகத்தைச் செய்தால் அதை ஈடுகட்டும்வகையில் நமக்குப் பரிசு கிடைக்கும் என்று என்ன உத்தரவாதம் இருக்கிறது என்ற கேள்வி எழும்.

இந்திய இசைக் கோட்பாடானது, காதலின் உன்மத்த நிலை மற்றும் கலை எழுச்சிகளில் நாம் அந்த மகத்தான பரிசின் தடயங்களைப் பெற்றுக்கொள்கிறோம் என்று சொல்கிறது. கிரேக்கர்கள் சொல்லும் உணர்வுத் தூய்மை நிலை (catharsis) என்பது இதுவே. நவீன ஐரோப்பிய மரபில் கதே இதையே,

> அழகை ஒவ்வொரு காலத்திலும் தேடியிருக்கிறார்கள்
> தன்னிலிருந்து விடுதலை பெறுபவனே
> அதைக் கண்டுகொள்கிறான்

என்று குறிப்பிடுகிறார்.

சொர்க்கம் என்பது நிஜம்தான் என்பதைக் கலை வெளிப்பாடு மற்றும் ரசனைகளின் மூலமாகவே நாம் அனுபவித்து உணர முடிகிறது.

வேறு வார்த்தைகளில் சொல்வதென்றால், ஒரு பாடல் நம் ஆழ் மனதில், ஆழ் உணர்வில் ஏற்படுத்தும் தாக்கங்களே அது செய்யும் பிற மாயா ஜாலங்கள் எல்லாவற்றையும் தாண்டிச் செல்வதாகத் திகழ்கின்றன. இருந்தும் பாடகர் ஒரு மந்திரவாதி போன்றவர் மட்டுமே. அவர் பாடும் பாடல்கள் என்பவை சம்பிரதாய மானவையே; புனிதச் சடங்கு போன்றவையே. யதார்த்த நிலையுடனான தொடர்புகளைத் தடுக்கும் கற்பனை மற்றும் உணர்வுகளின் சக்கரத்தை அது நிறுத்திவைக்கும் செயலைச் செய்ய வடிவமைக்கப்பட்டதுதான். ஆனால் இந்த நிலையை எட்டவேண்டுமானால், பாடலைக் கேட்கும் ரசிகர் பாடகருடன் முழுமையாக ஒத்துழைக்கவேண்டும். தன் சிந்தையை அவரிடம் முழுவதுமாக ஒப்படைக்கவேண்டும். அலைபாயும் மனதைக் குவித்து, பாடலில் நிலைநிறுத்தவேண்டும். புகழ்ச்சிக்கோ ஆர்வக் கோளாறுக்கோ நேரம் இல்லை.

அறியப்படாத கலையை நோக்கிய நம் அணுகுமுறையானது உணர்வுகள், உணர்ச்சிவசப்படுதல் எல்லாவற்றையும் கடந்ததாக இருக்கவேண்டும். நம் மனதில் இல்லாத எந்தவொன்றையும் அதனால் கொண்டுவர முடியாது. நாம் ஆசியக் கலையில் கண்டடைந்தாலும் ஐரோப்பியக் கலையில் கண்டடைந்தாலும் அனைத்துக் கலைகளின் ஒரே ஓர் அடி நாதமாக அந்தப் பேரானந்த அமைதி நிலையே இருக்கிறது.

❋

9

இந்தியாவில் பெண்களின் நிலைமை

சிவபெருமானுக்கும் உமாதேவிக்கும் இடையில் நடந்த ஓர் உரையாடல் மகாபாரதத்தில் விவரிக்கப்பட்டிருக்கிறது: மகாதேவர், பெண்களின் கடமைகள் என்ன என்று உமையிடம் கேட்கிறார். உமையைப் பற்றி அறிமுக வார்த்தைகளாகச் சிலவற்றைச் சொல்கிறார். மனிதர்களுக்கு மட்டுமல்ல; தெய்வங்களுக்கே கிடைத்தற்கரிய ஞானத்தைப் பெற்றிருப்பவராக உமாதேவியைப் புகழ்கிறார். மேற்கத்திய இலக்கிய உலகில் இதற்கு இணையான வரிகள் எங்குமே இல்லை என்று நிச்சயமாகச் சொல்லலாம். சிவபெருமான் சொல்கிறார்:

> 'சுயம் மற்றும் சுயம் கடந்த அனைத்தையும் அறிந்தவளே; செய்பவை அனைத்திலும் சிறந்து விளங்குபவளே; புலனடக்கம் மிகுந்தவளே; அனைத்து உயிர்களையும் சம பாவத்துடன் கவனித்துக் கொள்பவளே; நான், எனது என்ற கர்வம் அற்றவளே; எனக்கு இணையான சக்தியும் வலிமையும் கொண்டவளே; நல் ஒழுக்கத்தைத் தீவிரமாகப் பின்பற்று பவளே; கற்பின் கனலியே; இமயத்தின் மகளே... நேர்த்தியான புருவங்கள் கொண்டவளே; சுருள் கூந்தல் கொண்டவளே பெண்களின் கடமைகள் என்னென்ன என்று முழுமையாகச் சொல்வாயாக.'

விண்ணுலக ராணியாக இருந்தபோதிலும் மண்ணுலகிலும் கால் ஊன்றி நிற்கும் தேவி சொல்கிறாள்:

'பிரபோ... திருமணப் பந்தங்களின் அடிப்படையில் பெண்களின் கடமைகள் வடிவமைக்கப்பட்டுள்ளன; தர்ம காரியங்கள் அனைத்தையும் செய்யும் நோக்கில் அக்னி பகவானின் முன்னிலையில் கணவரின் கரங்களைப் பற்றுகிறாள். பெண் அழகாகவும் இதமாகவும் நடந்துகொள்ளவேண்டும். கணவரையே கண் கண்ட தெய்வமாக மதிக்கவேண்டும். இன்ப துன்பங்கள் யாவிலும் உறு துணையாக நிற்கவேண்டும். ஆரோக்கியமாக இருக்கும்போதும் நோயுற்றிருக்கும் போதும் அவருக்குச் சேவை செய்யவேண்டும். முறையற்ற செயல்களையும் தனக்கு அழிவைத் தரும் செயல்களையும் செய்யச் சொன்னாலும் எதிர்ப் பேச்சு பேசாமல் பணிவுடன் செய்ய வேண்டும். அதிகாலையில் எழுந்திருக்கவேண்டும். தெய்வங்களை வணங்கவேண்டும். இல்லத்தைத் தூய்மையாக வைத்துக்கொள்ளவேண்டும். இல்லத்தில் விளக்கேற்றி வைக்க வேண்டும். கணவருக்கும் விருந்தினருக்கும் பணியாளர்களுக்கும் திருப்தியான உணவிட்ட பின்னரே ஒரு பெண் உணவு உண்ணவேண்டும். தன்னுடைய தாய் தந்தையிடமும் கணவரின் தாய் தந்தையிடமும் அர்ப்பண உணர்வுடன் நடந்துகொள்ளவேண்டும். கணவர் மீதான பக்தியே ஒரு பெண்ணின் பெருமை. அதுவே அவளுக்கான நிரந்தரச் சொர்க்கம் மகேஸ்வரரே...'

மேலும் அவர் மனித உணர்வுடன் சொல்கிறார்:

'உங்களுக்குத் திருப்திகரமாக நடந்துகொள்வதே சொர்க்கத்தையும்விட எனக்குப் பெரிதும் விருப்பத்துக்குரியது பெருமானே.'

'கற்பூர மஞ்சரி' நூலில் ராஜ சேகரர் சொல்கிறார், 'கணவனுக்கு மகிழ்ச்சியைத் தருபவளே உண்மையான மனைவி' என்று. மனுஸ்மிருதியில் சொல்லப்பட்டிருப்பது:

'ஒழுக்கத்தில் பிறழ்பவனாகவோ இன்பங்களை வேறிடங்களில் தேடுபவனாகவோ நற் குணங்கள் கொண்டிருக்காமலோ இருந்தாலும் ஒரு கணவனை நற்குணவதியாக இருந்து நிதமும் தொழவேண்டும். கணவனுக்குக் கட்டுப்பட்டு நடக்கும் பெண் அந்த ஒரு குணத்தினாலேயே சொர்க்கம் சென்று சேர்வாள். குழந்தைகள் பெறுதல், அக்கறையுடன் வளர்த்தல், கணவனின்

அன்றாடப் பணிவிடைகள் இவற்றுக்கெல்லாம் பெண்களே மூலாதாரம். தன் எண்ணங்கள், பேச்சு, செய்கை இவற்றைக் கட்டுப்படுத்துபவள், தன் பதிக்குத் தன் கடமைகளை மீறாதவள்; இந்த உலகிலும் இறந்த பின் சொர்க்கத்திலும் அவருடன் வசிப்பவள் எவளோ அவளே நல்லொழுக்கம் மிகுந்த பதிவிரதை.'

இதுபோல் ஏராளமான மேற்கோள்களை இந்திய இலக்கியங்களில் இருந்து எடுத்துக்காட்டமுடியும்.

பெண்கள் இந்தக் கடமைகளைச் செய்துவந்ததால் அதற்குண்டான மரியாதை அவர்களுக்குக் கிடைத்தது. சமூகத்தின் மீது அதற்கு இணையான செல்வாக்கை அவர்கள் செலுத்தினார்கள். இளமையும் அழகும் கொண்டவர்கள் மட்டுமோ செல்வச் செழிப்பில் உள்ளவர்கள் மட்டுமோ இந்த மரியாதையும் செல்வாக்கும் இருந்திருக்கவில்லை. தாயாகவும் பாட்டியாகவும் அல்லது விதவைகள், பெண் துறவிகள் என இருந்த அனைத்துப் பெண்களுக்குமே இந்த முக்கியத்துவம் இருந்திருக்கிறது.

மனு சொல்கிறார்: 'ஒரு குருவுக்குப் பத்து ஆசிரியர்களுக்குச் சமமானவர்; ஒரு தந்தை நூறு குருக்களுக்குச் சமமானவர். ஒரு தாயோ ஆயிரம் தந்தைகளுக்குத் தரும் மரியாதைக்கு உரியவர்; 100 ஆசிரியர்கள் செய்யும் செயலுக்கு நிகரானது ஒரு தாயின் செயல்.'

கைகேயி சொன்னதைக் கேட்டு காட்டுக்கு ராமர் சென்றார். ஏனென்றால், தந்தைக்குத் தரும் அதே மரியாதையை தாய்க்கும் ஒரு மகன் கொடுக்கவேண்டும். தமது குழந்தைகள், வீட்டுப் பொறுப்புகள் ஆகியவற்றின் மீதுமட்டுமல்ல; வளர்ந்த பெரியவர்களுக்குமே இந்திய தாய்மார்களின் சொல்லே வேதம். என்னைப் பொறுத்தவரையில் இந்தியாவில் இருப்பவர்களில் ஆங்கிலக் கல்வி பெற்றவர்கள் மட்டுமே தமது தாய் தந்தையருக்கு மதிப்புக் கொடுப்பதில்லை.

மதாலசா மற்றும் அவருடைய மகன் விக்ராந்தாவின் கதை இந்திய தாய் எப்படி ஓர் ஆசிரியராகவும் (குருவாகவும்) இருக்கிறார் என்பதற்கான மிகவும் பொருத்தமான கதை. 'மார்க்கண்டேய புராணம்' என்ன சொல்கிறதென்றால், விக்ராந்தா நோய்வாய்ப் பட்டிருந்தபோது தினமும் அத்யாத்ம வித்யா – ஆத்ம ஞானம் பற்றி தாயும் யோகினியுமான மதாலசா கற்றுத் தந்தார். அவன் உடல் பலம் தேறியதோடு ஆன்ம பலமும் பெற்றான். மதாலசா, மடியில் அழுதுகொண்டிருந்த தன் குழந்தையிடம்,

‘என் மகனே... பெயரும் வடிவமும் இல்லாதவன் நீ; இந்தப் பெயர் எல்லாம் மாயையே. ஐம்புலன்களால் ஆன இந்த உடல் அல்ல நீ; ஏன் அழுகிறாய்? அரசனின் மகனான நீ அழலாமா? இந்த உடலில் வேறொன்று வசிக்கிறது. ‘இதுவே நான்’ என்று இந்தச் சதைப் பிண்டத்தை நினைக்காதே. என்னே ஒரு அவமானம், உடம்பையே நான் என்று ஒருவர் மயங்கி நிற்பது’.

சமீப காலங்களில் கூட, இந்திய வாழ்க்கைக்கும் சிந்தனைக்கும் தொடர்பில்லாத ஆங்கிலக் கல்வி பெற்ற ஆண்கள் இருக்கும் குடும்பங்களில்கூட இந்திய சிந்தனை மரபும் உணர்வுகளும் குடும்ப பெண்களின் மூலமே அடுத்த தலைமுறைக்குக் கைமாற்றித் தரப்படுகிறது. ஏனென்றால், அன்றாடக் குடும்பக் கடமைகள், மரபான விழுமியங்கள் எல்லாம் வாழ்வின் தத்துவத்தை வடிவமைப்பவையாக இருக்கின்றன. நாட்டுப் புறக் கதைகள், தாலாட்டுப் பாடல்கள், வெகுஜனப் பாடல்கள், ஒவ்வொரு இந்திய வீடுகளின் வேதமாகத் திகழும் புராணங்கள், இதிகாசங்கள் இவையெல்லாம் பெண்களையே சார்ந்திருக்கின்றன. இந்தியப் பெண்கள் தமது உணர்ச்சிமயமான நிலை, அறியாமை இவற்றையும்தாண்டி இந்தியாவின் ஆன்மிகக் கலாச்சாரத்தைக் கட்டிக் காப்பவர்களாக இருந்துவந்திருக்கிறார்கள். அதுவே கல்வி பெற்றவர்களின் செய்நேர்த்தி மற்றும் தகவலறிவு ஆகியவற்றை விட மிகுந்த மதிப்புக்கு உரியது.

தாந்திர தரிசனம் ‘பெண் – உலகின் தாய்’ என்ற கருத்தின் அடிப்படையில் அமைந்தது. உலகின் அனைத்து அம்சங்களிலும் பெண்களின் பங்களிப்பே மிகவும் அதிகமானது. அதுவே அதிக அளவுக்குப் போற்றப்படவேண்டியது என்று சொல்கிறது. இங்கு ஒரு பெண் ஆன்மிக குருவாக இருக்கலாம்; ஒரு மகனுக்குத் தாயின் மூலம் கிடைக்கும் கல்வியே எல்லாவற்றையும்விட உயர்வானது. இது உலக அளவில் எந்த அளவுக்கு ஏற்றுக்கொள்ளப்பட்டது என்ற சந்தேகம் ஒருவருக்கு வரலாம். பெண்கள் ஆண்களைவிட உலக வாழ்வுக்கு நெருக்கமானவர்கள் என்று ஸ்விட்சர்லாந்து மருத்துவ மேதை பராசெல்சஸ் குறிப்பிட்டிருக்கிறார்தான். ஆனால் அது பெரும்பாலும் தனிப்பட்ட விஷயங்கள் சார்ந்த பார்வை மட்டுமே. ஆனால், மதாலசா போன்ற பெண்களுக்கு எல்லாமே சாத்தியமே.

‘நாங்கள் ஒரு பெண் என்பது எங்களை எப்படி முடக்குகிறது?’ என்று பௌத்தப் பிக்குணி கேட்ட கேள்வி இந்தியாவில் ஒருபோதும் மறுக்கப்பட்டிருக்கவில்லை. எந்தவொரு தனியான பெண்மணியும் துறவி நிலையை அடைவதையோ கல்வி

பெறுவதையோ இந்திய மரபில் மறுத்திருக்கவே இல்லை. 19-ம் நூற்றாண்டு மேற்கத்திய கல்வி மையங்களைப் பார்த்தே மதக் கல்வி மற்றும் விஞ்ஞானக் கல்விகள் இந்தியாவில் பெண்களுக்கு மறுக்கப்பட ஆரம்பிக்கப்பட்டன. ஆனால் குடும்ப நிர்வாகம் மற்றும் திருமணம் ஆகியவற்றில் ஆணும் பெண்ணும் ஒரேமாதிரி மதிக்கப்பட்டனரா? விதிவிலக்காகவே விதி விலக்கான சூழ்நிலைகளில் மட்டுமே ஆன்மிகத் தளத்தில் ஔவை, மீரா பாய் அல்லது பௌத்தப் பிக்குணிகள், விஞ்ஞானத்தில் லீலாவதி, போர்க்கலையில் சந்தா பீபி, ராணி ஜான்ஸி ராணி போன்ற ஒரு சிலரே சமூக அளவில் வெற்றிகரமாகத் திகழ்ந்திருக்கிறார்கள். விஞ்ஞானம் அல்லது ஏதேனும் ஒரு துறையில் உயர் கல்வி பெறுதல், மத, ஆன்மிக வழியில் ஈடுபடுதல், ஏதேனும் ஒரு கலையில் தீவிரமாக ஈடுபடுதல் ஆகிய சுதந்தரங்கள் எல்லாம் ஒன்று சன்னியாசினிகள், இறை அடியார், விதவை அல்லது ராஜ சபைக் கலைஞர் போன்றவர்களுக்கு மட்டுமே கிடைத்திருக்கின்றன.

பெரும்பாலான இந்தியப் பெண்கள், இயல்பாகவே திருமணம், தாய்மை ஆகியவற்றையே விரும்பித் தேர்ந்தெடுத்திருக்கின்றனர். மதம் சார்ந்த ஆழ் மனத் தேடல் கொண்டவர்கள், வாழ்க்கையின் மையப்புள்ளியான கணவன் இறந்துபோனவர்கள், சிறு வயதில் இருந்தே ஏதேனும் ஒரு கலையில் நல்ல பயிற்சி பெற்றவர்கள் ஆகியோர் சமூக சேவை, இசை போன்ற பல்வேறு துறைகளில் மிகப் பெருமளவில் காலம் காலமாக ஈடுபட்டிருக்கிறார்கள். இந்தத் துறைகளில் ஈடுபட்டபடியே குடும்ப நிர்வாகம், மனைவி, தாய்மைக் கடமைகளைச் செய்தல் என இரண்டும் ஒரே நேரத்தில் செய்ய முடியாது என்றுதான் ஹிந்து சமூக நெறியாளர்கள் கருதியிருக்கிறார்கள். மனித வாழ்க்கை என்பது பலதரப்பட்ட துறைகளில் ஈடுபடமுடிந்த அளவுக்கு அதிகக் கால அவகாசம் கொண்டதல்ல என்றும் அவர்கள் கருதினர்.

ஹிந்து தர்மம் எந்தவொரு ஆதிக்க மன நிலையையும் ஆதரிக்க வில்லை. ஆன்மிக விடுதலையையே அது முக்கிய இலக்காகச் சொல்லியிருக்கிறது. அக வாழ்வு தொடர்பான விழிப்பு உணர்வு கொண்டவர்கள் புற உலகில் காணப்படும் விஷயங்களுக்குத் தமது வாழ்க்கை சார்ந்தோ மாறக்கூடிய ஆளுமைகள் சார்ந்தோ அதிக முக்கியத்துவம் தருவதில்லை. ஹிந்து சமூக வாழ்க்கையின் இறுதி இலக்கு 'ஆண்கள் தமது சுயத்தையும் தனிப்பட்ட வாழ்க்கையையும் தாண்டிய பரந்து விரிந்த, ஆழமான ஒன்றுடன் இணைத்துக் கொள்ளவேண்டும்' என்பதுதான். வெற்றி தோல்விகள் பற்றிய சிந்தனை இல்லாமல் கடமைகளைச் செய்துமுடிக்கவேண்டும்.

நான், எனது என்ற குறுகிய சிறைக்குள் சிக்கிக் கொள்ளாமல் அனைத்துக்கும் ஆதாரமானதும் ஆதி அந்தம் இல்லாததுமான ஒன்றை அதன் மாறும் வடிவங்களில் இருந்து பிரித்து அறிந்து கொள்ளவேண்டும். இதுவே லட்சியம்.

சுயத்தை அழித்தல் என்பது சத்தியத்தேடலுடன் பின்னிப் பிணைந்தது. ஹிந்து கலாச்சாரத்தின் தனித்தன்மை வாய்ந்த பெருமைக்குரிய மதிப்பீடு அது. இதிகாச ஆசிரியர்களின் பெயர்கள் எல்லாம் ஒருவகையில் நிழல் பெயர்களே. பிற்காலங்களில் எழுதியவர்கள் தமது பெயர்களை மறைத்துக் கொண்டு புராண அல்லது மகத்தான செய்யுள் ஆசிரியர்களின் பெயரில் தமது படைப்புகளை வெளியிட்டுவந்திருக்கின்றனர். தமது படைப்பு களுக்கு மக்களிடையே நல்ல வரவேற்பைப் பெற விரும்பினர். அவர்கள் தாம் ‘உருவாக்கிய’ படைப்பு என்று சொல்வதில்லை. தாம் ‘கேள்விப்பட்ட’ தம் மூலமாக வெளிப்பட்ட என்றே தமது படைப்புகளைப் பற்றிக் கூறுவார்கள். அதுபோலவே எந்தவொரு கோவிலில் இடம்பெறும் சிற்பங்கள், ஓவியங்கள் இவற்றைச் செய்த எந்த ஒரு ஹிந்து சிற்பியின் பெயரும் ஓவியரின் பெயரும் நமக்குத் தெரியவே செய்யாது.

ஒட்டுமொத்த சமஸ்கிருத இலக்கியத்தை எடுத்துக் கொண்டு பார்த்தால், ஒற்றை சுய சரிதையைக்கூடப் பார்க்கவே முடியாது. ஆண்களே தம்மை விளம்பரப்படுத்திக்கொள்ள விரும்பியிருக்காத நிலையில் ஒரு பெண்மட்டும் தன்னை வெளிப்படுத்திக்கொள்ள விரும்பியிருப்பாரா என்ன?

ஹிந்து வாழ்வியலின் ஆதாரமான அம்சம் தர்மம். ஒருவர் தன்னுடைய ஸ்வ தர்மத்தைச் செய்வதில்தான் உச்சபட்ச மன நிறைவு இருக்கிறது. வேறு வார்த்தைகளில் சொல்வதென்றால் ஒருவர் தனது ஆழ் மனதின் அழைப்புக்கு ஏற்ப அர்ப்பண உணர்வுடன் செயல்படுவதில்தான் உன்னதம் இருக்கிறது. இந்திய சமூகம் தெளிவாக ஒழுங்குபடுத்தப்பட்ட ஒன்று. இன்னொரு மனிதரின் கடமைகளைச் செய்வது தவறு என்று வரையறுக்கப் பட்டிருக்கிறது. அப்படி இருக்கும்போது ஆண், பெண் என மிகத் தெளிவான உடலியல் மாறுபாடுகள் நிலவும் நிலையில் ஆண், பெண் இருவரின் வேலைகளை மாற்றிச் செய்தால் எவ்வளவு பெரிய குழப்பம் ஏற்படும். மனுவின் வார்த்தைகளில் சொல்வ தென்றால், ‘தாயாவதற்கே பெண்கள் படைக்கப்பட்டிருக்கிறார்கள். தந்தையாவதற்கே ஆண்கள் படைக்கப்பட்டிருக்கிறார்கள்’. மேலும் அவர் தெளிவாகச் சொல்கிறார்: ‘எனவே வேதங்களில்

வரையறுக்கப்பட்டிருக்கும் சடங்கு சம்பிரதாயங்களை கணவன் தன் மனைவியுடன் சேர்ந்தே செய்யவேண்டும்'.

ஜஹாங்கீர், தான் எழுதிய நினைவுக் குறிப்புகளில், 'இந்தியப் பெண்கள் ஆணில் சரி பாதியானவர்கள்; மதக் கடமைகள் அனைத்திலும் ஆணுக்குத் துணையாக இருக்கிறார்' என்று குறிப்பிட்டிருக்கிறார். 'பிரேம சாகரா' என்ற நூல் 'மனைவி இல்லாமல் செய்யும் யாகத்துக்குப் பலன் கிடையாது' என்று சொல்கிறது.

திருமணம் தொடர்பான ஆசியக் கோட்பாடென்பது, ஐரோப்பியப் பெண்கள் பொருளாதாரரீதியாகக் கணவனை உறிஞ்சும் ஒட்டுண்ணியாக ஆவதற்கு முந்தைய மத்திய காலங்களில் மிகத் தெளிவாகப் புரிந்துகொள்ளப்பட்டிருந்தது. இன்றும் ரோமானிய அல்லது கிரேக்க கிறிஸ்தவ சமூகத்தில் நிலைமை அதிகம் மாறியிருக்கவில்லை. ஆனால் தொழில்மய, ஜனநாயகக் கருத்து களினால் உந்தப்பட்ட ஐரோப்பிய அமெரிக்க தேசங்களின் மனதுக்கு அதைப் புரிந்துகொள்ள முடிந்திருக்கவில்லை. அது கடமைகளைவிட உரிமைகளுக்கே அதிக முக்கியத்துவம் தருகிறது. பொறுப்புகளைவிட சுய விருப்பங்களையே பெரிதாக நினைக்கிறது. பொறுப்புகளில் இருந்து தப்பி ஓடுவதையே விடுதலை என்று கருதுகிறது.

அப்படியாகத்தான் மேற்கத்திய சீர்திருத்தவாதிகள், கீழைத்தேய பெண்களின் மனங்களில் இல்லாத அதிருப்தியைத் தேடிக் கண்டுபிடித்து முன்வைத்திருக்கிறார்கள். சுய நலமும் கர்வமும் மிகுந்த சிந்தனை என்பது சுய ஆன்ம உணர்தலுக்கான பாதையல்ல என்பதை மறந்து செயல்பட்டிருக்கிறார்கள். தொழில்மய மனம் அடிப்படையில் உணர்ச்சிமயமானது. எனவே அன்பையும் திருமணப் பந்தத்தையும் சரியாகப் புரிந்துகொள்ளமுடியவில்லை. ஆசிய சிந்தனையானது தத்துவார்த்தமும், மதச் சார்பும் கொண்டதோடு மிகவும் நடைமுறை சார்ந்ததும்கூட.

இன்றைய மேற்கத்தியக் கோட்பாடானது திருமணம் என்பதை முழுக்கவும் காதல்மயமானதாகவும் தனிப்பட்ட நபர்களின் முழு சுதந்தர விருப்பமாகவும் கருதுகிறது. அப்படியாக தற்செயலாக 'காதலில் விழுவதை' மட்டுமே திருமண பந்தத்தின் ஆதார அம்சமாக முன்வைக்கிறது. காதல் முறிந்துபோகிறவர்கள் அல்லது காதலில் விழாதவர்கள் திருமணம் செய்துகொள்ளத் தேவை யில்லை என்பதுபோல் சொல்லப்படுகிறது. காதல் உணர்வு தீர்ந்து

விட்டால் திருமணம் செய்திருந்தாலும் விவாக ரத்து செய்துவிட வேண்டும் என்று இருந்தால்தான் இப்படியான சுய நலம் மிகுந்த தனி நபர் விருப்பம் என்பது தர்க்கரீதியாகச் சரி என்று ஆகும்.

உண்மையான காதலின் வெளிப்பாடுதான் காமம்; வெறும் உடல் சுகத்துக்காக ஒரு பந்தத்தை உருவாக்கிக் கொள்வது அல்லது அந்தரங்க உறவைத் தொடர்ந்து நீடிக்கச் செய்வது, வெறுமனே ஒப்புக்காகச் செய்வது என்பதெல்லாம் ஒழுக்கக்கேடானது என்று சொல்வது உயரிய, மத ஒழுக்கம் சார்ந்த பார்வையே. அந்த உயரிய விழுமியமானது தனிநபர்களும் குழுக்களும் முன்வைக்கும் கருத்துகளையும் விலக்கிவைக்கிறது. லட்சிய தனிநபர் வாதம் என்பது அந்த நிலையை முடிந்த அளவுக்கு எட்டுவதாக இருக்கும்.

மேற்குலகின் திருமணப் பந்தம் தனி நபர்களின் சுதந்தரத் தேர்வின் அடிப்படையில் இருப்பதால் அது ஆன்மிக மற்றும் உடல் சார்ந்த லௌகிக ஆசைகளின் நிலையான இணைப்பு ஒன்றை முன் வைப்பதாக நம்மை நாமே ஏமாற்றிக் கொள்ளவேண்டாம். மாறாகப் பெரும்பாலான நேரங்களில் தம்பதிகளை அவர்களிடையே 'காதல் இல்லாத நிலையிலும்' அது வலிந்து பிணைத்தே வைத்திருக்கிறது. காதல்தான் இந்தத் திருமண பந்தத்துக்கு அடிப்படையான அம்சம் என்று அவர்கள் சொன்னபோதிலும் பழக்கம், விவேகம், அல்லது குழந்தைகள் பிறந்திருக்கலாம்; கடமை உணர்வு போன்றவற்றால் வேண்டா வெறுப்புடன் திருமண பந்தத்தைத் தொடர்ந்து தக்கவைத்துக் கொண்டுதான் இருக்கிறார்கள்.

இந்தியாவில் இப்போதும் குடும்பமே மைய சமூக அமைப்பாக இருந்துவருகிறது. நவீன காலச் சூழ்நிலைகளில் வீடு என்ற அமைப்பு காப்பாற்றப்படவேண்டிய ஒன்று தானென்றால், அதற்கு ஒரே வழி உரிய சமரசங்கள் அவசியப்படக்கூடிய திருமண பந்தம் நிலையானதாக இருந்தாகவேண்டும். இப்போது பெருமளவுக்கு அனுசரித்துச்செல்லும் நிலை இருந்துவருகிறது. எனினும் இந்த நடைமுறைக்குச் சற்று மேலும் கீழுமான ஒரு நிலை உருவாகியாகவேண்டும்.

இயல்பான திருமண பந்தத்தின் ஆக்கப்பூர்வமான அடிப்படை களாக நாம் எதையெல்லாம் மதிக்கலாம்?

ஹிந்து சமூகவியலாளர்களைப் பொறுத்தவரையில் திருமணம் என்பது சமூக மற்றும் தார்மிக உறவு. குழந்தைகள் பெற்றுக் கொள்வது ஒருவகையில் சமூகக் கடனைத் திருப்பித் தருவது / சமூகக் கடமையைச் சரியாகச் செய்வது போன்றது. காதல் என்பது

எல்லையற்ற சுதந்தரத்தின் தற்காலிக அனுபவம். மதம் சார்ந்தது; அதனளவில் அது சமூக விரோதமானது. ஒருவரோடு முழுமையான இணைவதென்பது மற்றவற்றை மறுதலிப்பதுதான். காதல் மயக்கத்தில், சில வாரங்கள் அல்லது மாதங்கள் காதலனும் காதலியும் மனதளவில் முடிந்தவரையில் ஒன்று கலந்து உருவாகும் ஒளியினால் முழு வாழ்க்கையும் வெளிச்சம் பெறுகிறது. ஆனால் எல்லா காதல்களும் ஒரு முடிவுக்கு வந்தே தீரும். எண்ணற்ற மன நிறைவுகளை வாரி வழங்கிய உள் மன மயக்கத்தின் ஒளி மெள்ள மெள்ள யதார்த்த ஒளியின் முன்னால் மங்கத் தொடங்கும். விண்ணில் பறந்துகொண்டிருந்த காதலர் மண்ணில் இறங்குவார்கள்.

பொதுவான விருப்பம், கடமை, நட்புக்குத் தேவைப்படும் பரஸ்பர மனநிலை, அக்கறை, பொறுமை இவையெல்லாம் இப்போதும் நீடித்திருந்தால் அந்தக் காதலர்கள் அதிர்ஷ்டம் செய்தவர்களாக இருப்பார்கள். இந்த அதிர்ஷ்டம் எந்த அளவுக்கு இருக்கிறதோ அந்த அளவுக்கு இருவரின் திருமண வாழ்க்கையின் பெருமளவிலான காலங்களில் மகிழ்ச்சி நிலவும்.

ஹிந்து திருமண பந்தம் இந்தச் சிந்தனைகளை, நிபந்தனைகளைக் காதலுக்கு முன்பாகவே முன்வைத்துவிடுகிறது. காதல் இன்பமே இலக்கு என்று அது சொல்வதில்லை. திருமண உறவுக்கான நிபந்தனைகளைப் பூர்த்தி செய்த பின்னரே காதல் இன்பம் என்று வரையறுத்திருக்கிறது. காதலித்துத் திருமணம் என்பதைவிட திருமணத்துக்குப் பின் காதல் என்பதாக அது முன்வைக்கிறது.

ஆர்வத்துடன் தேர்ந்தெடுத்து வாழ் நாள் முழுவதும் ஒரு தொழிலில் ஈடுபட்ட பின்னர்தானே மகிழ்ச்சி கிடைக்கும். தொழிலில் ஈடுபட்ட உடனேயே கிடைக்கும் உடனடி இன்பமே இலக்கு என்று சொல்லப்படுவதில்லையே. இந்த இடத்தில் 'தொழில்' என்ற வார்த்தையை நன்கு யோசித்துப் பயன்படுத்தியிருக்கிறேன். கீழைத்தேய நாடுகளில் திருமணம் என்பது கீழைத்தேயக் கலைஞர்களின் கலை போன்றது. மரபான, பாரம்பரியமான உருவங்களை அப்படியே வரைந்து, உருவாக்கி பூர்த்தி செய்வதுதான் இலக்கு. உணர்வுநிலைகளின் வெடிப்புகளைச் சார்ந்து அந்தக் கலை வெளிப்பாடு இருக்காது.

ஆண்கள் ராமபிரானைப் போல் இருக்கவேண்டும்; பெண்கள் சீதையைப் போல் இருக்கவேண்டும் என்பதுதான் இந்திய திருமண பந்தத்தின் இலக்கு. தனி நபர்களின் 'தனித்தன்மையை' வெளிப்

படுத்துவது அல்ல. சூத்திரங்கள் ஏற்கெனவே வரையறுக்கப்பட்டு விட்டன. கணவன், மனைவி இருவருக்கும் அவரவருக்கான பொறுப்புகள் விதிக்கப்பட்டுள்ளன. இதன் அடிப்படையில்தான் மனு ஸ்மிருதியை நாம் நன்கு புரிந்துகொள்ளமுடியும். கணவன் எப்படி இருந்தாலும் மனைவி அவரை தெய்வமாகப் போற்ற வேண்டும்; கணவரின் குறைகளுக்காக, பெண்களுக்கு விதிக்கப்பட்ட தர்மத்தில் இருந்து மனைவி பிறழ்வது அவளுடைய கண்ணியத்துக்கே இழுக்கு. கணவரின் நன்மைக்காக அல்ல; அவளுக்காகவும் சமூக நன்மைக்காகவும் அவள் அதைச் செய்யவேண்டும். புருஷ பிரகிருதி பந்தத்தைப் போலவே திருமண பந்தமும் இருக்கவேண்டும்.

மேற்கத்திய தனிநபர்வாதம் எவ்வளவு எண்ணற்ற சாத்தியக் கூறுகளை முன்வைத்தாலும் ஹிந்து சமூகமானது குல ஒழுக்கத்தை (குல தர்மத்தை) அடிப்படையாகக் கொண்டு உருவானது. எல்லா வகுப்பினருக்கும் பொருந்தும் பொதுவான தர்மம் (விதிமுறை) என்று எதுவும் இல்லை என்பது உண்மையே. ஆனால் ஒவ்வொரு குலங்களுக்கு உள்ளேயும் ஒரு தனி நபரின் சுதந்தரமானது அந்தக் குலத்தின் நலனுக்கு உட்பட்டது. கடமையே அனைத்திலும் உயர்வானது.

ஒருவருடைய கடமை என்பது தனி மனிதரின் சுதந்தரத்தை எந்த அளவுக்குக் கட்டுப்படுத்துகிறது என்பதற்கு சீதையை ராமன் தண்டித்த நிகழ்ச்சி மிகச் சிறந்த எடுத்துக்காட்டு. இலங்கையை வென்று அயோத்தி அரியணையில் ஏறிய பின் நடந்த சம்பவம் இது. சீதையின் கற்பின் மீது ராமருக்கு எந்தவொரு சந்தேகமும் கிடையாது. சமூக விதிகளைப் பிரதிபலிக்கும் கண்ணாடியாகவே அவர் செயல்படுகிறார். மக்கள் மத்தியில் சீதையின் கற்பு பற்றிச் சந்தேகங்களும் கேள்விகளும் எழுந்ததால் அவர் சீதையைக் காட்டுக்கு அனுப்பிவிடுகிறார்.

பிற ஆடவருடைய வீட்டில் சில காலம் இருந்த ஒரு பெண்ணை அவள் எவ்வளவுதான் கற்புக்கரசியாக இருந்தாலும் மன்னரே மன்னித்து ஏற்றுக்கொண்டால் மக்களிடையே நல்லொழுக்கம் சீர்குலைந்துவிடும். ஏனென்றால், அன்பினால் தூண்டப்பட்டும் நியாயமான காரணங்கள் இல்லாமலும் பாரபட்சமான முறையில் மன்னித்தும் ஏற்றுக்கொள்ள ஆரம்பித்துவிடுவார்கள். அப்படியாக ஓர் ஆண் அல்லது பெண்ணின் விருப்பங்களே சமூக ஒழுங்கைவிட முக்கியமானதாக ஆகிவிடும்.

பெற்றோர் பார்த்து நடத்திவைக்கும் கீழைத்தேயத் திருமண பந்தத்துக்கும் தனி நபர் விருப்பத்துடன் நடக்கும் மேற்கத்திய திருமணங்களுக்கும் இடையில் இருக்கும் மிகப் பெரிய வேறுபாட்டுக்கு மிகவும் சரியான விளக்கம் இதுவே. எங்கே ஏய்ப்பு இல்லையோ அங்கே அதிருப்திக்கு இடம் இருக்காது. எந்த அடிப்படைக் கோட்பாடுகளின் மீது இந்தப் பந்தம் கட்டமைக்கப் படுகிறதோ அது மாறாமல் இருக்கும்வரையில் ஹிந்து திருமணங்கள் எல்லாம் ஒருபோதும் ரத்தாகாது. சமூகக் கடமைகள் முறையாகப் பூர்த்திசெய்யப்படும்போது, சமூகக் கடன்கள் ஒழுங்காகத் திருப்பித் தரப்படும்போது குடும்பத் தலைவர் மட்டும் சமூக உறுப்பினருக்கு உண்டான கடமைகள், உரிமைகள் இவற்றை மட்டும் கைவிட்டுவிடலாமா? திருமண பந்தத்தில் குழந்தைகள் பிறக்கவில்லையென்றால் முதல் மனைவியின் சம்மதத்துடன் ஏன்... அவருடைய விருப்பத்தின் மூலம் இன்னொரு பெண்ணை இரண்டாம் திருமணம் செய்துகொள்வதும் சரிதான்.

கீழைத்தேய உலகில் பெண்களுக்கு என்னென்ன வாய்ப்புகள், உரிமைகள் தரப்பட்டுள்ளன என்ற கேள்வி சில நேரங்களில் கேட்கப்படுவதுண்டு.

ஒரு பெண் தன்னை எப்படி வெளிப்படுத்திக் கொள்ளமுடியும்?

இந்த மனித வாழ்க்கையில் பெண்ணாக வாழவே அவளுக்கு வாய்ப்புத் தரப்பட்டிருக்கிறது. வேறு வார்த்தைகளில் சொல்வ தென்றால், பெண் தன்மையை உணர்வதற்கு வாய்ப்பு தரப்பட்டிருக்கிறது. தன்னை வெளிப்படுத்திக் கொள்வதற்கு அல்ல. மேற்கத்திய உலகில் இதற்கு நேர் எதிராகச் சொல்கிறார்கள்.

இன்றைய காலகட்டத்தில் நமக்குக் கல்வியாகத் தரப்படுபவை மேம்போக்கானவை என்பதை நினைவில் கொள்ளவேண்டும். இன்றைய கல்வி என்பது பெரிதும் கிளிப்பிள்ளைபோல் சொல்வதைத் திருப்பிச் சொல்லும் பயிற்சியையே தருகிறது. இப்படியான கல்வியை ஆசியர்களுக்குத் தந்ததில் பெரிய நன்மை எதுவும் கிடைத்திருக்கவில்லை. நவீனக்காலப் பெற்றோர் தமது பெண் குழந்தைகளுக்குக் கொஞ்சம் ஃபிரெஞ்சு, அல்லது கொஞ்சம் போல் வயலின் கற்றுக் கொடுக்க விரும்புகிறார்கள்.

இந்தியாவில் கலைகள் எல்லாம் அந்தந்தக் குலங்களின் தொழிலாகவும் இடைவிடாத அர்ப்பணிப்பும் பயிற்சியும் இருந்தாலே கற்றுக் கொள்ள முடியும் என்பதாகவும் இருக்கின்றன. மேம்போக்காகவோ பொழுதுபோக்காகவோ தனிச் சிறப்புப்

பயிற்சி என்பதாகவோ எந்தக் கலையும் கற்றுத் தரப்படுவதில்லை. பெண்கள் குல வழி வாழ்க்கையின் பரம்பரைத் தொடர்ச்சியின் பிரதிநிதி. தனது நேரத்தை வேறொன்றுக்குப் பிரித்து அல்லது திசைமாற்றிக் கொடுத்தால் இந்தப் பரம்பரைக் கடமையைச் சரிவரச் செய்யமுடியாமல் போய்விடும். ஒரு வைஸ்யர் தன்னை ஒரு க்ஷத்ரியராகவோ அல்லது க்ஷத்ரியர் தன்னை ஒரு பிராமணராகவோ காட்டிக்கொள்ள விரும்புவதில்லை. அதுபோலவே ஒரு பெண்ணும் தன்னை ஒரு பெண் என்பதைத் தாண்டி வேறெதுவாகவும் காட்டிக்கொள்ளத் தேவையில்லை.

மேற்குலகப் பட்டதாரிப் பெண்களில் 75% பேர் திருமணம் செய்துகொள்வதில்லை. குழந்தைகளின் செயல்பாடுகள், மனநிலைகள் எல்லாம் பள்ளிப் பருவத்துக்கு முன்பே ஆறில் ஐந்து பங்குக்கு வீடுகளிலேயே தீர்மானமாகிவிடுகின்றன. ஆழமாகப் பதிந்துவிடும் அந்தப் பழக்க வழக்கங்களை எளிதில் மாற்ற முடியாது. குழந்தைகளின் உள்ளுணர்வுகள் எல்லாம் வலிமை யானவை; பழக்கவழக்கங்கள் எல்லாம் முழு வடிவம் பெறாத நிலையில் இருக்கும். அப்படியான மிக முக்கியமான கால கட்டத்தில் ஒரு பெண் தனது பரம்பரைக் கடமையை அல்லது குழந்தை வளர்ப்பின் மூலம் முன்னோர்களுக்குச் செலுத்த வேண்டிய கடனைச் செலுத்துவதில் கவனம் செலுத்தாமல் இருப்பது சரியா?

சமூகக் கடமைகள் அல்லது மகிழ்ச்சித் தேடல்கள் அல்லது சுய விருப்பத்தின்படித் தேர்ந்தெடுக்கும் தொழில் வாழ்க்கை அல்லது தவிர்க்கமுடியாத வேலைப் பளு ஆகியவையெல்லாம் அவர்களை வெளி உலகுக்கு இழுத்துச் சென்றுவிடும். இவையெல்லாம் ஒரு பெண் தன்னுடைய பரம்பரைக்கான கடமையைச் செய்வதில் இருந்து தவற வைத்துவிடும்.

ஓர் அரசு, பெண்ணுக்குத் தான் கொடுக்கும் பாதுகாப்புக்குப் பதிலாக, எதிர்காலக் குடிமகன்களை உருவாக்கித் தரவேண்டும் என்று அந்தப் பெண்ணிடம் நேரடியாகவோ மறைமுகமாகவோ ஆசை காட்டியோ மிரட்டியோ எதையும் செய்யவைக்க அரசுக்கு அதிகாரம் கிடையாது என்று நவீனத்துவத்தின் ஆதரவாளர் குறிப்பிடுகிறார். அதேநேரம் ஆண்களை ராணுவ சேவைக்குக் கட்டாயப்படுத்தும் அதிகாரம் சமூகத்துக்கு (அரசுக்கு) உண்டு என்பது உலகளவில் ஏற்றுக்கொள்ளப்பட்டதாக இருக்கிறது. இதிலும் ஒருவிதக் கட்டாயப்படுத்தலே இருக்கிறது என்பதைக் கவனிக்கத் தவறிவிடுகிறோம்.

இன்றைய உலகின் கட்டாயப்படுத்தலை எதிர்க்கும் நபர்கள் ராணுவத்துக்கு அதாவது அழிவுத் தொழிலுக்கு ஆட்களைக் கட்டுப்படுத்தித் தேர்ந்தெடுப்பதை எதிர்க்கிறார்கள். ஆனால் நாம் வேறொருவிதமான கட்டாயப்படுத்தலுக்கு அதாவது சேவை அடிப்படையிலான கூட்டுறவுக்குப் பழகிவிட்டிருக்கிறோம். எதிர்காலம் தொடர்பான வலுவான கோட்பாடுகளான தனிநபர் வாதம் மற்றும் தொழிற்சங்கவாதம் இரண்டின் அடிப்படையில் பார்த்தால் கடமையைச் செய்யாமல் உரிமை என்று எதுவும் இருக்கமுடியாது என்பது தெரியவரும்.

சமூகக் கூட்டுறவு என்ற அடிப்படையில் சமூக நலனுக்குத் தேவையான செயல்பாடுகளைச் செய்யும்படி அதன் உறுப்பினர் களைக் கட்டாயப்படுத்தும் முழு உரிமை உண்டு என்றே சொல்லப் படுகிறது. அரசின்மைக் கோட்பாடு கொண்ட அனார்க்கிஸ்ட்கள் போன்றவர்களே தன்னிச்சையாக முழுமையாகச் சமூக நன்மைகள், சமூகப் பாதுகாப்பு அனைத்தையும் மறுதலிக்கிறார்கள். அவர் களுக்கே சமூகத்தின் நிபந்தனைகளை (கோரிக்கைகளை) புறக்கணிக்கும் உரிமை உண்டு.

ஓர் உயிர்த்துடிப்பு மிகுந்த சமுதாயம் ஒருவருக்கு ஆதரவு தேவைப்படும்வரையில் அது ஆன்மிக நலன் சார்ந்ததாக இருக்கும் வரையில் முழு ஆதரவு தரவே செய்யும். சிந்தனையாளர்கள், கலைஞர்கள் போல் செயல்பாடுகள் வெளிப்படையாகத் தெரியும் படியாக இருப்பவர்களுக்கு மட்டுமல்ல; வெறும் சோம்பேறி போல் தோற்றமளிக்கும் சில குறிப்பிட்ட முழுமையான கலகக் காரர்களுக்கும் அந்த ஆதரவைத் தரும். ஆனால் இந்தச் சோம்பேறி, அரசின்மைவாதியாகவோ அரச அதிகாரியாகவோ இருந்தாலும் ஆடம்பரங்களுக்கு ஆதரவு தரவேண்டும் என்று கோரமுடியாது. அவருக்குத் தரப்படுபவையெல்லாம் அன்பினால் தரப்படுகிறது; சட்டப்பூர்வமாக அல்ல.

தனி நபர் வாதத்தின் அடிப்படையில் பார்த்தால், கடமை நிறைவேற்றம் என்பது தன்னியல்பான செயல்பாடாகப் பார்க்கப் படுகிறது. சிந்தனையாளர், கலைஞர் ஆகியவர்களைப் பொறுத்த வரையிலும் அதுவே நடைமுறையாக இருக்கிறது. தனிநபர் வாதியும்கூட எதுவும் செய்யாமல் எதையும் எதிர்பார்ப்பதில்லை. அதிகபட்சமாக அவர் பிறரைக் கட்டாயப்படுத்திச் செய்ய வைப்பார்.

பொதுவாக ஒரு பெண்ணின் கடமை அல்லது இயல்பு – தனிநபராக இல்லாவிட்டாலும் ஒரு குழுவாகப் பெண்ணினம் என்ற வகையில்

பார்த்தால் - ஆன்மிக அளவிலும் உடலளவிலும் தாயாக இருப்பதுதான். அப்படியென்றால், இந்தத் தாய்மைக் கடமை அல்லது உரிமையை மறுக்கும் சுதந்தரத்தைப் பெண்களுக்குத் தருவதற்கு பதிலாக, அதற்கு இப்போது கிடைக்கும் மதிப்பையும் மரியாதையையும் பாதுகாப்பையும் விடக் கூடுதலாகக் கொடுக்கத் தானே வேண்டும். எனவே ஆசியர்களிடமிருந்து உலகுக்குக் கற்றுக்கொள்ள இன்னும் கொஞ்சம் மிச்சம் இருக்கிறது. இந்தப் பகுதிகளில்தான் கர்ப்பவதிகள் மங்களகரமாக மதிக்கப்பட்டு மிக உயர்வாகப் போற்றப்படுகிறார்கள். தொழில்மயமான மதச் சார்பற்ற மேற்குலக சமூகங்களில் வெளிப்படையான புதிரைப் போலவே இருக்கிறாள். கர்ப்பமாக இருப்பதை மறைத்துக் கொண்டும் அதை அவமானமாகக் கருதியபடியும் தனக்கும் குழந்தைக்கும் ஆரோக்கியக்கேடை உருவாக்கும்படியாகவும் நடக்கவேண்டியிருக்கிறது.

ஐரோப்பிய கலாச்சாரத்தின் மிக முக்கியமான காலகட்டமான மத்திய காலத்துக் கலைகள், இலக்கியங்கள் ஆகியவற்றில் இப்படியான நிலை இல்லை. கன்னி மேரியின் விஷயத்தை எடுத்துக்கொண்டு பார்த்தால் எளிய மக்கள் திரளுக்கு மேரியின் கன்னிமையைவிடத் தாய்மையே மனதுக்கு மிகவும் நெருக்க மானதாக இருந்துவந்திருக்கிறது.

ஹிந்து பெண்களின் வாழ்க்கை என்பது மிக உயரிய லட்சியத்தைப் பூர்த்திசெய்வதாக இருக்கிறது என்று சொல்லும்போது அந்த இந்திய சமூக நடைமுறையையே மீண்டும் கொண்டுவரவேண்டும்; அதையே பிரதியெடுக்கவேண்டும் என்று நான் சொல்லவர வில்லை. கட்டுமானக்கலையில் கோதிக் வடிவங்களை மீண்டும் உருவாக்கவேண்டும் என்று சொல்வதைப் போன்றது அது. அது அவசியமில்லை. கடந்த கால மர வேலைப்பாடுகளை மீண்டும் உருவாக்குவதென்பது இன்றைய நிலையில் பொருந்தாததாக, இயற்கைக்கு மாறானதாகவே இருக்கும். அந்நாட்களில் இருந்தவர் களுக்கு முழுமையானதாக இருந்தவை இன்றைய நமக்கு முழுமையானதாக இருக்கமுடியாது.

மனிதர்களுக்காகத்தான் திருமணம். திருமணத்துக்காக மனிதர்கள் அல்ல. ஐரோப்பிய நவீன மனிதர் இந்தக் கருத்தை வெகு விரைவில் ஏற்றுக்கொள்ளக்கூடும். ஆசியாவில் காலப்போக்கில் ஏற்றுக் கொள்ளக்கூடும். தற்காலிகத் திருமணம், தாய்மைக்கான ஊக்கம், தாய்வழி சொத்துரிமை அல்லது நம் மரபில் ஆன்மிகரீதியாகவோ பொருளாதாரத் தேவைகள் சார்ந்தோ உருவாகியிருக்கும்

விஷயங்களை எல்லாம் ஏற்றுக்கொள்வார்கள். இது ஆசிய வழிமுறையைவிடவோ மத்திய கால ஐரோப்பிய அமைப்புகளை விடவோ மிகவும் சிறந்தவை என்பதால் அல்ல; இவையெல்லாம் நம் ஆழ்மன வாழ்க்கைக்கும் விருப்பங்களுக்கும் நெருக்கமானவை என்பதால்.

நமது சமூக அமைப்பை இன்னொருவருடைய சமூக அமைப்புடன் ஒப்பிடும்போது ஆதி காலம் தொடர்பாகவோ எதிர்காலம் பற்றிய நம்பிக்கையிலோ சொல்லவில்லை. முடிந்தவரையில் நல்வாழ்க்கைக்கு உதவும் வழிமுறையைக் கண்டடைதல் என்ற நோக்கிலேயே சொல்கிறேன். இலக்குகளே வழிமுறையைத் தீர்மானிக்கட்டும் என்பதே நமது லட்சியவாதத்துக்கான அடிப்படையாக இருக்கவேண்டும்.

அடுத்ததாக, இந்தியாவில் நடைமுறையில் இருந்த சதி வழக்கம் பற்றிப் பார்ப்போம். அந்த வார்த்தையின் அர்த்தத்தைப் பெரிதும் பரந்துபட்டவகையில்தான் இதுவரையில் எடுத்துக்கொண்டு வந்திருக்கிறோம். தன் கணவன் இறந்த பின்னர் வாழ விரும்பாத பெண்களை 'சதி' என்று அழைக்கிறோம். இந்தப் பெயர் ஐரோப்பியர்களுக்கு நன்கு பரிச்சயமாகியிருக்கிறது.

உடலும் மனமும் பின்னிப் பிணைதல், மரணத்தையும் தாண்டித் தொடரும் பந்தம் என்பவையெல்லாம் மேற்கத்தியர்களால் மிகப் பெரிய ஒடுக்குமுறையாக விமர்சிக்கப்படுகின்றன. சதி மாதாக்களைப் பற்றி நம்முடைய சிந்தனை வேறுவகையானது. நாம் அவர்களைப் பரிதாபத்துக்குரியவர்களாக அல்ல; மரியாதையுடனும் மதிப்புடனும் அன்புடனும் பார்க்கிறோம். சதிகள் குறித்து வெட்கப்படவில்லை; மாறாக அதைப் பெருமித மாகவே கருதுகிறோம். நம்மிடையே மிகவும் 'முற்போக்கான' சிந்தனை கொண்டவர்களுமே அப்படித்தான் பார்க்கிறார்கள்.

நமது குழந்தைகளின் குழந்தைகள் எல்லாம் வரும் காலத்தில் சரியோ தவறோ தனது தேசத்துக்காக உயிரைக் கொடுக்கத் துணிந்தவர்களைப் பற்றி இதேபோல் கருணையுடன் பரிவுடன் பார்க்கக்கூடும். அப்போது நமக்கு அது சமநிலையோடு கூடிய தீர்மானமாக அல்லாமல் மிகவும் அன்பும் கருணையும் மிகுதியினால் எடுத்த தவறான முடிவாகத் தென்படலாம்.

சதி பற்றியும் பெண்களின் கண்மூடித்தனமான பதி பக்தி பற்றியும் நாம் விமர்சிப்பதென்பது தேச பக்தி மீதும் இறுதி முடிவுகளை நாம் முன்வைப்பதுபோலவே ஆகும். ஒரு மகத்தான முழுமை

ஒன்றுக்காக சுயத்தை அழித்துக்கொள்வதைப் பகுத்தாராயும் குணம் கொண்டவர்கள் என்ற வகையில் நாம் வெறுக்கமுடியாது. அல்லது அற்ப வாழ்க்கைக்கு அளவுக்கு அதிகமான முக்கியத்துவத்தைக் கொடுக்கவும் முடியாது. இருந்தும் சதி செய்துகொள்வதைப் பயனற்ற, முன்யோசனையற்ற தியாகம் என்றும் தேச பக்திக்கான உயிர் துறப்பதை ஆன்மிக ரீதியாகவும் உயர்ந்தது என்றும் சொல்கிறோம். உரிமைகளைக் கணக்குப் போட்டுப் பெறுவதை விட முன்யோசனையற்ற தியாகமே மேலானது என்பது மிகவும் தெளிவாகத் தெரிகிறது.

உரிமைகளைப் போராடிப் பெறும் பெண்ணியத்தின் பார்வையில் இந்தியப் பெண்களின் மீதான விமர்சனமானது, நம்மிடையே எந்தத் தாக்கத்தையும் ஏற்படுத்தவில்லை. ஒரு தேச பக்தர் எப்படிச் சுயநலமான விஷயத்தினால் எந்தப் பாதிப்பும் அடையாமல் இருப்பாரோ அல்லது பயன் தராத ஒன்றைப் பற்றி பயன் பாட்டுவாதி எப்படி அக்கறையற்று இருப்பாரோ அதுபோலவே பெண்ணியம் நம்மிடையே எந்தச் செல்வாக்கும் செலுத்தவில்லை. சதி செய்துகொண்டவர்களும் தேச பக்தர்களும் என்ன கொள்கைக்காக உயிரைத் துறந்தனர் என்பதை நாம் எந்தவகையிலும் எதிர்ப்பதில்லை. ஆனால், உயிர் வாழ்ந்து அதிகச் சேவை செய்யமுடிந்த உயரிய கொள்கைகள் நிறைய இருக்கின்றன என்பதையும் பார்க்கமுடிகிறது.

சதி என்பது பெண் அடிமைத்தனம்; ஆண்கள் தமது நன்மை களுக்காகப் பெண்கள் மீது திணிக்கப்பட்டது; இந்தியாவில் மட்டுமே நடைமுறையில் இருந்தது என்றெல்லாம் சதி பற்றிப் பொதுவாக, என்ன காரணத்தினாலோ நம்பப்படுகிறது. இவையெல்லாம் வரலாற்று ஆதாரம் இல்லாதவை. அரச குடும்பங்களில் ஓரளவுக்கு சமூக வழக்கமாக இருந்திருக்கிறது. விருப்பம் இல்லாத தனிநபர்கள் மீது சில நேரங்களில் வலுக்கட்டாயமாகத் திணிக்கவும் பட்டிருக்கிறது. இன்றும் கூட பிற நபர்களின் கொள்கைகளுக்காக ஆதரவாளர்கள் துன்பப்படவும் உயிர் துறக்கவும் கட்டாயப்படுத்தப்படுவதுபோல் அன்றும் நடந்திருக்கிறது. ராஜா ராம்மோகன் ராயின் முன்னெடுப்பினால் சதி நடைமுறை சட்டப்பூர்வமாக 1829-ல் முடிவுக்குக் கொண்டுவரப் பட்டது. அது நடந்து 100 ஆண்டுகளுக்கு மேல் ஆகிவிட்டது. பிரச்னை பெரிதாக இருந்த மற்றும் மத வெறுப்பு மிகுந்திருந்த காலகட்டத்தைவிட இப்போது சதியின் வரலாறு மற்றும் முக்கியத்துவம் பற்றி நடுநிலையாகக் கொஞ்சம் அலசிப் பார்க்கலாம்.

இந்திய இலக்கியங்களில் 'சதி' (உடன்கட்டை ஏறுதல்) மிக முக்கியமான இடத்தைப் பிடித்திருக்கிறது. இது ஆச்சரியப்பட வேண்டிய விஷயமே இல்லை. தன் கணவரான சிவ பெருமானுக்குத் தந்தை தட்சனின் மூலம் இழைக்கப்பட்ட அவமானங்களைக் கண்டு தன் உயிரைப் பார்வதி தேவி மாய்த்துக் கொண்டாள். இதுதான் அனைத்துச் சதிகளுக்குமான முன்மாதிரி.

பழங்காலத் தமிழ் இலக்கியமொன்றில் இடம்பெற்றிருக்கும் காட்சி இது: உடன்கட்டை ஏற முன்வரும் பெண்ணை பிராமணர்கள் தடுக்கிறார்கள். ஆனால் அந்தப் பெண்ணோ, 'என் பதி (கணவர்) இறந்துவிட்டார்; சுடுகாட்டில் கரிய கட்டைகளை அடுக்கிச் செய்யப்பட்ட பிணப்படுக்கை உங்களுக்குத் தாங்க முடியாததாக இருக்கலாம்; எனக்கு, பெரிய தோள்களையுடைய என் கணவர் இறந்ததால், அந்த ஈமத் தீயிலுள்ள பிணப்படுக்கையும் அரும்புகளே இல்லாமல், மலர்ந்த தாமரைகளை மட்டுமே உடைய நீர் செறிந்த பெரிய குளமும் ஒரே தன்மையது' என்கிறாள்.

> பெருங்காட்டுப் பண்ணிய கருங்கோட்டு ஈமம்
> நுமக்கு அரிதாகுக தில்ல; எமக்கு எம்
> பெருந்தோட் கணவன் மாய்ந்தென, அரும்பு அற
> வள் இதழ் அவிழ்த்த தாமரை
> நள் இரும் பொய்கையும் தீயும் ஓரற்றே!

இன்னொரு பெண் தன் கணவருடைய சிதையைத் தானும் படுத்துக்கொள்ளும்படிப் பெரிதாக அமைக்கச் சொல்கிறாள். அவருடன் வாழ்க்கையில் பல கொடும் பாலைகளைக் கடந்து வந்திருக்கிறேன். இந்தக் கொடும் மரணப் பாதையிலும் அவருடன் செல்லவிரும்புகிறேன் என்று சொல்கிறாள். பின்னாளில் ஹர்ஷருடைய தந்தை இறந்ததையடுத்து தாய் சொல்கிறார்:

நான் மகத்தான குலத்தின் (வம்சத்தின்) மரியாதைக்குரிய பெண்; மாபெரும் வீரனின் மனைவி. சிங்கம் போல் நூறு போர்களில் கர்ஜித்து வென்றவரின் மனைவி. சதியைக் கண்டு அஞ்சும் கோழையல்ல நான்.

ஆன்மிகத்திலும் கவித்துவத்திலும் மிக உன்னதமான கபீர்தாஸர் கூட, சுய கர்வத்தை முழுமையாகக் கைவிட்டுவிட்டு இறைவனிடம் முழுமையாகச் சரணடைவது தொடர்பாகப் பேசும்போதெல்லாம் 'கணவர் இறந்ததும் தன் உயிரை மாய்த்துக் கொள்ளும் பதிவிரதைகளின் சதியுடனே பெருமையுடன்

ஒப்பிட்டுச் சொல்லியிருக்கிறார். இந்திய இலக்கிய மரபில் ஆண் பெண் காதல் எல்லாமே ஒருவித ஆன்மிக அனுபவமாகவே சித்திரிக்கப்பட்டிருக்கின்றன. அவற்றில் மகத்தானது ராதை – கிருஷ்ண பிரேமம்.

அக்பரின் காலத்தில் முஹம்மத் ரிஸா நூயி என்ற கவிஞர் ஒரு ஹிந்துப்பெண் திருமணமான நாளிலேயே கணவர் இறந்துவிட, தன் விருப்பத்துடன் உடன்கட்டை ஏறியதைப் பற்றிக் குறிப்பிட்டிருக்கிறார். இந்துக்களை 'உருவ வழிபாட்டாளர்கள்' என்று குறிப்பிடும் அந்த இஸ்லாமியக் கவிஞருக்கு இந்தச் சம்பவம் ஹிந்து மத ஒடுக்குமுறையாகவோ தார்மிக வீழ்ச்சியாகவோ தோன்றவில்லை. கணவன் உயிர் பிரிந்த பின், மனைவி அவர் மீது காட்டும் அபாரமான பேரன்பாகவே பார்த்து வியந்திருக்கிறார். ஹிந்து ஆண்களின் ஆணாதிக்கக் கொடுமையாக அதைப் பார்க்க வில்லை. பெண்களின் மகத்தான அன்பாகப் பார்த்திருக்கிறார்.

உடன் கட்டை ஏறுவதென்பது வெறும் சுய நலமே (ஆண்களின்); ஆணாதிக்கமே இந்தச் சமூக நடைமுறையில் இருப்பதாக, தன்னால் புரிந்துகொள்ளமுடியாத ஓர் உணர்வு குறித்துச் சொல்லும் நவீன விமர்சகரின் பார்வையில் இருந்து அது எவ்வளவு மாறுபட்டதாக இருக்கிறது பாருங்கள்.

அந்த ஹிந்துப் பெண்ணுக்கு அனைத்து உதவிகளும் செய்து தருவதாகச் சொன்ன பின்னரும் இறந்த கணவருடன் சேர்த்து எரிக்கப்படவேண்டும் என்றே விரும்பியிருக்கிறார். முதலில் அக்பரிடம் இந்த விஷயத்தைச் சொன்னபோது அந்தப் பெண்ணை அழைத்துவரச் சொல்லி செல்வமும் பாதுகாப்பும் தருவதாகச் சொல்லியிருக்கிறார். ஆனால், அவளோ அவர் சொன்னதைக் கேட்கவில்லை. பிராமணர்கள் உடன்கட்டை ஏறவேண்டாம் என்று சொல்லியும் கேட்கவில்லை. உனக்கு என்ன வேண்டும் கேள்; தருகிறோம் என்று சொன்னபோது, 'கணவரை எரிக்கும் நெருப்பு என்னையும் எரிக்கட்டும்' என்று அந்த ஒன்றை மட்டுமே கேட்டுக் கொண்டாள்.

இறுதியில் அக்பர் வேறு வழியில்லாமல், அந்தப் பெண் உடன்கட்டை ஏறச் சம்மதித்தார். ஆனால், அவருடைய மகன் தானியாலை உடன் அனுப்பி உடன்கட்டையில் ஏறுவதில் இருந்து இறுதித் தறுவாயிலும் மனதை மாற்றும்படிக் கேட்டுக்கொண்டார். அந்தப் பெண்ணோ உடன் கட்டை ஏறி, தீ தன்னை எரிக்கும்போதும் துளியும் பதறாமல், கலங்காமல், 'என் மீது கோபம் கொள்ளாதே...

என் மீது கோபம் கொள்ளாதே... என் மீது கோபம் கொள்ளாதே' என்று சொல்லியபடியே உயிர் துறந்தாள். அதைப் பார்த்த அந்த இஸ்லாமியக் கவிஞர் வியந்து பாடினார்:

காதல் தீயில் கனன்று எரியும் இதயங்களே
இந்தக் கற்பின் கனலியிடம் இருந்து
அன்பின் தீரத்தைக் கற்றுக் கொள்ளுங்கள்
யா அல்லா...
இந்தக் காதலின் வழியை எனக்குக் காட்டிக் கொடு...
இந்தக் கன்னிப் பெண்ணின் ஸ்நேகத்தின் தீயை
என் இதயத்தில் பற்றிப் படரச் செய்.

இப்படி வேண்டிக் கொள்பவர் அந்தப் பெண்ணுக்கும் சேர்த்துப் பிரார்த்தனை செய்கிறார்:

யா அல்லா...
பர்தாவினால் மூடப்படாத அந்தக் கன்னிப் பெண்ணை
மகிமைப்படுத்துவீராக; இந்தப் பெண்ணின் கற்பு சொர்க்கத்து
தேவதையின் கற்பைவிட அதி தூய்மையானது.
அவளுடைய தலைவனின் முதல் அன்பு முத்தத்தை
அவளுக்குக் கிடைக்க வையுங்கள்: அவளுடைய உயிர்த்
தியாகத்தைக் கருணையுடன் ஏற்றுக்கொள்ளுங்கள்.

நவீன கால உடன்கட்டை ஏறல்கள் பற்றி அதைப் பார்த்த ஆங்கிலேயர்கள் எழுதிவைத்திருக்கிறார்கள். 1825-ல் பரோடாவில் நடந்த உடன்கட்டை ஏறுதல் பற்றி ஆர். ஹார்ட்லி கென்னடி, 'மனதை மாற்றிக்கொள்ளும்படி எவ்வளவோ கேட்டுக்கொண்டும் எந்தப் பலனும் கிடைக்கவில்லை' என்று குறிப்பிட்டிருக்கிறார். அந்தப் பெண் உடன்கட்டை ஏறுவதிலிருந்து இறுதிவரை பின்வாங்கவே இல்லை.

சர் ஃப்ரெட்ரிக் ஹாலிடே எழுதியிருப்பது எல்லாவற்றையும்விட மிகவும் முக்கியமானது. இங்கும் ஒரு விதவை, மற்றவர்கள் எவ்வளவு சொல்லியும் தன் மனதை மாற்றிக்கொள்ளவில்லை. 'அந்தப் பெண் இறுதியாகக் கைவிளக்கைக் கொடுக்கும்படிக் கேட்டார். அதை வாங்கிக் கொண்டு தன் விரலை அதன் சுடரில் காட்டி அது முழுவதுமாக எரிவதுவரை அப்படியே நின்றார். ஒரு மயிலிறகு – எழுதுகோல் மெழுகுவர்த்தியில் காட்டினால் எரிந்து கருகுவதுபோல் விரல் எரிந்து கருகியது. ஆனால், கைவிரல் எரிந்து கருகும் வரையும் எந்தவொரு வலியோ பயமோ இன்றி அந்தப் பெண் உறுதியாக நின்றார்' என்று குறிப்பிட்டிருக்கிறார்.

மூன்று நூற்றாண்டுக்கு முன்பாக அக்பர் வேறு வழியின்றிச் சம்மதம் கொடுக்க நேர்ந்ததுபோலவே சர் எஃப் ஹாலிடேயும் அந்தப் பெண்ணின் விருப்பத்துக்கு விட்டுக் கொடுக்கவேண்டிவந்தது.

இந்தியாவில் சில இடங்களில், சில பகுதிகளில் அல்லாமல் பர்தா பொது வழக்காக இருந்ததில்லை என்று சொல்வதுண்டு. பௌத்தர்கள், மராட்டியர்கள் அல்லது இதிகாசங்களில் மட்டுமே இருந்திருந்தது என்றும் சொல்கிறார்கள். சில வரலாற்று அல்லது புராணப் பெண்கள் அல்லாமல் வேறு யாரும் இப்படி முகத்தை மூடிக் கொள்ளும்படியாகச் சிறைப்படுத்தப்படவில்லை என்கிறார்கள். ஆனால் வேறுவகையான உள் ஒடுங்கல்கள் அரண்மனைச் சுவர்களுக்குள் இருந்திருக்கின்றன.

பல வருடங்கள் ராமரும் சீதையும் லக்ஷ்மணனும் கானகத்தில் அருகருகே வசித்திருக்கிறார்கள். இருந்தும் சீதையின் முகத்தை லக்ஷ்மணன் நிமிர்ந்து பார்த்ததே இல்லை. 'அண்ணனின் மனைவி சீதையின் கால்களுக்கு மேலாக நிமிர்ந்து அவர் பார்த்ததே இல்லை' என்று சொல்லப்பட்டிருக்கிறது.

பரிச்சயம் இல்லாத பெண்ணைப் பற்றிக் குறிப்பிடும்போது ஹிந்துக்கள் அந்தப் பெண்ணுக்கு என்ன வயது இருந்தாலும் 'அம்மா' என்று குறிப்பிடுவதுதான் வழக்கம். இந்தக் கண்ணுக்குப் புலனாகாத சுவர்கள் எல்லாம் பர்தாவுக்குள் அடைப்பதற்குச் சற்றும் குறையாதவையே. இதன் ஒரு விளைவு என்னவென்றால் இந்திய நகரங்களின் இரவுத் தெருக்கள் எல்லாம் ஐரோப்பியத் தெருக்களைவிடப் பெண்களுக்கு மிகவும் பாதுகாப்பானதாக ஆகிவிட்டிருக்கிறது. இந்தியாவுக்கு வந்துசென்ற பல ஐரோப்பியப் பெண்கள் இதை அழுத்தந் திருத்தமாகச் சொன்னதைக் கேட்டிருக்கிறேன்.

கீழைத்தேயப் பெண்கள் எல்லாம் அடிமைகளைப் போன்றவர்கள். அவர்களுக்குச் சுதந்தர உணர்வு கொடுத்து மேலெழச் செய்ததெல்லாம் மேற்கத்தியர்களே என்று மேற்கத்தியர்கள் சொல்லிக் கொள்வதுண்டு.

'சுதந்தரமென்பதை சுய கர்வத்தோடு நாங்கள் இணைத்துப் பார்ப்பதில்லை. கீழைத்தேயப் பெண் யாராக இருக்கிறாரோ அதற்கு எங்கள் கீழைத்தேய சமுதாய, மத கலாச்சாரங்கள் பெண்களைப் பெண்மை உணர்வுடன் மிளிரச் செய்திருப்பதே காரணம். இலக்கியங்களில் கலைகளில் பெண்கள் எவ்வளவு பொக்கிஷமாகப் போற்றப்பட்டிருந்தாலும் அப்படியான பெண்களை ஆணாதிக்கச் சமுதாயமே உருவாக்கியதாக மேற்கத்திய விமர்சகர்கள்

குறை சொன்னாலும் அந்தப் பெருமையை நாங்கள் எடுத்துக் கொள்ளப்போவதில்லை' என்பதே நமது பதிலாக இருக்கும்.

கீழைத்தேயப் பெண்கள், அவர்களின் உள்ளார்ந்த இயல்புகளின் அடிப்படையில் பார்த்தால் வேறு நாட்டுப் பெண்களைவிட உயர்ந்தவர்கள் என்று நாம் சொல்வதில்லை. அவள் அவர்களை விடப் பழமையானவள், தூய்மையானவள், விசேஷமானவள்; ஆனால் உலகு தழுவியவள்; உலகம் முழுவதும் இருப்பவளைப் போன்றவளே. தொழில்மய சமூகப் பெண் தான் இந்த வழக்கத்தில் இருந்து விலகிச் செல்கிறாள். கற்பும் கண்ணியமும் இனம் சார்ந்தவை அல்ல; உயரிய லட்சியங்களையும் கொள்கைகளையும் சார்ந்தவை. வாழ்க்கை குறித்த குறிப்பிட்ட பார்வையினால் உருவானவை.

சாவித்ரி, பத்மாவதி, சீதா, ராதா, உமா, லீலாவதி, தாரா போன்ற நம் தெய்வீகக் காவிய நாயகிகள் எல்லாம் தேசம் முழுவதிலும் இருப்பவர்களால் போற்றப்படுகிறார்கள். ஏனென்றால் இங்குப் பெண்மை என்பது தாய்மை. உலகம் முழுவதிலுமே இப்படியாக பெண்கள் போற்றப்பட்டிருக்கிறார்கள். கிரேக்க இளவரசி அல்செஸ்டிஸைவிடவும் அர்ப்பண உனர்வுமிகுந்தவர்கள் யார் இருக்கமுடியும்? இத்தாலிய பொறுமையின் சிகரமான க்ரிசெல்டாவைவிட பொறுமையானவர்கள் யார் இருக்கமுடியும்? டெய்ர்ட்ரேயைவிடவும் அன்பானவர்கள் யார் இருக்கமுடியும்? ஃப்ரெஞ்சு வீரப் பெண்மணி ஜோன் ஆஃப் ஆர்க்கைவிடவும் வீரம் நிறைந்தவர்கள் யார் இருக்கமுடியும்? ஜெர்மானிய ப்ரையன்ஹில்டைவிடவும் சாகசம் மிகுந்தவர்கள் யார் இருக்கமுடியும்?

டைட்டானிக் கப்பல் மூழ்கியபோது, பல பெண்கள் தமது கணவர் காப்பாற்றப்படாமல் தாங்கள் காப்பாற்றப்படுவதை விரும்பி யிருக்கவில்லை. வலுக்கட்டாயப்படுத்தியே இழுத்துச் சென்று காப்பாற்ற வேண்டியிருந்தது. வீரமும் காதலும் எல்லா தேசங்களிலும் எல்லா காலங்களிலும் ஒரே மாதிரியாகவே இருந்திருக்கிறது. இந்தியாவில் மட்டுமல்ல; பழங்காலங்களில் மட்டுமல்ல; ஒருவகையில் மரணத்தைவிடவும் வலிமையானதாக எல்லா இடங்களிலும் அது இருந்துவந்திருக்கிறது.

இந்தியா முன்வைக்கும் லட்சியவாதப் பெண்மை என்பது ஏதோவொரு இனத்துக்கு அல்லது காலகட்டத்துக்கு மட்டுமே சொந்தமானது அல்ல; எங்கெல்லாம் பெண்கள் சுதந்தரமாக தமது

உள்ளார்ந்த தன்மைகளுடன் வெளிப்பட அனுமதிக்கப்படு கிறார்களோ; எங்கெல்லாம் மதம், வீரம், கலை, கலாச்சாரம் இவையெல்லாம் தேவையான பாதுகாப்பை வழங்கியிருக்கிறதோ அங்கெல்லாம் அவர்கள் அப்படியாகவே வெளிப்பட்டிருக் கிறார்கள். நவீன உலகில் சுய சிந்தனையுடன் திட சித்தத்துடன் ஒரு பெண் விரும்பும் சுதந்தர உணர்வுகூட பாதுகாப்பு உணர்வின் உள் முகமாகத் திரும்பிய உணர்வு மட்டுமே. எவ்வளவுக்கு எவ்வளவு சுதந்தரமாக ஆகிறாரோ அவ்வளவுக்கு அவ்வளவு அவர், அடிமைகள் என்று சொன்னவர்களிடம் நாம் போற்றும் குணங்களையே இவர்களும் வெளிப்படுத்துவார்கள். எதுவானாலும் அது பெண்களை அவர்களிடமிருந்து பாதுகாக்கும் தேவையைவிட ஆண்களுக்கு நிம்மதியையே தரும். நட்புணர்வு இல்லாதவர்களின் சர்வாதிகாரம் என்பது சிறையுமல்ல; விடுதலையுமல்ல.

‘என் மீது கோபம் கொள்ளாதே’ என்ற இந்திய சதி மாதாவின் கூக்குரல், யாருக்கும் யாருடைய வாழ்வின் மீதும் எந்தவொரு உரிமையும் கிடையாது; இது எல்லாம் என் சொந்த விஷயம் என்பதையே எடுத்துக்காட்டுகிறது. அது நிச்சயம் அபயக் குரல் அல்ல; அவள் இதில் விதியிடமோ யாரிடமோ இருந்து எதையும் யாசிக்கவில்லை. அது தனித்தன்மை வாய்ந்த குரல். மரணத்தையும் தாண்டி தமது அன்புக்குரியவர்களை நேசித்த பெண்கள் அனைவராலும் அது உச்சரிக்கப்பட்டிருக்கிறது.

கான்குபர் காட்டிய அன்பையும் பாதுகாப்பையும் டேய்ர்ட்ரே ‘வேண்டாம்’ என்று மறுதலித்தார். ‘நிலமோ, உணவோ, பூவுலக வாழ்க்கையோ எதுவுமே எனக்கு வேண்டாம். தங்கமோ வெள்ளியோ குதிரைகளோ எதுவும் வேண்டாம். உஸ்நாச்சின் மகன்கள் கிடத்தப்பட்டிருக்கும் கல்லறைக்கு என்னைப் போகவிடுங்கள்’ என்று மட்டுமே அவள் கேட்டாள். ஆருயிரே... உயிர் நண்பனே... அன்பே... இந்த உலகில் இருக்கும் அனைத்து ஆண்களிலும் என் விருப்பத்துக்குரியவர் நீங்களே... இந்த உலகில் உள்ளவர் அனைவரும் திருமணமானவரும் ஆகாதவரும் என்னைப் பார்த்துப் பொறாமைப்பட்டிருக்கிறார்கள்; நீங்கள் இறந்த பின் இந்த உலகில் நான் உயிர் வாழமாட்டேன். என்று துரோகத்தால் வீழ்த்தப்பட்ட ஐயர்லாந்து வீரன் கு-சுலைனைப் பார்த்து எம்மர் சொன்னாள்.

அயர்லாந்து பெண்கள் சுதந்திரமானவர்கள்; இருந்தும் நாம் பொதுவாகப் பழங்காலத்து ஜெர்மானியப் பெண்களையே சுதந்தரம்

மற்றும் சாகசப் பெண்மையின் பிரதிநிதிகளாகச் சொல்வது வழக்கம். ஷீல்ட்-மேய்டன் – விக்டரி வாஃப்டர் கவச வீராங்கனை, சிலருக்கு வெற்றியையும் பிறருக்கு அழிவையும் கொண்டு வருபவர் என்றெல்லாம் புகழப்படும் பிரையன்ஹில்ட் தமது விருப்பங்களுக்கு மாறாக ஆண்களால் வற்புறுத்தப் பட்டவளாகவோ கோழையாகப் பணிந்து நடந்தவளாகவோ யாரும் சொல்வதில்லை. சிகர்ட் கொல்லப்பட்டபோது அவள் உடன் கட்டை ஏறியிருக்கிறாள். கன்னாரின் வேண்டுகோள்கள் எல்லாம் கன்ச்சுபாரின் கோரிக்கைகளை டேய்டர் நிராகரித்தது போல நிராகரிக்கப்பட்டன. தனது கைகளை அவளுடைய கைகளைச் சுற்றி மாலையாகப் போட்டுக்கொண்டு அவர், ‘உயிர் துறக்கவேண்டாம்’ என்றும் ‘தனது செல்வங்களையெல்லாம் எடுத்துக்கொண்டு வாழ்ந்து கொள்’ என்றும் மன்றாடினார். அங்கிருந்த அனைவரும் அதுபோலவே அவளை உடன் கட்டை ஏறவேண்டாம் என்று கேட்டுக்கொண்டார்கள். ஆனால், யார் சொன்னதையும் அவள் கேட்கவில்லை. அவள் சுயமாக எடுக்கும் தீர்மானத்தில் தலையிட வேறு யாருக்கும் உரிமையும் அதிகாரமும் பங்கும் இல்லை என்று தீர்க்கமாகச் சொன்னாள். சிகர்டை மணந்துகொண்டிருந்த இன்னொரு வீரப் பெண்மணி உடன்கட்டை ஏறவில்லை. ஆனால், அவனுக்குத் துரோகம் இழைக்கப் பட்டதைக் கேள்விப்பட்டதும் கதறி அழுதாள்:

இப்போது நான் பெருங்காற்று சுழற்றியடிக்கும்
கானகத்துச் சிற்றிலைபோல் ஆகிவிட்டேன்
வெற்றியுடன் வருவேன் என்று அவர்
சொன்னது பொய்த்துவிட்டதே

மனதில் பணிவும் வெட்கமும் கொண்டவளின் முகம் பொலிவுடன் திகழும். எல்லா அழகுகளையும் அலங்காரங்களையும்விட நாணமே பெண்ணுக்கு மிகப் பெரிய அணிகலன். பணிவு, இதம் இவை பற்றி மெர்லின் சொல்லும்போது ‘மிகவும் இனிமை யானவள், வெட்கப்பட்டதுபோல் தன் தலையை நளினமாகக் குனிந்துகொண்டாள்’ என்று வர்ணிக்கிறார். இந்த வர்ணனை மத்தியகாலச் சாகசக் கதைகள் அனைத்திலும் இடம் பெற்றிருக்கிறது. இந்த நாணம் என்பது ஆண்களுக்குப் புரியாத புதிராகவே இருக்கிறது. இருந்தும் அந்தப் பெண்களைக் காப்பதுதான் வீரனுக்கு அழகு என்று மத்திய கால சாகசங்கள் அனைத்தும் அதைச் சுற்றியே சுழல்கின்றன. ‘முதலில் இறைவனை மதித்துப் போற்றவேண்டும்; அடுத்ததாக, பெண்களைக் காக்கப்

போரிடவேண்டும்' என்று சர் தாமஸ் மலோரி எழுதியிருக்கிறார். உமாதேவியைப் போல் சீதாதேவியைப் போல் கன்னி மேரி ஒரு லட்சிய பெண்மையின் திரு உருவமே.

எமக்குள் நிறைந்திருக்கும் இந்தப் பெண்மையின்
நறுமணத்துக்கு விண்ணும் மண்ணுமே போதாது.

சமகால சாந்திதாஸ், வித்யாபதியின் கவிதைகளிலும் சிற்பக் கலைகளிலும் பெண்களை லட்சியத் திரு உருவமாகச் சித்திரிப்பதையும் ராதையைப் போன்றவர்களின் பிரேமம் புகழ்ந்து பேசப்படுவதையும் பார்க்கமுடிகிறது.

பெண்களின் நிலை தொடர்பாக மதம் சார்ந்த படைப்புகள், சாகசக் கதைகள் ஆகியவற்றையெல்லாம்விட மிக முக்கியமான ஆவணங்களாக நாட்டுப்புறப்பாடல்களும் அவற்றின் வரிகளும் திகழ்கின்றன. இவை வெகுளித்தனமானவை; மாறும் சூழல்களால் எந்த மாற்றத்துக்கும் ஆளாகாமல் யதார்த்தத்தைப் பிரதி பலிப்பவை. நாட்டுப்புறப் பாடல்களில் இடம் பெறும் பெண்கள் வலிமையானவர்களாக அறிவார்ந்தவர்களாக இருக்கிறார்கள். உலக அனுபவ அறிவு மிகுந்தவர்களாக இருக்கிறார்கள். எந்த வகையிலும் பொருளாதாரரீதியாக ஆண்களைச் சார்ந்து இருப்பவர் களாகவோ ஒட்டுண்ணியாகவோ இல்லை. உலகின் எந்தத் தேசத்து நாட்டுப்புறக் கதைகளை எடுத்துக்கொண்டுபார்த்தாலும் பெண்களே தமது காதலைத் துணிந்து வெளிப்படுத்துபவர்களாக இருப்பதைப் பார்க்க முடியும்; ஆண்கள் அல்ல. நாணம் மிகுந்தவர்கள் எனினும் அது அனுமதிக்கும் எல்லைக்குள் ஆணிடம் சென்று தமது காதலை ஏற்கும்படிக் கேட்பவர்களாகவே பெண்கள் இருக்கிறார்கள். ஆணுக்கு, காதலனுக்காக முழுவதையும் தியாகம் செய்யத் தயாராகவும் இருக்கிறார்கள். தொழில்மய உலகம் இந்த நிலைமையைத் தலைகீழாக்கிவிட்டிருக்கிறது. அது ஆண்களைக் காதலுக்கு இறைஞ்சுபவராகவும் பெண்களுக்குச் சேவகராகவும் ஆக்கியிருக்கிறது. இது முற்றிலும் இயல்புக்கு மாறானது. தொழில்மய உலகின் பிற வக்கிரங்களைப் போலவேதான் இதுவும் இருக்கிறது.

நாட்டுப்புறப் பெண்கள் அதிருப்தியில் வேதனையில் முனகிக் கொண்டிருப்பதில்லை. சைல்ட் வாட்டர்ஸ் (லார்ட் ஜான்) பின்னால் நடந்து சென்ற ஃபெர் ஹெலன் தொழுவத்தில் ஒரு குழந்தையை ஈன்றெடுக்கிறாள்.

அங்கு அவள் பாடுகிறாள்:

ஆராரோ ஆரிரரோ
என் அன்புக் குழந்தையே
உன் தந்தை ஓர் அரசனாக இருந்திருந்தால்
உன் தாய் உன்னைப் பட்டு மெத்தையில் ஈன்றெடுத்திருப்பேன்.

வங்காளத்து மாலன்சமாலாவின் கணவர் இரண்டாம் திருமணம் செய்துகொண்டு இவளைக் கைவிட்டுவிடுகிறார். மறந்தும் போய் விட்டார். அவள் சொல்கிறாள், நான் இப்போது இறந்தாலும் ஒரு பறவையாகவோ பூச்சியாகவோ அல்லது வேறெதுவாகவோ ஆவேன்... அதைப் பற்றியெல்லாம் நான் கலங்கவில்லை. என் அன்புக் கணவன் இப்போது மகிழ்ச்சியாக இருக்கிறான் அது போதும் எனக்கு.

தொழில்மய உலகில் ஒரு பெண் அதிருப்தியுடன் இருக்கிறாளென்றால் அதைவிட ஆண் எவற்றையெல்லாம் இழந்து நிற்கிறான் என்பதை விவரிக்கவே முடியாது. ஏனென்றால் இயல்பாகவே ஒரு பெண்தான் காதலில் முன்கை எடுப்பவள்; வாழ்க்கையை உருவாக்குபவள் அவளே.

என்னுடனான பந்தமே வாழ்க்கையை நீளச் செய்கிறது
நான் காமமுறும் போதே உன்னை இளமையடையச் செய்கிறேன்.

ஒரு பெண்ணுக்கு, ஆண்கள் 'அதிகம் வேண்டும்' என்று கேட்பது ஒரு பெரிய பிரச்னையே இல்லை. பெரு வள்ளல் அவளுக்கு அவன் மிகச் சொற்பத்தையே பெற்றுக் கொள்ளமுடியும் என்பதுதான் வேதனையைத் தரும்.

என் அன்புக் காதலனின் வருகைக்காக
நீண்ட காலமாகக் காத்திருக்கிறேன்
சில நேரங்களில் என் மனம் கலக்கமுறுகிறது
அசௌகரியமாக உணர்கிறேன்
நானே என் அன்பைத் தேடிச் சென்று
என் மனதில் இருப்பதைச் சொல்லிவிடலாமென நினைக்கிறேன்
ஆனால், நான் அப்படிச் சென்று என் காதலனிடம் சொன்னால்
அவன் என் அன்பை மறுதலித்துவிடுவான்
நான் என் அன்பைத் துணிந்து வெளிப்படுத்தினால்
என்னை அவன் மீண்டும் காதலிக்கவே மாட்டான்.

ஒரு பெண் ஆணுக்குச் சேவை செய்யவே விரும்புகிறாள். அவனுடைய சேவையை அல்ல.

புயலும் குளிரும் நிறைந்த இந்தப் பருவத்தில்
சூறைக் காற்று வேகமாக வீசுகிறது

என் அன்பே, இந்த நிலையிலும்
நான் உனக்காகச் சேவை செய்யக் காத்திருக்கிறேன்.

கீழைத்தேயப் பெண்மணி உண்மையில் கீழைத்தேயப் பெண்மணி அல்ல. அவள் பெண் உலகின் பிரதிநிதி. அவள் தன்னியல்பான ஒரு பெண். நவீனப் பெண்களுக்கு இதை ஏற்றுக்கொள்ளமுடியா விட்டால் தப்பித்தலுக்கான புதிய வழியைக் கண்டடைந்துகொள்ள வேண்டும். அன்பில் இருந்து அல்ல; தொழில்மய உலகில் இருந்து தப்பிச் செல்லும் வழியைக் கண்டுகொள்ளவேண்டும். உலகம் முழுவதும் ஒன்றுகூடி இந்தத் தேடலை முன்னெடுக்கமுடியாதா?

போட்டிகளும் ஏய்ப்புகளும் நிறைந்த நவீனச் சமுதாயம், பெண்களில் சொற்பமானவர்களுக்கு மட்டுமே மிகுதியான வசதி வாய்ப்புகளையும் சமூகப் பாதுகாப்பையும் உருவாக்கித் தந்திருக்கிறது. இவற்றிலும்கூட அவர்களின் நளினம், புத்திசாலித் தனமான முறையில் திருமணம் செய்துகொள்ளுதல், நடை உடை பாவனைகளை மேற்கொள்ளுதல், குழந்தை பெற்றுக்கொள்ள விரும்புதல், அல்லது விரும்புபவர்களைக் காதலித்தல், சட்டப் பூர்வமான அதிகாரங்கள், வலிமைகளைப் பெறுதல் ஆகிய அனைத்தையும் அவர்களிடமிருந்து பறித்தேவிட்டிருக்கிறது. ஒரு பெண் தன் மீதான நம்பிக்கைக்குப் பதிலாக ஊரோடு ஒத்து வாழும்படி பொதுப் புத்திக்கு ஏற்ப நடந்துகொள்ள நேர்வதென்பது எவ்வளவு பெரிய வீழ்ச்சி.

மேற்குலகில் 14-ம் நூற்றாண்டுக்குப் பின்னர், பல பத்தாண்டுகளாக, படிப்படியாகப் பெண்களின் செல்வாக்கு குறைந்தவண்ணம் வந்திருக்கிறது. மத விஷயங்கள், கவிதைகள், இசை, கட்டடக் கலை, ஒட்டுமொத்த வாழ்க்கையில் பெண்களின் செல்வாக்கும் பங்கு ஆகியவையெல்லாம் அளப்பரியதாக முன்பு இருந்தது. ஆனால், (கிறிஸ்தவ) மத சீர்திருத்த நடவடிக்கைகளை ஆண்கள் முன்னெடுக்க ஆரம்பித்தபோது, சர்ச்சின் அங்கீகாரம் இல்லாத காதல் / திருமணங்களுக்கு அனுமதி கிடையாது என்று சொல்ல ஆரம்பித்தனர்; இசையை இறுக்கமான ஒழுங்குக்குள் அடைத்தனர்; உணர்வுகள், ஞானம் ஆகியவற்றை அகற்றிவிட்டு வெறும் புத்தக அறிவை மூளையில் திணித்தனர். உடலிலும் உடையிலும் மாற்றங்களைக் கொண்டுவந்தனர். அதையெல்லாம் நாகரிகம் என்று நம்பவைத்தனர்.

எலிசபெத்திய காலக் கவிதைகள் பண்பற்றவை என்று சொல்லப் பட்டன. இறுதியாக ஏகாதிபத்தியவாதியாவது எப்படி என்று கற்றுக்

கொடுத்தனர். மேற்கத்திய ஆண்கள் எல்லாம் உலகின் பிற நாடுகளை நாகரிகப்படுத்தவும் காலனியமயமாக்கவும் தனியாகப் புறப்பட்டுச் சென்றனர். ஐரோப்பியப் பெண்களைச் செய்வதற்கு எந்த முக்கிய பணியும் இல்லாமல் தனியே விட்டனர். திருமணங்கள் செய்ய வாய்ப்பு குறைவாகவே கிடைத்தது. அப்படியே கிடைத்தாலும் திருமண வயது கடந்து 10-15 வருடங்கள் தாமதமாகிவிட்டிருந்தது. அந்தப் பெண்களுக்கு அதிருப்தி ஏற்படாமல் இருந்தால்தான் ஆச்சரியப்பட வேண்டும். 'வெறும் வாழ்வாதாரத்தை மட்டுமல்ல; தன் வாழ்க்கைக்கே ஓர் அர்த்தம் கற்பித்துக்கொள்ளும் வகையில்' தனக்கான சொந்த வழியைக் கண்டடைய முயற்சி செய்யாமல் இருந்தால்தான் ஆச்சரியப்பட வேண்டும்.

ஐரோப்பிய ஆண்கள் இப்படியாக உலகம் முழுவதும் அழித்தொழிப்பு நடவடிக்கைகளில் முழு மூச்சுடன் மூழ்கிய காலகட்டத்தில் எத்தனை பெண்கள் தமது வாழ்க்கையில் இலக்கைக் கண்டடைந்துவிட்டிருந்தார்கள்? என்னே ஒரு வாக்குமூலம்? ஐரோப்பியப் பெண்கள் எதிர்கொண்ட துயரங் களுக்கு எல்லாம் நஷ்ட ஈடாக இந்தச் சொற்பச் சுதந்தரம் கிடைக்கத்தான் வேண்டும். பிரதிநிதித்துவ அரசுகளின் லட்சணம் என்ன என்பதை உலகம் பார்த்துவிட்டிருக்கிறது. பெரும்பான்மை களின் சர்வாதிகார மனோபாவம் அந்த அரசுகளின் பயனின்மையை எந்த அளவுக்குப் புரிந்துகொண்டிருக்கிறது என்பது நமக்குத் தெரியும். பெண்கள் மட்டுமல்ல; ஆண்களுமே நவீன அரசாங்கங்களின் மீதான மன மயக்கங்களில் இருந்து வெளியே வந்தாக வேண்டும். தமது வாழ்க்கைப் பிரச்னைகளைத் தாமே சரி செய்துகொள்ள ஆரம்பிக்கவேண்டும். நேரடிச் செயல்பாடுகளைப் புரிந்துகொள்ள ஆரம்பிக்கவேண்டும். அடுத்தவர்களின் வாழ்க்கையை ஒழுங்குபடுத்தும் வேலைகளைக் கைவிட வேண்டும்.

எவ்வளவு சக்தி வாய்ந்த மனிதருக்கும் தன்னுடைய கடமைகளைத் தாண்டி அடுத்தவர்களுக்கான வேலைகளைச் செய்துகொடுக்கும் கால அவகாசமும் வலிமையும் இல்லை. இது பெண்களுக்குமே பொருந்தும். உரிமைகளுக்கான முழக்கங்கள், அதிகார மோகம் இவற்றையெல்லாம் தாண்டி அடுத்தவர்களின் வாழ்க்கையை ஒழுங்குபடுத்தும் பொறுப்பு கர்த்தரால் நமக்குத் தரப்பட்டிருக்கிறது என்ற ஐரோப்பியரின் பிழையான எண்ணத்தினால் விளைந்திருக்கும் தீமைகளைப் பட்டியலிடவே முடியாது.

'உலகைக் கைதூக்கி விடுதல்', 'வெள்ளை மனிதர்களின் பொறுப்புச் சுமை' என்ற கோட்பாடுகளின் விளைவுகள் எல்லாம் இதற்கான மிக அழுத்தமான எடுத்துக்காட்டுகளே. நோக்கங்கள் நல்லதாக இருந்தாலும் நரகத்தின் பாதைகள் பெரும்பாலும் இப்படியான நல்லெண்ணங்களினால்தான் போடப்படுகின்றன என்பதையும் மறக்கக்கூடாது.

மேல்நிலையாக்கம் என்பதில் ஓர் அடிப்படை பலவீனம் ஒன்று இருக்கிறது. ஆண்களின் மதிப்பீடுகளை அப்படியே ஏற்றுக் கொள்வதாகவே அது இருக்கிறது. பெண்ணியவாதி என்று சொல்லிக்கொள்பவர்கள் எல்லாம் உண்மையில் ஆண் மைய சிந்தனைகளால் பீடிக்கப்பட்டவர்களாகவே இருக்கிறார்கள். இந்திய தேசியவாதி என்பவர் ஐரோப்பிய லட்சியங்களால் அடிமைப்படுத்தப்பட்டவராக இருப்பதுபோலவே அவர்கள் இருக்கிறார்கள். தொழில் புரட்சி உலகின் பிரதிநிதியைப்போல் நவீனக்காலப் பெண்களும் தொழில் உழைப்பையே ஓய்வைவிடப் பெரிதாக மதிக்கிறார். தனது வாழ்க்கையைப் புறவெளிக்குக் கொண்டுவருவதிலேயே குறியாக இருக்கிறார். ஆண்கள் செய்யும் தொழில்களில் வெற்றி பெறவேண்டும் என்று துடிக்கிறார். தனது பெண்மை குறித்தும் பாலினத் தன்மை குறித்தும் வெட்கப் படுபவராக இருக்கிறார்.

நவீனப் பெண் காரண காரியங்களைச் சிந்திக்கும் குணம் உடையவளாகத் தன்னைச் சொல்லிக் கொள்கிறார். ஆண்களைப் போலவே கல்வியறிவும் நிபுணத்துவமும் கொண்டவராகவே சொல்லிக் கொள்கிறார். அவளுடைய சிறந்த ஆண் நண்பர்கள் அவள் தரப்பாக இதே விஷயங்களையே முன்வைக்கிறார்கள். இப்படியாக நவீனப் பெண், தன் இயல்புக்கு மாறாக நடந்து கொள்ள விரும்புவதால் நிஜமான பெண்ணிய இலக்கைக் கொண்டவராக இருப்பதில்லை. அதுபோலவே வலிமையற்றவ ராகவும் ஆகிநிற்கிறார்.

இருக்கும் சொற்பத்தையும் ஆண்களுடன் பகிர்ந்துகொள்ள வேண்டும் என்று சொல்வதென்பது இந்திய அரசியல்வாதிகளின் நிலையைப் போன்றதுதான். ஆனால் ஆண்களால் செய்ய முடிந்தவற்றையெல்லாம் பெண்களாலும் செய்ய முடியும் என்பது (நமது பிராந்தியத்தின் அனைத்து வலிகளையும் நாங்களே தாங்குகிறோம் என்கிறார் ஆலிவ் ஸ்ரெனெர்) இந்தியர்களுக்கு ஜனநாயகத்தில் பயிற்சிகள் கொடுத்தால் தம்மைத் தாமே ஆட்சி செய்துகொள்ளத் தயாராவார்கள் என்று சொல்வதைப் போன்றது.

சுய நம்பிக்கையின்மையின் தெளிவான வெளிப்பாடு. ஆணுக்கு அல்லது ஆங்கிலேய ஆணுக்குச் சமம் என்று பெண்கள் சொல்வதென்பதில் என்னே ஒரு பெருமிதம்! அந்த ஆண் அல்லது ஆங்கிலேய ஆண் அந்தக் கோரிக்கையை அங்கீகரிக்கவேண்டும். என்னே ஒரு மேலாதிக்க மனோபாவம் பாருங்கள்!

தொழில் புரட்சி சமூகத்துக்கு முந்தைய மனிதனின் ஆன்மாவின் தெளிவான உள்ளுணர்வு / புரிதல் என்னவென்றால் ஆண் மற்றும் பெண்ணின் குண நலன்கள் ஒருபோதும் ஒப்பிட்டு அளக்க முடியாதவை என்பதுதான். இரு பாலினமும் வெவ்வேறுவிதமாக வடிவமைக்கப்பட்டுள்ளன என்கிறார் நோவாலிஸ். ஆண்களின் உணர்ச்சிமயம் என்பது அறிவார்ந்த வடிவில் இருக்கும். பெண்களின் அறிவார்ந்த அம்சம் என்பது உணர்ச்சிமயமாக இருக்கும். ஆண்களுக்கு இரண்டாம்பட்சமானதென்பது பெண் களுக்கு அதி முக்கியமானதாக இருக்கும். இரு பாலுமே அளவிடமுடியாததாகவே இருக்கின்றன. அவர்களை வகுப்பது (வரையறுப்பது) மிகவும் கடினம். அவர்களைக் குத்து மதிப்பாகத்தான் அளவிடமுடியும்.

இந்த இடத்தில் இந்துக்களின் பார்வை மிகவும் சரியானதாக இருக்க வாய்ப்பு இருக்கிறதல்லவா? ஆணும் பெண்ணும் ஒரேவிதமான மனநிலை, செயல்பாடுகள் கொண்டவர்களாக இருக்கத் தேவையில்லை. வாழ்வின் கோலங்கள் அளவு கடந்தவையாக இருப்பதென்பதுதான் பாலின வேறுபாடு அளவு கடந்ததாக இருக்கவேண்டும் என்று ஆக்கியிருக்கிறது.

தர்க்கத்தில் ஈடுபடுபவர்கள் அல்லாமல் கவிஞர்கள், படைப்பூக்கம் கொண்ட மகத்தானவர்கள் எல்லாம் பெண்களிடம் எதிர்பார்ப்பது என்ன? வளம்; விபத்தாக எந்தவிதத் திட்டமிடலும் இல்லாததாக இருக்காமல், மகத்தானவர்களின் வழிகாட்டுதலில் முன்னேற வேண்டிய மனித இனத்துக்கு அது மிக மிக அவசியமானது. அவர்கள் பெண்களிடம் எதிர்பார்ப்பது உயிர் வாழ்க்கையையே.

ஒரு பெண்ணுக்கு எவ்வளவு அறிவு இருக்கிறது என்பது தொடர்பாக மகத்தான மனிதர்கள் அக்கறை காட்டியிருக்கவே இல்லை. தாந்தேக்கு உத்வேகம் ஊட்டியது பெட்ரைஸின் அறிவுத் திறமை அல்ல; சாந்திதாஸுக்கு உத்வேகம் ஊட்டியது சலவைப் பெண்ணின் அறிவு அல்ல. கூ சுலைன் தன் மனைவியாக எம்மரைத் தேர்வு செய்ததற்கான காரணங்களாக அவளுடைய அழகு, குரலினிமை, இனியவை பேசுதல், தையல் ஊசி கலைத்திறமை,

ஞானம், பரோபகாரச் சிந்தை இவற்றையே சொல்கிறார். 'அழிவற்ற ஆன்மாவைப் போன்று விசித்திரமானவள்' என்றுதான் ஹெலனைப் பற்றிச் சொல்லப்பட்டிருக்கிறது. வேறு வார்த்தையில் சொல்வதென்றால் சுடர் மிகும் ஒளியுடன் திகழ்ந்தவள். ராதையின் பேரொளி அவள் நின்ற நிலத்தையே பொன் போல் மின்னவைத்தது. பழங்கால ஆங்கிலக் கவி இதுபோல் ஒன்று பாடியிருக்கிறார்.

அவளுடைய அன்பு ஒளி மிகுந்தது
கை விளக்கு ஒன்று இருளைப் பிரகாசிக்கச் செய்வதுபோன்றது.

இலக்கியமானாலும் போர் சாகங்களென்றாலும் பெண்களில் மிளிரும் இந்த ஒளியே பிற குணங்களைவிட ஆண்களைச் சாகசங்கள் செய்யத் தூண்டுகிறது.

அனைவருக்கும் போரின் வீர தீரங்கள் நன்கு தெரியும். நெல்சனைப் பற்றி லேடி ஹேமில்டன் போற்றிப் புகழ்வது நமக்கு ஆச்சரியத்தை அளிப்பதே இல்லை. ஆனால் போர் என்பது அதி ஆதிச் செயல்பாடு. புத்தர் போன்று மிக உயர்ந்த தத்துவ நிலையில் இருப்பவர்கள் அதை வெளிப்படையாக வெறுக்கிறார்கள். ஆனால், நமக்கு ஒரு கலைஞன் மேற்கொள்ளும் போர் பற்றிப் புரிந்துகொள்ளமுடிய வில்லை. உடலளவிலும் மனதளவிலும் ஒரு படைப்பூக்கச் செயல்பாடு ஏற்படுத்தும் மிக அதிகமான மிகக் கடுமையான தாக்கம் பற்றி நமக்குப் புரிவதில்லை. தன்னையும் தன்னைச் சுற்றியுள்ள உலகையும் வென்றெடுக்க ஒரு கலைஞன் இடைவிடாமல் போராடியாக வேண்டியிருக்கிறது. ஒருவித வன்முறை, அறியாமை, சில நேரங்களில் திட்டமிட்ட எதிர்ப்பு அல்லது புறக்கணிப்பை மீறியே அந்தக் கலை மேதைமையை அவரால் எட்ட முடியும். எல்லாவற்றுக்கும் மேலாக, படைப்பூக்கச் சிந்தனைகளை எதிர்த்தபடி உயிர்களில் உறைந்திருக்கும் தாமஸ குணங்களையும் மீறியே ஒரு கலைஞர் தன் படைப்புகளை வெளிப்படுத்துகிறார்.

பெண்களின் தீவிர அன்பு என்பது அவர்கள் மேல் விசுவாசமாக இருப்பவர்களுக்குக் கிடைக்கும் மிகப் பெரிய பரிசு மட்டுமல்ல; அவர்களுடைய சாகசங்களுக்கு மூலாதாரமான சக்தியைக் கொடுப்பதே அந்த அன்புதான். அந்த நேசம்/சக்தி இல்லாவிட்டால் அந்தச் சாதனையை ஆண்களால் செய்திருக்கவே முடியாது. அதி உன்னதமான ஆணாக இருக்கும் கடவுள் உறைந்த நிலையில்தான் இருக்கிறார். அவருக்குள் இருக்கும் சக்தி என்பது எப்போதுமே

பெண் அம்சமே. அந்தச் சக்தியே தேவலோகத்தில் இருப்பவர்களை அரக்கர்களுக்கு எதிரான போரில் வழி நடத்தி வெற்றியைப் பெற்றுத் தருகிறது.

தேவைகள் சார்ந்து செயல்படும் ஓர் ஆண் போரிலோ வேட்டையிலோ தன் வாழ்நாளைக் கழிக்கிறான். பெண்களுக்கு பௌதிக மற்றும் ஆன்மிகப் பாதுகாப்பு தேவைப்பட்டபோது ஆண்களுக்குப் பெண்கள் பெரிதாகச் சேவைகள் செய்து கொண்டிருக்க முடியவில்லை. ஆண்களை மதித்துப் போற்றுவது பெண்களின் இயல்பாக இருந்திருப்பதை நாட்டுப்புறப் பாடல்களிலும் காவியங்களிலும் பார்த்தோம். கணவனே கண் கண்ட தெய்வம்; அவருக்கு சேவை செய்வதே அவளின் தர்மம்; அவருக்கு உண்மையாக இருப்பதே அவளின் விரதம், தவம்; கணவரே அவளின் ஆன்மிக குரு என்று இன்னொரு இந்திய புனித நூல் சொல்கிறது. இதே புனித மரபானது ஒரு மகனுக்குத் தாய் கற்றுத் தரும் ஞானம் என்பது பிற அனைத்துக் கல்விகளையும் விட எட்டு மடங்கு செயல் ஊக்கம் மிகுந்தது என்றும் சொல்கிறது.

முடிவற்ற அமைதிக் கால வாழ்க்கையாக இருந்தாலும் மிக அற்புதமான வாழ்க்கைக்குப் பந்த பாசங்கள் மிகவும் அவசியம். போர்த்தொழில் பிரதானமாக இருந்த காலத்தில் ஒரு பெண்ணின் இதமான அரவணைப்பு எந்த அளவுக்குத் தேவையானதாக இருந்ததோ அது போலவே இன்றும் ஓர் ஆணுக்குப் பெண்ணின் இதமான அண்மை மிகவும் அவசியமே. இந்த அரவணைப்பு இல்லாவிட்டால் எவரொருவராலும் எந்தவொரு மகத்தான சாதனையையும் செய்ய முடியாது. அப்படி ஏதேனும் செய்திருந்தால் அது முழுமையான சாதனையாக இருக்காது. தான் விரும்பும் குணங்களை ஓர் ஆணிடம் உருவாக்கும் வலிமை பெண்களுக்கு உண்டு. ஒரு பெண்ணுக்கு நேரடியாகத் தரப்படும் சிறப்பான அம்சங்கள் மூலமான வலிமையைவிட இது மிக அதிக, எல்லையற்ற வலிமையை அவளுக்குத் தருவதாக இருக்கிறது.

நவீன தொழில்மயவாதியின் மீது நாம் எதையும் வலுக்கட்டாய மாகத் திணிக்கவிரும்பவில்லை. அப்படி வார்ப்புக்குள் திணிப்பதால் எதையும் நம்மால் சாதிக்கவும் முடியாது. கீழைத்தேய மரபில் பெண்களின் நிலை என்பது இப்போது இறுகியதாக, உறைந்த படிவமாக ஆக்கப்பட்டுவிட்டிருக்கிறது. சுதந்தரமான செவ்வியல் கலை வடிவம் என்பது இன்று கற்றுக்கொண்டு செய்யப்படும் செயற்கை கலைவடிவமாக ஆகியிருப்பதுபோல் ஆகிவிட்டது. இருந்தும் முன்னொரு காலத்தில் பெண்களின்

இயல்பான, உயிர்த்துடிப்பான வெளிப்பாடாகவே பார்க்கப் பட்டிருக்கிறது. நமது நவீன லட்சியத் தனி நபர்வாதக் கோட்பாடுகளின் மூலம் என்றென்றைக்குமாக எல்லாவித அடையாளங்கள், வடிவங்கள், சூத்திரங்கள் அனைத்தையும் கைவிட்டுவிட முடியுமா என்று எனக்குத் தெரியவில்லை. திருமணம் செய்துகொள்வதோ திருமணம் செய்துகொள்ளப் படுவதோ எதுவும் இல்லாத நிலை சொர்க்கத்தில் மட்டுமே சாத்தியம் என்று நினைக்கிறேன். அப்படியான நிலையில் ஒவ்வொரு உயிரும் தத்தமது உள்ளார்ந்த இயல்புக்கு ஏற்பவும் தன்னைத் தானே கண்டடையும் விதத்திலும் இயங்க ஆரம்பித்தால் மத்திய காலக் கலை இலக்கியங்கள் மற்றும் கீழைத்தேய மரபுகளில் வெளிப்பட்டிருக்கும் மரபான திட்டமிட்ட தெளிவான வழிமுறை களிலேயே மனித இனம் நடக்க ஆரம்பிக்கும். ஆணுக்கும் பெண்ணுக்குமான இயல்பான உறவானது அதே விதிமுறை களுக்கு உட்பட்டவிதமாகவே வெளிப்படும். இல்லையென்றால், நடப்பவை எப்படியாக இருந்தாலும் அவற்றை நாம் அவ்வித மாகவே ஏற்றுக்கொண்டாகவேண்டும்.

விடுதலை முழக்கங்களைத் தீவிரமாக அதிவேகமாக முன் வைப்பதற்கு முன்பாக அதாவது கீழைத்தேயப் பெண்களை சீர்திருத்தவும் தொழில்மயமாக்கவும் முயற்சிகள் எடுப்பதற்கு முன்பாகக் கொஞ்சம் நிதானமாக யோசித்துப் பார்ப்பது நல்லது. ஏனென்றால் வேறு வழியில் செல்லும் இன்றைய காலகட்டத்தில் கீழைத் தேயப் பெண்கள் ஆசியாவுக்கு மட்டுமேயான மாபெரும் மரபைக் கட்டிக் காத்துவரவில்லை. அவளுமே புற அம்சங்களில் தனது சக்தியைச் செலவிடும்படிச் செய்யப்பட்டுவிட்டால் மரபான இலக்கியங்கள், கலைகளில் விவரிக்கப்பட்டிருக்கும் படியான பெண்கள் இந்த உலகில் வாழ்ந்திருந்தார்களா என்று சந்தேகிக்கும் படியான நிலை உருவாகிவிடும். பெண்கள் சுயநலமில்லாமலும் உனர்ச்சிவசப்பட்டும், நாணப்பட்டும் வாழ்ந்தார்கள் என்பதெல்லாம் நினைவின் அடுக்குகளில் இருந்து மறந்தே போய்விடும். டேய்ர்ட்ரே, ப்ரைன்ஹில்ட், அலெஸ்டிஸ், சீதா தேவி, ராதா இவர்களும் இவர்களின் வாழ்க்கையும் வெறும் பெயர்கள் மாத்திரமே என்று ஆகிவிடும். அது மனித குலத்தின் மிகப் பெரிய இழப்பாக இருக்கும். 'போதுமான பெண்ணிய லட்சியங்கள் நம் வரலாற்றிலும் இலக்கியங்களிலும் இருந்திருக்கவில்லை' என்று இந்த இழப்பை நவீன மேற்கத்திய சிந்தனைப் போக்குகள் சிலவற்றில் புரிந்துகொள்ள ஆரம்பித்திருக்கிறார்கள்.

இந்தியாவில் நடந்திருக்கும் தொழில் புரட்சி என்பது புற அம்சங்கள் சார்ந்தது. மிகச் சமீபகாலத்தில் நடந்தேறியிருப்பது. இங்கு கட்டிளம் காளைகளுக்குப் பஞ்சமில்லை. எனினும் பெண் குழந்தைகளுக்குத் திருமணம் செய்து வைக்கும் புனிதக் கடமை இன்றும் பெற்றோர் வசமே இருக்கிறது. எது ஆன்மிகம் எது புலன் இன்பம் சார்ந்தது என்பதில் எந்தவொரு குழப்பமும் இல்லை. நவ நாகரிக மோகத்தில் இந்தியப் பெண்கள் தமது உடலைச் சிதைத்துக் கொள்வதில்லை (வாட்டிக்கொள்வதில்லை). அவர்கள் உரிமை களைவிட இன்றும் கடமைகளையே பெரிதாகக் கருதுகிறார்கள். விதவையாவது எவ்வளவு துரதிர்ஷ்டவசமானதோ அதுபோலவே குழந்தைப் பாக்கியம் இல்லாமல் இருப்பதையும் பெரும் துயரத்துக்குரியதாகவே கருதுகிறார்கள்.

வேறு வார்த்தைகளில் சொல்வதென்றால் இந்தியாவின் பெண்கள் எல்லாம் வெறும் ஆண்களின் மதிப்பீடுகள் மற்றும் அளவு கோல்களின் அடிப்படையில் எடைபோடவோ ஏற்றுக் கொள்ளவோபடவில்லை. அப்படியானால் மேற்கத்திய உலகம், கீழைத்தேயப் பெண்களுக்குச் சிற்சில வெளிப்புற அம்சங்களில் அல்லாமல் வேறு என்ன ஆக்கப்பூர்வமான உதவியைச் செய்துவிட முடியும்? லௌகிக வாழ்க்கை குறித்து அது பல விஷயங்களை நமக்குக் கற்றுத் தரக்கூடும். எனினும் அது தான் கற்றுக் கொண்ட பல தவறான பாடங்களை மறந்தாகவேண்டியிருக்கிறது. அந்த வகையில் நாம் இன்னும் மறக்காமல் வைத்திருக்கும் பல விஷயங்களை அவற்றை மறக்கத் தேவையான காலம் வருவதற்கு முன்பாகக் கைவிட்டுவிடக்கூடாது. அவற்றை இறுகப்பற்றிக் கொண்டிருந்தாகவேண்டும். அவை கீழைத்தேயப் பெண் களுடையவை மட்டுமல்ல. பெண் இனத்தின் இயல்பான வெளிப்பாடுகள் அவை.

10

'சஹஜ'

'சஹஜ... சஹஜ... என எல்லாரும் சஹஜம் பற்றிப் பேசுகிறார்கள். ஆனால் அதன் அர்த்தம் யாருக்குத்தான் தெரியும்?' – சாந்தி தாஸ்

ஆன்மா, ஜீவாத்மா, ஜடப்பொருள் அனைத்துமே ஒரே பரம் பொருளின் பல்வேறு வெளிப்பாடுகளே என்ற புரிதலே அனைத்திலும் உயர்ந்த, இறுதி ஞானம். சிறைபோன்ற இந்தப் பிரபஞ்சத்தில் இருந்து விடுபட்டு விடுதலையை நோக்கிய பயணம்; சொர்க்கமும் நகரமும் ஒன்றாகும் நிலை. நித்தியத்துவத்தில் ஐக்கியமாகும் தருணம். அங்குப் புனிதமோ மலினமோ ஆன்மிக இன்பமோ புலன் உணர்ச்சிகளோ எதுவும் கிடையாது. அங்கு இருக்கும் அனைத்துமே அதி தூய்மையானது. தளைகள் அற்றது. இந்தப் பிறப்பும் இறப்பும் நிறைந்த உலகம் ஒரு மாயச் சுழல்.

உடல் சார்ந்த காதலினுள் ஆழமான ஆன்மிக மதிப்பு இருக்கிறது என்ற நம்பிக்கை நம் இந்தியாவில் வலுவாக நிலவுகிறது. வரையறைக்குட்பட்ட ஒன்று, முடிவிலியுடன் கலக்கும் 'புதிரான இணைப்பு'க்கு பூவுலகக் காதலர்கள் பரஸ்பர அணைப்பில் ஈருடல் ஓருயிராகக் கலப்பதைவிட வேறு எதை மிகச் சிறந்த உவமையாகச் சொல்லமுடியும்? உடல் நீதியான நெருக்கம், ஸ்பரிசம், ஒன்று

கலத்தல் இவையெல்லாம் காதலின் அம்சங்கள். காதல் என்பது சுயம்களை அங்கீகரிப்பதுவுமே. இருவருடைய உடலும் ஒன்றாகி விடும். ஏனென்றால் ஆன்மாக்களின் கலப்பும் அங்கு நிகழ்கிறது. இரு தனி நபர்களின் பரஸ்பர அன்பு மற்றும் புரிதலையும் தாண்டிய ஒன்றிணைப்பு.

சொர்க்கத்தினுள் நுழைந்துவிட்டவருக்குச் சொர்க்கத்தின் கதவு எவ்வளவு முக்கியத்துவமற்றதாக ஆகியிருக்குமோ அதுபோல் காதலில் ஈடுபடும் இந்த இரு நபரின் ஆன்மாக்கள் கலக்கையில் ஒருவர் மற்றவருக்கு முக்கியத்துவம் அற்றவராகியிருப்பார். ஓர் அல்ஜீப்ரா கணக்கில் சமன்பாடே உண்மை. அதற்கான வழி முறைகள், கருதுகோள்கள் எல்லாம் ஒன்றுமில்லை என்பது போன்றது. எவரொருவருடைய ஈகோ – ஆளுமையாவது முழித்துக் கொண்டால் த்வைதம் என்ற இரண்டும் வேறு என்ற மயக்க நிலைக்குத் திரும்புவதாக ஆகிவிடும்.

ஆத்மார்த்தமான காதலை அறிவுகொண்டு புரிந்துகொள்ள முடியாது. நேசிக்கப்படுபவர், உலகியல் பார்வையில் முக்கியத்துவமற்றவராக இருக்கலாம். இதன் பின்விளைவுகள் சமூகரீதியில் ஏன் தார்மிகரீதியில் கூட விபரீதமானதாக அழிவைத் தருவதாகக்கூட இருக்கலாம். எனினும் நேசிப்பவரின் கண்கள் நேசிக்கப்படுபவரில் இருக்கும் தெய்விகத்தையும் எல்லையற்ற அம்சத்தையும் கண்டுகொள்கிறது. இன்னொருவரால் ஒருவர் இப்படி ஆத்மார்த்தமாக நேசிக்கப்படுவதில் பெருமிதம் கொள்ள எதுவும் இல்லை. ஏனென்றால் இதே முழுமையும் முடிவற்ற தன்மையும் பூவுலகில் இருக்கும் ஒவ்வொரு மணல் துகளிலும் இருக்கிறது. பரந்து விரிந்த கடலில் இருப்பதுவே ஒற்றை மழைத்துளியில் இருப்பதுபோல் பரம்பொருளே எங்கும் எல்லாவற்றிலும் வியாபித்திருக்கிறது.

இப்படியான பந்தத்தை முன்னெடுத்துச் சென்று இலக்கை (முக்தியை) அடையவேண்டும். அது உண்மையான முன்னேற்றமாக இருக்கவேண்டும். வெறும் மேலோட்டமானதாக இருக்கக்கூடாது. காதலிப்பவரும் காதலிக்கப்படுபவரும் ஒரே ஆன்மப் பக்குவம் கொண்டவர்களாகவும் ஒரே ஒழுக்க அலை வரிசையிலும் இருக்கவேண்டும். இல்லையென்றால் சாந்திதாஸ் சொல்வதுபோல் ஒரு பெண் தகுதியற்ற ஓர் ஆணை நேசிப்பவராக முடங்கிவிடுவார். முட்களால் கிழிக்கப்பட்ட மலர் போலாகி, இதயம் நொறுங்கி உடைந்து போவார். ஆன்ம நிலையில் தாழ்வாக

இருக்கும் ஒருவரை நேசிக்கும் ஓர் இளைஞன் நிம்மதியின்மையின் சுழலுக்குள் சிக்கி வாழ்க்கையைத் தொலைப்பார்.

மனிதக் காதலின் பல்வேறு நிலைகள் எல்லாம் ஆன்மிகப் பரிணாம வளர்ச்சியின் பல்வேறு கட்டங்களைப் பிரதிபலிப்பவையே. நாயக நாயகியரின் காதலானது எளிதில் புரிந்துகொள்ளமுடியாத உயரிய, புதிரான உணர்வுநிலையை வெளிப்படுத்துகிறது. ராதா – கிருஷ்ண பிரேமமானது இதற்கான மிகச் சிறந்த உதாரணம். மத்திய கால ஹிந்து தர்மத்தின் பிரதானக் கருப்பொருள் அதுதான். இந்த இடத்தில் மனித உடல் சார்ந்த காதலானது முக்திக்கான வழியாகப் பரிணமித்துவிடுகிறது.

நம் தேசத்தில் ஒழுக்க விதிகள் மிகவும் கறாரானவை. இப்படியான பிரேமம் உலகியல் அம்சங்கள் அனைத்தையும் ஏன் வாழ்க்கையையே இறைக் காதலில் சரணாகதி அடையச் செய்துவிடுகிறது. ஸ்ரீ கிருஷ்ணர், கோபிகைகளிடம் சொல்கிறார்: நீங்கள் வைராகிகளாக அனைத்தையும் துறந்தவர்களாக என்னை வந்தடைந்திருக்கிறீர்கள். எனவே உங்களுக்கு நான் பட்டிருக்கும் கடனைத் தீர்க்கவே முடியாது என்று சொல்கிறார். கோபிகைகளின் அன்றாடக் கடமைகளோ அவர்களுடைய சொத்து சுகங்களோ ஸ்ரீ கிருஷ்ணரைத் தமது நாயகனாக வரிந்துகொள்வதில் இருந்து அவர்களைத் தடுக்கவே இல்லை. அந்தப் பெருங்காதலன் அனைவரையும் தன் வசியத்தால் மயக்கிவிடுகிறார்.

இவையெல்லாம் யதார்த்த நிகழ்வுகளை மாயையின் கண்ணாடியில் தெரியும் நிகழ்வுகளாகக் குறியீட்டு மொழியில் குறிப்பிடுகின்றன. இங்குச் சொல்லப்படும் யதார்த்தம் என்பது ஆழ் மன உலகில் நடக்கக்கூடியது. அங்கு ஸ்ரீ கிருஷ்ணரே கடவுள் (பரமாத்மா); கோபிகைகள் எல்லாம் ஜீவாத்மாக்கள். பிருந்தாவனம் என்பது பிரக்ஞையின் ஒரு களம் / நிலை. கோபிகைகளுக்கும், யது குலத் திலகனுக்கும் இடையிலான பிரேம பந்தத்தை மனித உடல் சார்ந்த உணர்வுகளின் அடிப்படையில் புரிந்துகொள்ளக்கூடாது. புராண இலக்கியங்களில் இப்படியான பிழையான புரிதல்களுக்கு எதிராக மிகத் தெளிவாகப் பல எச்சரிக்கைகள் இடம்பெற்றிருக்கின்றன.

இந்தப் புனிதமான, புதிரான பந்தமானது எந்தவொரு விளக்கமும் தேவைப்படாமலேயே நமக்கு நன்கு புரிந்ததுதான். அதேநேரம் ‘சஹஜ’ என்ற ஒரு மரபும் இருக்கிறது. இதில் ஒரு நடைமுறை சார்ந்த விதிமுறை இருக்கிறது. இது தொடர்பாக நாம் இங்குப்

பேசவிருப்பது புரிந்துகொள்ள மிகவும் கடினமானது. ஏனெனில் இது தொடர்பான விளக்கவுரைகள் அதிகம் நம்மிடம் இல்லை

இந்த சஹஜ சடங்கில் அழகிய கன்னிப் பெண்களை அம்மன் போல் வரித்து, அலங்கரித்து வழிபடுவார்கள். ஆன்மிகப் பரிணாம வளர்ச்சி மற்றும் மோட்ச நிலையை அடையும் நோக்கில் இது மேற்கொள்ளப்படும். இந்த கன்யா பூஜை வெறும் வழிபாட்டுச் சடங்கு அல்ல. அது பிரேமத்தின் வெளிப்பாடும் கூட.

தாந்த்ரிக பௌத்த மரபில் இது ஆரம்பித்ததாகத் தெரிகிறது. காணு பட்டர் பத்தாம் நூற்றாண்டில் வங்காள மொழியில் சஹஜ பாவம் – பிரேமம் பற்றிப் பாடல்கள் புனைந்திருக்கிறார். சஹஜ என்றால் ஒன்றுக்கொன்று தொடர்புடைய, பிறப்பிலேயே உருவான பந்தம். திட்டமிடல் இன்றி இயல்பாக உருவானது என்று இதை வரையறுக்கலாம். இந்த மரபு பற்றி 14-ம் நூற்றாண்டைச் சேர்ந்த சாந்திதாஸ் மிக அற்புதமாகப் பாடல்கள் புனைந்திருக்கிறார். வேறு பல செய்யுள் மரபினரும் இதே உணர்வு நிலை, சடங்குகள் பற்றிப் பாடியிருக்கிறார்கள்.

சாந்திதாஸைப் பித்தனாகவே வங்காளிகள் குறிப்பிடுவதுண்டு. விசித்திரமான குண நலன்கள், சிந்தனைகள் கொண்டவர். இருந்தும் அனைவருடைய பிரியத்துக்குரியவராகவும் இருந்திருக் கிறார். அவர் ஒரு பிராமணர். போல்பூருக்கு அருகில் இருக்கும் வாசூலி தேவி கோவிலில் அர்ச்சகராக இருந்தார்.

ஒரு நாள் ஆற்றின் கரையோரமாகப் போய்க் கொண்டிருந்தபோது சில பெண்கள் துணி துவைத்துக் கொண்டிருந்தனர். அங்கு ரமி என்ற இளம் பெண்ணும் இருந்தாள். யதேச்சையாக அவள் இவரைக் கண்ணோடு கண் பார்த்திருக்கிறாள். அந்தத் தருணம் அவர் வாழ்வில் மகத்தான ஞானம் கிடைத்த தருணமாகியிருக்கிறது. அன்றிலிருந்து அவர் மனம் பிரேம பாவத்தால் நிரம்பி வழியத் தொடங்கியது. ரமி மிகவும் அழகாக இருந்தாள். அவள் வண்ணார் குலத்தைச் சேர்ந்தவள். சாந்திதாஸோ பிராமணக் குலத்தைச் சேர்ந்தவர். அவளுக்கு அவருடைய பாத தூளியை மட்டுமே ஸ்பரிசிக்க முடியும்.

சாந்திதாஸ் 'பிரேம பாவ' உணர்வில் திளைத்து வெளிப்படையாகத் தன் அன்பைப் பாடலாகப் பாட ஆரம்பித்தார். அன்றாடப் பூஜை கர்மாக்களைக் கைவிட்டார். ரமியின் நினைவு வரும்போதெல்லாம் சாந்திதாஸ் கனவிலும் மயக்கத்திலும் ஆழ்ந்தார்.

சாந்திதாஸ் இயற்றிய பாடல்கள் பக்தி பரவசம் மிகுந்தவை.

ஓ ஸகி... உன் காலடியில் சரணடைகிறேன்
உன்னைக் காணாத தருணங்களில்
என் மனம் அலைபாய்கிறது
நிராதரவான குழந்தைக்குத் தாயும் தந்தையும் எப்படியோ
நீ எனக்கு அப்படியே இருக்கிறாய்
என் தேவி நீயே
என் கழுத்தில் அணியப்படும் மலர் மாலை நீயே
என் பிரபஞ்சம் நீயே
நீ இல்லாதபோது இருளில் மூழ்குகிறது என் உலகம்
என் பிரார்த்தனைகளின் முழுப் பொருள் நீயே
உன் கருணையை
உன் வசீகரப் பேரழகை
என்னால் மறக்கவே இயலாது
இருந்தும் என் மனதில் எந்தவொரு இச்சையும் இல்லை.

மரபான சடங்கு சம்பிரதாயங்களை மீறி நடந்துகொண்டதற்காக சாந்தி தாஸை, சமூக விலக்கம் செய்தார்கள். அவருடைய சகோதரரின் பெரு முயற்சிகளினால் அவரை மன்னிக்கத் தயாரானார்கள். ஆனால், ஒரே ஒரு நிபந்தனை விதித்தனர்: ரமி மீதான பிரேமத்தை சாந்திதாஸ் முற்றாகக் கைவிடவேண்டும் என்று சொன்னார்கள்.

இதைக் கேள்விப்பட்ட ரமி, நேராக அவர் முன்னால் சென்று நின்றாள். அதற்கு முன்புவரை அவரை நேருக்கு நேர் அவள் இவ்வளவு வெளிப்படையாக அருகில் சென்று பார்த்திருக்க வில்லை. அவளைப் பார்த்த மாத்திரத்தில் சாந்திதாஸ், தான் செய்து கொடுத்த சத்தியத்தை அப்படியே மறந்துவிட்டார். கருவறையில் இருக்கும் தெய்வத் திருமேனியைத் தொழுவதுபோல் கரங்களைக் கூப்பித் தொழுதபடி அவள் முன்னால் பணிந்து நின்றார்.

அப்போது அங்கு இருந்த சில பிராமணர்களுக்கு ரமி உருவில் வந்திருப்பது யார் என்பது தெரியவந்தது. பிரபஞ்சத்தின் தாயான சாட்சாத் அந்த பராசக்தியே ரமியின் உருவில் வந்திருக்கிறாள் என்பதை சாந்திதாஸ் போலவே அவர்களும் தரிசித்தனர். அவர்கள் மனதில் இருந்த மாச்சர்யங்கள் எல்லாம் சலவை செய்யப்பட்டு விட்டன. அந்த ஆதி அன்னையை அவர்களும் பார்த்தனர். ஆனால் அங்கிருந்த வேறு பலருக்கோ அவள் வெறும் வண்ணார் குலப் பெண்ணாக மட்டுமே தெரிந்தாள். எனவே சாந்திதாஸை ஊரில் இருந்து விலக்கி வைத்தனர்.

சஹஜ என்றால் என்ன என்பதை சாந்திதாஸ் தனது கவிதைகளில் விவரித்திருக்கிறார். காதலர்கள் தமக்குள் எதையும் மறைக்கவோ மறுக்கவோ கூடாது. அதேநேரம் எந்த நிலையிலும் ஆன்மிக வீழ்ச்சியும் அடையக்கூடாது. உள்முகமாக ஒரு பெண், பிரேமத்துக்காக அனைத்தையும் தியாகம் செய்யத் தயாராக இருக்கவேண்டும். புறத் தோற்றத்தில் எந்தச் சலனமும் இன்றி இருக்கவேண்டும். ஆழ் மன, ரகசிய பிரேமமானது ரகசியமாகவே வெளிப்படவேண்டும். ஆனால், அவள் ஆசைக்கு அடிமையாகக் கூடாது. பிறர் வெறுத்து ஒதுக்கும் பிரேமக் கடலில் அவள் நீந்தித் திளைக்கலாம். ஆனால், தடைசெய்யப்பட்ட நீரை அவள் ஒருபோதும் பருகக்கூடாது. புலன் இன்பமோ வலியோ எதனாலும் அவள் பீடிக்கப்படக்கூடாது.

ஆண்கள் ஆத்மார்த்தமாகப் பிரேமிக்கவேண்டும். பாம்பின் வாயில் பிடிக்கப்பட்டபின்னும் தவளையின் நடனத்தை ஆடவேண்டும்; சிலந்தி வலைக்கூட்டில் யானையைச் சிறைப்பிடிக்கவேண்டும். அதாவது மிக மிக அபாயகரமான சாகசங்களைச் செய்பவராக இருக்கும் நிலையிலும் தன்னிலை தவறாமல் இருக்கவேண்டும். அப்படி அனைத்தையும் கடந்த நிலையை எட்டும்போதுதான் பிரேமம் வழியான முக்தி சாத்தியமாகும்.

கேள் மானிடா
பெண்ணின் பிரேமம் மூலமாக
முக்தி அடையும் வழியைச் சொல்கிறேன்
காய்ந்த சுள்ளியாக உன் உடம்பை ஆக்கிக் கொள்
யாராலும் பார்க்க முடியாதபடி
இந்த உலகம் முழுவதும் வியாபித்திருக்கும் பரம்பொருளை
பிரேமத்தின் மறை ஞானத்தைத் தெரிந்து
கொள்பவனாலேயே கண்டுணரமுடியும்.

கோடியில் ஒருவர்தான் இதைச் சாதிக்க முடியும் என்றும் அவர் சொல்லியிருந்தால்கூட அதில் ஆச்சரியப்பட ஒன்றுமில்லை.

உடல் காதல் என்பதும் இதைப் போன்றதுதான். 13-ம் நூற்றாண்டு ஐரோப்பிய கலாச்சாரத்தில், இலக்கியங்களில் இவை பற்றி ஏராளமான படைப்புகளைப் பார்க்கமுடிகிறது. 'காதலைப் பற்றிச் சொல்வதென்றால், அந்த மலையின் அதி உயர்ந்த சிகரத்தில் கோடியில் ஒருவனாலேயே ஏறி நிற்கமுடியும்' என்று நவீன கால ரஷ்யப் படைப்பாளி அலெக்சாண்டர் குப்ரின் குறிப்பிட்டிருக்கிறார்.

சஹஜ வழிபாட்டு மரபைப் புரிந்துகொள்ளவேண்டுமென்றால் முதலில் நாம் மோக்ஷம் என்று சொல்லப்படும் ஆன்ம விடுதலைபற்றி முதலில் புரிந்துகொண்டாகவேண்டும். உயிர்களின் முதலும் முடிவுமான இலக்கு அதுவே. வாழ்வின் ஒரே பொருளும் அதி உன்னத சத்தியமும் அதுவே; பிரபஞ்ச இயற்கையின் பரிபூரணத்துவம் அதிலேயே இருக்கிறது. சுய சிந்தனைகள், பெருமிதங்கள் அனைத்திலிருந்தும் விட்டு விடுதலையாவது. இருத்தல் கடந்த நிலை. நமக்குள் நம்முடையதாக எதுவுமே இல்லை என்ற உணர்வு நிலை. ஆசைகளே அற்ற நிலை. ஏனென்றால் ஆசைகள் இருந்தால் அது போதாமையைக் கொண்டுவரும். எனவே ஜீவன் முக்தராக விரும்புபவர் அல்லது ஆன்ம விடுதலை அடைய விரும்புபவர் செய்யும் செயல்கள் எல்லாம் எந்தவொரு எதிர்பார்ப்போ நோக்கமோ இன்றி பிரபஞ்ச இயக்கமாக வெளிப்படவேண்டும்.

ஜீவன் முக்தர் செய்யும் எதுவும் புகழவோ இகழவோ தகுந்ததாக இருக்காது. அவர் மனதில் உயர்வு, தாழ்வு என்ற எண்ணம் எதுவும் இருக்காது. நல்லது, கெட்டது ஆகியவற்றைச் செய்வது தான்தான் என்ற பிரக்ஞை கொண்டவரால் சத்தியத்தை உணரமுடியாது. ஆன்ம விடுதலை அடைந்தவர் செய்யும் எதுவும் சுய நலமானதாக / சுயம் சார்ந்ததாக இருக்காது. ஏனென்றால் அவருக்கு சுயம் என்ற போதமே இருக்காது. அவர் செய்பவை எல்லாவற்றிலும் அவர் முழுமையாக ஆன்ம வெளிப்பாடாகச் செய்வார். செயல்கள் மீது எந்தவிதப் பற்றும் இல்லாமல் செய்வார்.

பற்றற்றுச் செயல்படும்போதே ஒருவர் பந்த பாசத் தளைகளில் இருந்து விடுதலை பெறுகிறார். விடுதலையடைந்த மனிதரே தன் மனம் விரும்புவதையெல்லாம் செய்யமுடியும். அதற்கு முதலில் அவர் மனதைப் போல் தளைகளற்ற நிலையை அடையவேண்டும் என்கிறார் நீட்சே. இதையே ரூமியின் வார்த்தைகளில் சொல்வ தென்றால், அதற்கு முதலில் ஒருவர் தன் மனதைச் சரணடையச் செய்யவேண்டும்.

இது ஒருவர் விரும்புவதையெல்லாம் செய்வதையோ செய்யாமல் இருப்பதையோ குறிப்பிடவில்லை. ஏனென்றால் இத்தகைய விடுதலை அடைந்தவருக்கு ஆசைகளோ சுயம் சார்ந்த சிந்தனைகளோ எதுவுமே இருக்காது. அவற்றிலிருந்தும் விடுதலையடைந்திருப்பார்கள். ஞானத்தின் வாசல்கள் சலவை செய்யப்பட்டு விட்டால் நாம் விட்டு விடுதலையாகிவிட்டோம் என்பது புரிந்துவிடும். அவனருள் இருந்தால்தான் அவன் தாள்

பற்றவே முடியும். காணப்படாமலும் கேட்கப்படாமலும் இருக்க வேண்டும் என்று இறைவன் முடிவு செய்திருப்பதுதான் நம்மால் அவரைக் காணவும் கேட்கவும் முடியாமல் இருக்கிறது.

இந்த உலகம் பரம்பொருளின் உருவாக்கம் மட்டுமல்ல; அதுவே அனைத்திலும் வியாபித்தும் இருக்கிறது. தூய பிரேமம் தனக்கென எதையும் வேண்டி நிற்பதில்லை. அதற்கு எதுவும் தேவைப் படுவதும் இல்லை. எதையும் வழங்குவதும் இல்லை. சேர்க்கவோ எடுக்கவோ தேவையற்று முழுமையடைந்த சக்தியை உணர்வதே தூய பிரேமம். அந்த அதி உன்னத பிரேமத் தருணம் அல்லாமல் வேறு எந்த நேரத்திலும் நம்மால் இந்த முழுமையை உணரவே முடியாது.

பெண்ணைப் பிரேமிப்பதன் மூலம் மட்டுமே இந்த விட்டு விடுதலையாகும் நிலையை அடைய முடியும் என்று நிச்சயம் சொல்லமுடியாது. உண்மையில் இது மிக மிக அபாயகரமான ஒரு வழி. பலருக்குச் சாத்தியமே இல்லாத வழி. நான் இந்த வழியை விமர்சிக்கவோ ஆதரிக்கவோ இல்லை. என் அளவில் விளக்கிச் சொல்லிப் புரிந்துகொள்ள முயற்சி செய்கிறேன்.

காதல் பற்றிப் பேசும்போது சொல்லப்படாததைப் பற்றி நாம் சிந்தித்துப் பார்ப்போம். படைப்பாளிகள் உண்மையில் எதைக் குறிப்பிட்டுப் பேசியிருக்கிறார்கள்? சாந்திதாஸ் – ரமி காதல் தொடர்பாக அதாவது ஓர் ஆணுக்கும் பணிப்பெண்ணுக்கும் இடையிலான உடல் சார் காதல் எப்படிப்பட்டதாக இருந்தது? இது பற்றி நமக்கு முழுவதும் தெரிந்திருந்தாலுமே அது நமக்கு எதையும் பெரிதாக உணர்த்துவதாக இருக்காது. ஒரு பெண்ணை காம எண்ணங்களால் பார்த்துவிட்டால் (மனைவியாக இருந்தாலும்) அவர் மனதளவில் சோரம் போய்விட்டார் என்றே அர்த்தம். காம இச்சை என்பதே ஒருவகையான சிற்றின்ப ஒழுக்கீனமே. இதன் மறுதலையாக ஒரு பெண்ணைக் காம இச்சையின்றித் தழுவுபவர் தன் ஒழுக்கத்தில் இருந்து துளியும் வழுவாதவரே. அங்குச் செயல் என்பதும் செயலற்ற நிலையே. ஒரு செயலைச் செய்யாமல் இருப்பதன் மூலம் அல்ல; அச் செயலில் மனம் லயிக்காமல் பற்றற்று நிற்பதன் மூலமே ஆன்மிக வாழ்க்கையை நாம் வாழ ஆரம்பிக்கிறோம். எனவே இந்த சஹஜ மரபில் ஆசைகளை அடக்குபவர் தோற்றுப் போகிறார்.

நடக்காமல் இருப்பது எளிதுதான்; பூமியில் கால் படாமல் நடக்கவேண்டும். அதுவே ஆன்மிகச் சாதனை. பூமியின், உயிர்

வாழ்க்கையின் அழகுகள் எல்லாம் நம் பிறப்புரிமையே. அவற்றில் மனம் ஈடுபட்டால் அற்ப மானிடரைப்போல் அந்தப் புலன் இன்பங்களில் மூழ்கிவிடுவோம் என்று பயந்து அவற்றை மறுதலிப்பது, அவற்றைச் செய்யாமல் இருப்பது என்பது அவற்றைச் செய்வது போன்றதுதான். நாம் எந்தக் காம இச்சைகளில் இருந்து விலக முயற்சி செய்கிறோமோ அதனுடனேயே நம்மைப் பிணைப்பதாக ஆகும். உடல், மனம், ஆன்மா என ஒரு மனிதரின் அகம், புறம் எல்லாமே ஒருமுகப்பட்டு நிற்பதுதான் விட்டு விடுதலையாகி நிற்பவர்களின் செயல்களின் ஆதார அம்சமாக இருக்கும்.

அப்படியான நிலையில் அவர்களின் செயல் என்பவை எதையும் பற்றிக்கொண்டிருப்பதில்லை. எதிர்பார்ப்பும் இல்லாமையும் உணர்வு அடிமைகளை உந்திச் செயலாற்ற வைப்பதுபோல் ஆன்மிக அளவில் சுதந்தரமானவர்களை உந்துவது பேரானந்தப் பெரு நிலையாக இருக்கும். தேடல் குணம் கொண்டவர்களே சக்கையை விடுத்து சாறில் நிலைத்து நிற்கமுடியும். ஆன்மிக உச்சம் பெற்றவர் களின் செயல்பற்றி மதிப்பிட, அழியும் மானிடரால் முடியாது.

இந்திய கலாச்சாரம் ஆன்மிகமயமானது என்று சொல்லும்போது நாம் அது உணர்ச்சிகள் அற்றது என்று சொல்லவரவில்லை. உண்மையில் மனிதர்களால் உணரமுடிந்த உணர்ச்சிநிலைகளை யெல்லாம் விட உணர்ச்சிப்பூர்வமானது. அது எந்த அளவுக்கு உணர்ச்சிமயமானது என்றால் அதனால் மட்டுமே, காதல் துணையின் இதயத்தின் 360 முழுமையான நுட்பமான உணர்வுகள் பற்றி விவரிக்கமுடியும்; காதலனின் மென்மையான பற்கள் துணையின் தளிர் உடலில் பதிந்து உருவாக்கும் மென் தடங்கள் பற்றி நிறுத்தி நிதானமாக விவரிக்கமுடியும். சந்தன மலர்கள் கொண்டு மென்முலைகளை அலங்கரிக்கமுடியும். அதி காம நிலைகளில் பேரின்பத்தைக் கண்டடைய முடியும். இவை யெல்லாம் சுய கட்டுப்பாட்டுக்குள் இருந்தபடி வெறுமனே உடல் சார்ந்து உணர்ச்சிவசப்படுபவர்களாலும் அதி சாகச விரும்பி களாலும் இந்த ஆன்மக் கிளர்ச்சி அனுபவங்களை உணர்ந்து கொள்ளவே முடியாது. அப்படிப் புரிந்துகொள்ளவே முடியாத, உடலின்பம் தாண்டிய விஷயங்களைப் பேசக்கூடிய உயரத்தை இந்திய மனநிலை எட்டியிருக்கிறது.

இதைப் புரிந்துகொள்ளவேண்டுமென்றால் மேற்கத்திய இளம் பெண்ணின் 'அறியாப் பருவ வெகுளித்தனம்' மற்றும் முதலிரவு தொடர்பான மூர்க்கமான காமக் களியாட்டம் மற்றும் திருமண

விழா மது பானக் கொண்டாட்டம் ஆகியவற்றிலிருந்து முற்றிலும் மாறுபட்டவகையில் உடல் இன்பத்தைப் புரிந்துகொள்ளும் கலாச்சாரச் செழுமை அவசியம். சஹஜ எதைக் குறிக்கிறது என்ற புரிதல் கிடைக்கவேன்றுமென்றால் தனிப்பட்ட அல்லது காதல் / காமம் சார்ந்த மாறுபட்ட இன மரபு சார்ந்த புரிதல் மிகவும் அவசியம். ஓட்டத்துக்கும் நடனத்துக்கும் இசைக்கும் சுகாதாரத்துக்கும் தொடர்புடைய ஒரு கல்வி அவசியம்.

உடலின்பம் என்பது அதனளவில் அரிதான ஒன்றாகவோ போதையேறும் அளவுக்குப் பரவசமூட்டுவதாகவோ இருக்கக் கூடாது. ஒரு வனம், மலர், மலை போன்றவை ரசிப்பதுபோல் பெண்ணையும் ரசிக்கவேண்டும். பொறுமையுடன் அணுகுபவர் களுக்கு அவை தன்னை முழுமையாக வெளிப்படுத்துவதுபோல் அந்த அனுபவம் நிகழவேண்டும். உடல் சார்ந்த நெருக்குதலின் அடிப்படையில் மட்டுமே காமத்தில் ஈடுபடக்கூடாது. உச்சியை எட்ட ஒரு சில நிமிடங்களே போதுமானது. ஆனால் முன் தயாரிப்புகளுக்குப் பல மணி நேரங்கள் தேவை.

துணைவரிடமிருந்து எதிர்பார்ப்பது வெறும் இன்பத்தை அல்ல; முழுமையான எதிர்வினையை; ஒப்புக்கொடுத்தலை. தியாகம், சகிப்புத்தன்மை போன்றவற்றை இங்கு நான் சொல்லவில்லை. துணைவரை முழுமையாக மகிழ்விக்கக்கூடியது எதுவோ அதைச் சொல்கிறேன். இப்படியான நிபந்தனைகளின் அடிப்படையில் பார்த்தால் அதில் ஆவேசத்துக்கும் ஆதிக்கத்துக்கும் இடமில்லை. பர்ட்டன் சொல்கிறார்: முஸல்மான்கள் தங்கள் அடிமைகளையும் நேசித்தனர்; பெண்களைப் போலவே அடிமைகளையும் தன் விருப்பத்துக்கு இணங்கச் செய்வதென்பது அவர்களின் கலாச்சாரத்தின் ஓர் அங்கம் (இந்தியாவில் அடிமை முறையே கிடையாது. அல்லது மிக மிகச் சொற்பமாகவே இருந்தது).

நவீன ஐரோப்பிய இலக்கியங்களில் காதல் என்ற உணர்வு பெருமளவுக்கு நிறைந்து இருப்பதாக லேஃப்கேடியோ ஹேர்ன் குறிப்பிட்டிருக்கிறார். ஆனால், இந்துஸ்தானில் வைஷ்ணவ மரபில் இருக்கும் காதல் ரசத்துக்கு இணையாக இதைச் சொல்லவே முடியாது. ஐரோப்பிய காதல் காவியங்களில் விவரணைக்கு மேலாக எதுவும் இருக்காது. மேற்கத்திய உலகின் பாலியல் சுதந்தரம் என்பது மிகவும் லட்சியவாத சிந்தனைகள் கொண்டது. காதலின் ஆன்மிக முக்கியத்துவமானது புரிந்துகொள்ளப்படாத வரையில் அது உடலியல் சார்ந்ததாகவேதான் வளர்ந்துவர வேண்டிய நிலையிலும் இருந்தது.

நவீன ஹெடோனிஸ (புலனின்பவியல்) அடிப்படையில் பார்த்தால் சஹஜ மரபைப் புரிந்துகொள்வதற்கான கூறுகள் எதுவுமே அதில் இல்லை. இதில் எந்தப் புலனின்பமும் இறுதி இலக்காகக் கொள்ளப்படவில்லை. வேறொன்றை அடைவதற்கான வழிமுறையாகவே சொல்லப்படுகிறது. புலனின்பக் கோட்பாட்டுக்கும் சஹஜ வுக்கும் எந்தச் சம்பந்தமும் இல்லை. அது தாவோ தத்துவம் சார்ந்தது. ஆசையற்ற நிலையை அடிப்படையாகக் கொண்டது. நமக்கான நன்மைகள் எல்லாம் நம்மைத் தேடி வருகின்றன. நான் அவற்றைத் தன்முனைப்புடன் கைக்கொள்ள முயலும்போது அவை கை நழுவிப் போகின்றன.

பற்றுகளற்ற சஹஜ மரபில் குழந்தைகள் பெற்றுக் கொள்வதற்கு இடம் உண்டா?

இல்லை என்றே நான் நினைக்கிறேன். முந்தைய காலத்தில் உலகியல் இச்சைகளைத் துறந்து கானகங்களில் ஆஸ்ரமங்களில் வாழ்ந்த முனிவர்களை மையலுற்றுத் தேடிச் சென்ற பெண்கள் தமது விருப்பத்தின் பேரில் குழந்தைப் பாக்கியத்தை வேண்டிக் கொண்டபோது அதை நிறைவேற்றித் தருவது சரி என்றே கருதப் பட்டது. ஆனால், அது முற்றிலும் வேறுவகையானது. துறவு நிலையைப் பின்பற்றுவதால் உன்னத மனிதர்கள் வாரிசுகள் அற்றுப் போவதைத் தடுக்கும்வகையில் முன்வைக்கப்பட்ட புத்திசாலித் தனமான மண உறவு முறை. சஹஜ மரபு இதற்கு முற்றிலும் மாறுபட்ட முறையில் அதன் சடங்கு சம்பிரதாயங்களே இலக்கு என்கிறது. சமூக, திருமண விதிமுறைகளோடு அதை ஒப்பிட முடியாது.

சஹஜ மரபிலான காதலை வெளிப்படுத்த முன்வருபவர்கள் ‘பழங்கால மனிதர்களைப் போல்’ வாரிசுகளைப் பெறுவதில் அக்கறை கொள்ளக்கூடாது. நாமே இந்தப் பிரபஞ்சம் (பரம்பொருள்) என்ற நிலையில் சந்ததிகளை எதற்கு விரும்ப வேண்டும் என்று சொன்னவர்களைப்போல் நடந்துகொள்ள வேண்டும். சந்ததிகள் வேண்டும் என்று ஆசைப்படுவது பந்த பாசங்கள், உடமைகள் மீது ஆசை கொள்வதாக ஆகும். அவற்றின் மீதான ஆசை என்பது உலகியல் இன்பங்கள்மீதான ஆசை என்று ஆகிவிடும். அது வெறும் இன்ப நுகர்வு மாத்திரமே. சஹஜ மரபில் இப்படியான ஆசைகளுக்கு இடமில்லை. அவதார புருஷர்களின் பிறப்பின்போது நடப்பதுபோல் நடந்துகொண்டாலே இது சாத்தியமாகும். தேவ கர்ப்பம், கன்னிக்குப் பிறந்த குழந்தை என்பதில் அந்தக் கன்னிப் பெண், காம இச்சையால் ஒருபோதும்

தூண்டப்படவில்லை அல்லவா. அப்படியான ஒரு நிலையையே சஹஜ முன்வைக்கிறது.

சஹஜ மரபைத் திருமண பந்தத்துடன் இணைத்துச் சொல்ல முடியாது. ஏனெனில் திருமணங்கள் மிகத் தெளிவான பந்தத்தையும் ஒப்பந்தத்தையும் அடிப்படையாகக் கொண்டவை. அந்த உறவு மிகத் தெளிவாகச் சில இலக்குகளை அடிப்படையாகக் கொண்டு உருவாகிறது. சமூக, மத கடமைகளைப் பூர்த்திசெய்யும் நோக்கில் அந்த ஒப்பந்தம் செய்துகொள்ளப்படுகிறது. குறிப்பாகக் குழந்தைகளைப் பெற்றுக்கொண்டு 'முன்னோருக்குப் பட்ட கடனைத் தீர்க்கும்' நோக்கில் திருமணங்கள் செய்துகொள்ளப் படுகின்றன.

வாழ்க்கையானது முழுக்கவும் தார்மிக நெறிமுறைகளுக்கு உட்பட்டது என்று நம்புபவர்கள் எல்லாம் உடலுறவு என்பது புனிதமானதாகவும் நியாயமானதாகவும் இருக்கவேண்டும் என்று முன்வைக்கிறார்கள். உடலுறவில் ஈடுபடுபவர்கள் குழந்தை களைப் பெற்றுக் கொள்ளுதல், பெற்றோராக இருந்து செய்ய வேண்டிய கடமைகளை ஏற்றுக்கொள்ளுதல் ஆகியவற்றைப் பின்பற்றியாகவேண்டும் என்று சொல்கிறார்கள். வாழ்க்கையின் இன்பங்களைத் தேடிச் சென்று அதே நேரம் அதன் மூலம் விளையும் கனிகளை (குழந்தைகளையும் பொறுப்புகளையும்) கைவிட்டுச் செல்வதில் ஒருவித அநியாயம் நடப்பதாகவே அவர்கள் கருதுகிறார்கள். ஆனால், உடலின்பமானது தேடிக் கண்டடையும் இன்பம் என்று இந்தக் கோட்பாடு முன் அனுமானித்துச் சொல்கிறது. நாம் சஹஜ மரபில் இதுவரை பார்த்ததென்பது முற்றிலும் மாறானது. எந்தவொரு தேடலும் எதிர்பார்ப்பும் இல்லாத செயல்பாடு அது.

நமக்கானது அல்ல என்று விதிக்கப்பட்டதைத் தேடிச் செல்லும் போதுதான் நாம் வழி தவறிச் செல்கிறோம்; நம் மீதும் பிறர் மீதும் முடிவற்ற துயரங்களைக் கொண்டுவருகிறோம். எதையும் தேடிச் செல்லாதவர்களுக்கு எல்லாம் தாமாகவே கிடைக்கும். நமக்கு எது மிகவும் தேவையோ அதை நாம் தேடவேண்டிய அவசியமே இல்லை.

இதுவரை பார்த்தவற்றிலிருந்து நாம் தெரிந்துகொள்ளவேண்டியது என்னவென்றால் உடலின்பம் என்பதை அளவுக்கு மிஞ்சிய பரவச அனுபவமாகக் கருதத் தேவையில்லை. தன்னியல்பாகவே ஒரு கட்டுப்பாடு கொண்டவர்கள் பிற சந்தர்ப்பங்களில் திட்டமிட்டுக்

கட்டுப்படுத்திக் கொண்ட அனுபவம் வாய்க்கப் பெற்றவர்களாகவே இருப்பார்கள். இவ்வகையான புலனடக்கம் என்பது ஒருவிதப் பயிற்சியின் மூலமே கைவரப்பெற்றிருக்கும். வலிந்து, செயற்கையாக, குழந்தை பிறப்பைத் தடுப்பதென்பது தன்னியல்பான புலனடக்கம் என்பதன் மூலம் கிடைக்கும் நன்மைகளை எல்லாம் விலக்குவதாக அமைந்துவிடுகிறது.

எந்தவொரு தருணத்திலும் சந்ததி விருத்தியைத் தவிர்க்க நியாயமான காரணம் கொண்டவர்கள், அதைத் தமது உள்ளார்ந்த வலுவின் மூலம் செய்பவர்களாக இருக்கவேண்டும். இதை முழுமையாகச் செய்ய முடியும் என்ற நம்பிக்கையும் வலிமையும் இல்லாதவர்கள் தம்மால் திருப்திப்படுத்த முடியாத பெண்களை எதிர்கொள்ளவேண்டிய சூழல் எப்போது வேண்டுமானாலும் உருவாகும்.

சஹஜ மரபில் ஒருவர் சுய ஏய்ப்பு (மாமிசம் மறுக்கப்படும்போது நாய்க்குணம் எவ்வளவு இதமாக ஆன்மாவின் துளியைக் கேட்டுப் பெறுகிறது – நீட்சே), அடக்கப்பட்ட ஆசைகளின் பிரவாகம், உடல் சார்ந்த நெருக்கடிகள், தூண்டுதல்கள் இவற்றையெல்லாம் எப்படித் தவிர்க்கமுடியும்?

உயர்நிலையை எட்டியவர்களுக்கு உடலுறவின் போது நடக்கக்கூடிய உடல் மூலமான, நுட்பமான, உயிர் மூலத்துக்கு மிகவும் அவசியமான பரிமாற்றங்கள் எல்லாம் வெறும் நெருக்கம் மூலமே எந்தவிதப் பந்த பாசமற்ற முறையில் நடந்தேறமுடியும். புராண உலகங்களில் பார்வையின் மூலமே கருத்தரித்த கதைகளையெல்லாம் நாம் கேட்டிருக்கிறோம். இப்படியான உயர் தளங்களில் இயங்க வெகு சிலராலேயே முடியும். அப்படியானால் அழியும் பந்தபாசங்கள் தேவைப்படுபவர்களுக்கு நாம் இவற்றை மறுதலித்தாக வேண்டுமா? சஹஜ மரபின் பற்றற்ற நெருக்கத்தை (கலவியை) இவர்களுக்கு மறுதலிக்கத்தான் வேண்டுமா? ஏன் அப்படிச் செய்யவேண்டும்? சுய வாழ்க்கையின் மூடுண்ட குகைகளைத் துறக்க முடியாதவர்களுமே கூட பனி மலையின் தூய குளிர் காற்றைச் சில நேரம் சுவாசிக்க முடியும்தானே.

பிரம்மச்சரிய (கற்பு) நிலை தவறாமல் இருக்க முடியாதவர்களுக்கு இதை மறுதலிக்கத்தான் வேண்டும்: ஒருவருக்குத் தன் வலிமை, ஆன்மிக நிலை என்ன என்பது தெரிந்திருக்கவேண்டும். சாத்தியமில்லாதவற்றை முயன்று பார்க்கத் தேவையில்லை. நமது ஆன்மிக நிலைகளைக் குழப்பிக் கொள்ளாமல், ஒன்றின்

போதாமையை இன்னொன்றுக்கான நியாயப்படுத்தலாக ஆக்கிக் கொண்டுவிடவும் கூடாது. சுய விருப்பு வெறுப்புகளை சுய விருப்பு வெறுப்புகளாகவும் முழுமை நிலையை முழுமை நிலையாகவும் புரிந்துகொண்டு உண்மை நிலை என்ன என்பதை மிகத் தெளிவாக உணர்ந்து அங்கீகரிக்கவேண்டும். சீஸருக்குரியதை, சீஸருக்குரியதை மட்டும், சீஸரிடம் கொடுக்கவேண்டும்.

சஹஜ மரபின் சிரமங்கள், அர்த்தம் பற்றி சாந்திதாஸ் சொல்பவற்றை நாம் இப்போது நன்கு புரிந்துகொள்ளமுடியும் என்று நினைக்கிறேன். தேடிச் சென்றிராத, அசைக்கமுடியாத ஸ்படிகத் தூய்மை மிகுந்த, அதி நெருக்கமான தருணங்களிலும் திட்டமிடலோ வலிந்து செய்வதோ எதுவும் இல்லாமல் தன்னியல்பான கட்டுப்பாட்டை நிலைத்திருக்கச் செய்யும் நிலை. ஒரு போதும் உன்னதத்தில் இருந்து பிறழாத நிலை. இச்சைகளின் தூண்டுதல் இருக்கும்போது எதையும் உணரத்தலைப்படக் கூடாது. தூண்டுதல்களை வெறுமனே தாண்டிவந்தால் போதாது. இதற்கு இச்சைகளின் தூண்டுதல்களில் இருந்து விடுதலை பெற வேண்டும் என்று எந்தப் பிரார்த்தனையும், வைப்பதில்லை. தன் முயற்சியையும் எடுப்பதில்லை. அது அவரிடம் தானாகவே எழுகிறது.

சஹஜ மரபில் செய்யப்படுபவை எல்லாம் முழுக்கவும் அன்புக்காகவே செய்யப்படுகின்றன. பரஸ்பரம் ஒருவர் மற்றவருக்காக எதுவும் செய்வதில்லை. எதிர்வினை எதையும் கிளர்ந்தெழவைக்கும் எந்த முயற்சியும் இதில் இருக்காது. கட்டுப்படுத்திக் கொள்ளவும் இதில் எதுவும் இருக்காது. இச்சை மற்றும் சரணாகதி இவற்றிலெல்லாம் இருந்து வெகு தொலைவுக்கு விலகியதொரு நிலை. மயக்கும் தந்திரங்கள், வெட்கம், ஆன்மிகக் குறியீட்டு நிலை, மனித அனுபவங்கள் என அனைத்திலிருந்தும் விலகிய அதி உன்னத நிலை, அதுவே சஹஜ நிலை.

11

அறிவார்ந்த சகோதரத்துவ சமூகம்

ஐரோப்பாவின் உள் நாட்டுப் போர்க் காலத்தில் பரிவை வெளிப்படுத்துவதுபோல் வில்லியம் ஷேக்ஸ்பியரின் நினைவிடத்தில் அஞ்சலி செலுத்துவதுபோல் கலைகளில் சகோதரத்துவத்தை வெளிப்படுத்துவதும் சரியானதாகவும் முக்கியமானதாகவும் இருக்கவேண்டும். இல்லையென்றால் ஏகாதிபத்திய சாம்ராஜ்ஜியத்தின் கௌரவமெல்லாம் பகை ஆதிக்கச் சக்திகளின் மோதலினால் முழுவதுமாக இடிந்து நொறுங்கிவிடும்.

இன்னொரு இனத்தினர் மேல் ஆதிக்கம் செலுத்துவது வெட்கப்பட வேண்டிய விஷயம். வெற்றியாளர்கள் உலகை நாகரிகப்படுத்த அவர்கள் எடுக்கும் முயற்சிகளே உயர்ந்ததென்று சொல்லிக் கொள்வது வழக்கம். ஆனால் உலகப் பொது நாகரிகம் என்பது பரஸ்பரப் புரிதல், பரஸ்பர நன்மைகள் செய்தல் ஆகியவற்றை அடிப்படையாகக் கொண்டது; பொதுவான மனித குலத் தேவைகள், மனித குல இலக்குகள் சார்ந்த செயல்பாடுகள் ஆகியவற்றையே அறிவார்ந்த சகோதரத்துவ சமூகம் முன் வைக்கின்றன. பலதரப்பட்ட மனிதர்களின் பொதுவான மனித குலச் சிந்தனைகள், நன்மைகள் ஆகியவற்றை மிகச் சிறப்பாக வில்லியம் ஷேக்ஸ்பியரைவிட வேறு யாரும் சொல்லிவிட வில்லை.

நாகரிகம் என்பது எந்தவொரு நாடு, மொழி, ஆதிக்க சக்தி ஆகியவற்றைச் சார்ந்ததாக இருக்கக்கூடாது. அது உலகு தழுவியதாக மனித இனம் முழுமைக்கும் பொதுவானதாக இருந்தாகவேண்டும். அப்படி இல்லையென்றால் அந்த நாகரிகம் அழிந்துபோகும். தகவல் பரிமாற்றத் தொழில் நுட்பங்கள் அதி வேகமாக அதிகரித்துவரும் இன்றையச் சூழலில் நாகரிகம் என்பது மனித குலத்தின் பொதுவான நன்மைகள், உள்ளொளிகள் ஆகியவற்றின் அடிப்படையில் அமையவேண்டும். பொதுவான இலக்குகள் இல்லையென்றால் கூட்டுறவு சாத்தியமில்லை.

நடந்து முடித்திருக்கும் காலகட்டத்தை எடுத்துக்கொண்டு பார்த்தால் ஆசிய, ஐரோப்பிய மரபுகளில் இருந்து ஒரு கிளை பிரிதல் நடந்திருப்பதாகத் தெரிகிறது. ஆரியர்களும் ஐரோப்பியர்களின் அருகருகே வாழும் அளவுக்கு உலகில் போதிய இடம் இருக்கத்தான் செய்கிறது என்று இந்த சிந்தனைப் போக்கு கொண்டவர்கள் சொல்கிறார்கள். செயற்கையான எல்லைக் கோடுகள் எல்லாம் மிகவும் பலவீனமானவை. தான் மட்டுமே மனித குலத்தின் ஒரே பிரதிநிதி என்று எந்த மக்கள் பிரிவு நினைக்கிறதோ அது இன்னொன்றின் அழிவை அல்லது அதைத் தனக்கு அடிமைப்படுத்துவதையே இலக்காகக் கொண்டிருக்கும்.

அடக்கி ஆளும் சிந்தனை முழுக்கவும் தவறு. கிளை பிரிந்து செல்லுதல் என்பது மேம்போக்கான தளத்தில் மட்டுமே இருக்கிறது. அடி ஆழத்தில் ஐரோப்பிய, ஆசிய அடையாளங்களும் சிந்தனைகளுமே வேரூன்றியிருக்கின்றன. ஐரோப்பியருக்கும் ஆசியருக்கும் பொதுவான இறுதி இலக்கு என்று எதையும் நம்மால் வகுத்துச் சொல்லமுடியாதா என்ன?எல்லா நாடுகள், கண்டங்களுக்கும் எல்லாக் காலங்களிலும் இவை ஒரே மாதிரியாகவே இருந்திருக்கின்றன என்பது புரியவில்லையா?

உபநிடதங்களின் சாரங்களைப் புரிந்துகொண்ட கௌதம புத்தர், சங்கரர், கபீர்தாஸர், ரூமி, லாவோ சீ, இயேசு (நான் இதுவரை ஆசிய வழிகாட்டிகளைப் பற்றி மட்டுமே சொல்லியிருக்கிறேன்) ஆகியோரின் சீடர்களெல்லாம் பிளேட்டோ, காண்டே, தூலர், பெஹ்மென், ரூய்ஸ்ப்ரோக், விட்மன், நீட்சே, பிளேக் ஆகியோரின் சீடர்களிடமிருந்து அந்நியமானவர்களா என்ன? தொழில் புரட்சிக்குப் பிந்தைய காலத்தில் இரண்டாவதாகச் சொல்லப் பட்டிருப்பவர்கள் உயர்ந்த சித்தாந்தங்களை முன்வைத்ததாகச் சொல்லிக் கொண்டாலும் ஆசிய இலக்கியங்களில் ஆசிய நன்மைகள் மட்டுமே பேசப்பட்டிருப்பதாகச் சொல்ல முடியாது.

இந்தக் குறுகிய பிரிவினைச் சிந்தனைகளில் இருந்து விடுபடவேண்டும் என்பதையே அவற்றில் பார்க்கிறோம்.

‘என்னை முழுமையாக அழித்துக் கொண்டு நிரந்தர மரணத்தைத் தழுவுவேன். நியாயத் தீர்ப்பு நாள் வரும்போது நான் அழிக்க முடியாதவன் என்பது தெரியவரும். என்னை மீட்டெடுத்து என் சுய ஆளுமையிடம் திருப்பித் தரப்படுவேன்.’

தத்துவம், மதம் ஆகியவற்றில் மட்டுமல்ல; சத்தியம் அன்பு ஆகிய வற்றில் மட்டுமல்ல; கலைகளிலும் ஆசியாவும் ஐரோப்பாவும் ஒன்றிணைந்தே இருக்கின்றன. இந்த மூன்று அம்சங்களில் இருக்கும் ஒற்றுமையானது மனிதர்கள் எல்லாரும் அவர்களின் உன்னத நிலையில் ஒரே மாதிரியானவர்களே என்பதே தெரியவருகிறது.

நாடகம், கவிதை (இலக்கியம்) ஆகியவை தொடர்பான கீழைத்தேய, மேலைத்தேயக் கோட்பாடுகளில் இருக்கும் ஒற்றுமையை இப்போது பார்ப்போம். நாம் பெரிதும் கொண்டாடும் ஷேக்ஸ்பியரை எடுத்துக் கொள்வோம். இந்திய மரபான நாடகக் கலையுடன் மிக நெருங்கியதாக இருப்பது அவருடைய படைப்புகளே. நாடகக் கலையின் பிரம்மா சொல்கிறார்:

‘உலக இயக்கங்களின் அடிப்படையில் இந்த நாடகத்தை எழுதியது நானே; வேலையானாலும் விளையாட்டானாலும் சிரிப்பானாலும் அமைதியானாலும் போரானாலும் காதலானாலும் வன்முறையானாலும் தார்மிக ஒழுக்கங்களைப் பின்பற்றுபவர்களுக்கு நியாயத்தின் கனிகள் / பலன்கள் கிடைக்கின்றன. இன்பத்தைத் தேடிச் செல்பவர்களுக்கு இன்பம் கிடைக்கிறது. ஆன்மாவின் அத்தனை உணர்நிலைகளையும் அறிந்தவர்களுக்குப் பேரின்பம் கிடைக்கிறது. உலக ஒழுங்கைப் புரிந்துகொண்டு அதன் சுக துக்கங்கள் அனைத்தையும் புரிந்துகொண்டு நடப்பவர்களுக்கு அவை கிடைக்கின்றன. தொழிலோ, ஞானமோ, கலையோ, ஒன்றிணைப்போ எதுவானாலும் அவை எல்லாம் இங்கேயே அடையப்பட வேண்டியவையே. இந்த உலகில் களிப்புக்கும், ஞானங் களுக்கும் தத்துவத்துக்கும் உலக நிகழ்வுகளுக்கும் இடம் தருவதாக அந்த நாடகமே இருக்கிறது.’

தர்ம, அர்த்த, காம, மோக்ஷம் என்ற வாழ்வின் நான்கு இலக்குகளை எந்த அளவுக்குப் பூர்த்தி செய்கிறதோ அந்த அளவுக்கு ஒரு கவிதை

/ இலக்கியம் முக்கியத்துவம் பெறுகிறது. ஆன்ம விடுதலை எப்படி கவிதையால் சாத்தியமாகும் என்று ஒரு மேற்கத்தியர் கேட்கக்கூடும். அழகியல் ரசனை சார்ந்த பற்றற்ற நிலையை எட்டுவதையே அது குறிக்கும். நன்மை தீமை என்ற சுழலில் இருந்து விடுதலையடையும் நிலையை அது குறிக்கும். தனஞ்ஜயர் சொல்கிறார்:

'மகிழ்ச்சி, சோகம், கொடூரம், கருணை, உயர்வு தாழ்வு, சூட்சுமம், ஸ்தூலம், உண்மை, புனைவு என எந்தவொரு கருப்பொருளானாலும் அழகியல் ரசனையை வெளிப்படுத்த இவை அனைத்தினாலும் முடியும். எந்த ஒன்றாலும் அந்தக் கலை அனுபவத்தைக் கடத்த முடியாது என்று எதுவும் இல்லை.'

'துறவியின் மனம் அலையடங்கி இருக்கும் நிலையில் இந்தப் பிரபஞ்சத்தைப் பிரதிபலிக்கும் கண்ணாடியாகிவிடுகிறது...' என்று சாங் சூ சொல்வதை, நன்மையின் கலைஞனாக மட்டுமல்ல; தீமையின் கலைஞனாகவுமே தன்னை விட்மன் முன்வைப்பதை இந்த இடத்தில் ஒப்பிட்டுப் பார்க்கவும்.

ஆசிய மரபில் சொல்லப்படும் பற்றற்ற தன்மை என்பது சில நேரங்களில் செயலற்ற தன்மைக்கு இட்டுச் செல்கிறது என்று சொல்வதுண்டு. இப்போது இதை உண்மை என்று எடுத்துக் கொண்டு பார்த்தோமானால் இந்த ஆசிய அணுகுமுறையானது ஐரோப்பிய இளைய தலைமுறையிடமிருந்து முற்றிலும் மாறு பட்டது. இன்று ஐரோப்பிய தேசங்களில் நிலவும் ஒழுங்கின்மை, குழப்பம் ஆகியவை மாறவேண்டுமென்றால் ராணுவச் செயல் பாடுகளுக்கு உகந்த வயதில் புற உலகப் போர்கள் மட்டுமல்ல ஆன்மிக அக உலகப் போர்களிலும் அந்த இளைய தலைமுறை ஈடுபட்டாகவேண்டும். இளமையின் தூண்டுதலானது ஒரு மனிதரின் உள்ளொளிக்கு ஈடானது அல்ல. வருங்காலத்தில், ஐரோப்பியரைப் போல் உத்வேகத்துடனும் ஆசியர்களைப் போன்ற நிதானத்துடனும் இயங்கும் புதிய தலைமுறையை நாம் உருவாக்கியாகவேண்டும். ஸ்ரீகிருஷ்ணர் குருக்ஷேத்ரப் போர்க் களத்தில் சொன்னவை:

'சுத துக்கங்கள், லாப நஷ்டங்கள், வெற்றி தோல்வி ஆகிய வற்றைச் சமமாகப் பாவிக்கும் மனதுடன் போருக்குத் தயாராக வேண்டும்; செயல்களுடன் பற்றுக் கொண்டு செயல்படுவது மூடர்களின் குணம். எனவே உலகில் ஒழுங்கைக் கொண்டுவர விரும்பும் ஞானவான்கள் பற்றற்றுச் செயல்படவேண்டும்.'

தனி நபர் சுதந்தரம் என்னவிதக் கட்டற்ற எல்லைகளுக்குச் சென்றிருக்கிறது என்பது ஐரோப்பாவுக்கும் தெரிந்திருக்கும். உலகில் ஓர் ஒழுங்கைக் கொண்டுவந்தாகவேண்டும் என்பது புரிந்திருக்கும். ஆனால் ஐரோப்பிய பாணி வளர்ச்சியில் தெளிவான இலக்கு இல்லாததால் அதில் ஒரு குழப்பம் எப்போதும் நீடித்து வந்திருக்கிறது. ஆசியாவை நோக்கி அவர்கள் நகர்ந்து வந்ததென்பது இப்போது நடந்தாகவேண்டிய ஒரு நிகழ்வாகவே இருந்திருக்கிறது. ஏனென்றால், ஆசிய சிந்தனைகள் உலகம் முழுவதும் ஒரே பரம்பொருளின் அம்சங்களே; உலக வாழ்க்கை என்பது ஒன்றுக்கொன்று பரஸ்பரச் சார்புடன் வாழப்பட வேண்டியதுதான் என்ற உண்மைகளை மீண்டும் அழுத்தமாக எடுத்துச் சொல்கிறது.

குறுகிய பிரிவுகளை அடிப்படையாகக் கொண்டு உருவாகும் சமூகத்தில் வாழ்க்கையின் லட்சியங்கள், பலன்களை எட்ட முடியாது என்பதை ஐரோப்பா இப்போதுதான் உணர ஆரம்பித்திருக்கிறது. ஷேக்ஸ்பியரின் மேதைமையை நாம் புகழ்வதென்பது அந்தத் தனி நபருக்கான மரியாதையாக மட்டுமல்ல; ஒட்டு மொத்த மனிதகுலச் சகோதரத்துவத்தை முன்வைக்கும் மேதைமைக்கும் சேர்த்தே மரியாதை செலுத்துகிறோம். அந்த அறிவார்ந்த சகோதரத்துவ சிந்தனைகள், பொதுவான மனித குல நன்மைகளுக்காக அனைத்து மக்களுடன் நாம் கூட்டுறவுடன் செயல்படவேண்டும் என்று சொல்கிறது. மேற்குலகம், கிழக்குலகம் இரண்டும் சேர்ந்து ஒற்றுமை, ஒருமைப்பாடு அடிப்படையிலான ஒரு சமூக ஒழுங்கை உருவாக்கவேண்டும் என்பதை அழுத்தமாக எடுத்துச் சொல்கிறது.

12

நீட்சேயின் உலகு தழுவிய தத்துவம்

நீட்சே நிச்சயம் தத்துவஞானி அல்ல (அந்த வார்த்தையின் முழுப் பொருளில்); அவர் ஒரு கவிஞர், சமூகவியலாளர் எல்லா வற்றுக்கும் மேலாக ஒரு நவீனத்துவ மெய்யியல்வாதி. ஐரோப்பிய மரபுக்கு எதிர் நிலையில், கலக வழியில் மறைபொருள் மரபு வழியில் சிந்தித்தவர். வில்லியம் பிளேக், வால்ட் விட்மன் ஆகியோரைப் போன்று சிந்தித்தவர். நவீன கால ஐரோப்பிய சிந்தனைப் போக்கின் மும்மூர்த்திகளாக இவர்களைச் சொல்லலாம். லட்சியவாத தனி நபர் வாதமே இவர்களின் கொள்கை.

நீட்சேயின் சுய பங்களிப்பு என்பது புரிந்துகொள்ளக் கடினமானதும் இயல்புக்கு முரணான புதுமையான சிந்தனைகளிலும் இல்லை. வெகு பழங்காலக் கோட்பாட்டைக் கவித்துவ மொழியில் முன்வைத்தவர் அவர். அவர் முன்வைக்காதவற்றை மறுதலித்து நம் சக்தியை நாம் வீணாக்கவேண்டாம்.

நீட்சேயின் படைப்புகளில் ஒருவகையான வன்முறையும் மிகைப்படுத்தலும் இருப்பதைப் பார்க்க முடிகிறது. தகுதியற்ற மதிப்பீடுகள், வறட்டு போலி மத ஒழுங்குகள், மேட்டிமைவாதம் ஆகியவற்றுக்கு எதிரான அக்கறை மிகுந்த எதிர்ப்பை அவர் வெளிப்படுத்தினார். அவருடைய கருத்துகள் மிகக் கடுமையாக

எதிர்க்கப்பட்டன; அவையே அவர் ஓர் உண்மையான தீர்க்கதரிசியாகவே (வழிகாட்டியாகவே) செயல்பட்டிருக்கிறார் என்பதை நன்கு உணர்த்துகின்றன. கொத்தனார்களால் விலக்கப் பட்ட பளிங்குக் கல் அவர். மற்றவர்களால் நிந்திக்கப்படுபவர்கள் பாக்கியவான்கள். அவர் முன்வைக்கும் ஜராதுஸ்ட்ரா - அதி மானுடர் என்பவர் சீன மரபில் சொல்லப்படும் ஜுன்ஸி - அதி உன்னத மானுடர்; இந்திய மரபில் சொல்லப்படும் மஹா புருஷர்; போதிசத்வர், ஜீவன் முக்தர் ஆகியோருக்கு இணையானவர்.

மறை பொருள் மெய்யியல் மரபுகள் பொதுவாக அனைத்து வாழ்க்கை அம்சங்களிலும் ஒருவித ஒருமைப்பாடும் சார்பு நிலையும் இருக்கும்; ஆன்மிக லௌகிக விஷயங்களிலும் ஓர் ஒருமைப்பாடு இருக்கும் என்று சொல்லும். தூய மதவாதத்தில் புனிதமானவை தனி; மதச் சார்பற்றவை தனி என்ற பாகுபாடு இருக்கும். மதவாதத்தில் நன்மை தீமைக்குச் சொர்க்கம், நரகம் என்ற பரிசும் தண்டனையும் இருக்கும். அவை இவ்வுலகில் இல்லாத, எதிர்கால சொர்க்கம், நரகம் பற்றிப் பேசும். நன்மை தீமைகளுக்கு நிலையான, இறுக்கமான, விவாதங்களுக்கு அப்பாற்பட்ட, முற்று முழுதான அர்த்தங்களையும் முக்கியத் துவத்தையும் தருகின்றன.

'உலகில் இருக்கும் அனைத்தும் ஒன்றுக்கொன்று பின்னிப் பிணைந்தவை. ஒன்றுடன் ஒன்று தொடர்புடையவை; ஒன்றை ஒன்று நேசிப்பவை' என்கிறார் நீட்சே. 'சகோதரர்களே கண் முன் தெரியும் உலகுக்கு உண்மையாக நடந்துகொள்ளுங்கள். உலகு சாரா விஷயங்களைப் பேசுபவர்களை நம்பாதீர்கள். எனக்கு வெளியில் நான் எப்படி இருக்கமுடியும். என்னுடையதாக ஏதேனும் எனக்கு வெளியில் எப்படி இருக்கமுடியும்? புறம் என்று எதுவுமே இல்லை. ஒவ்வொரு நொடியும் உண்மை; ஒவ்வொரு இம்மையிலேயே அத்தனை மறுமையும் நிலைபெற்றுள்ளன. மையமே எல்லாமுமாக இருக்கிறது. இருத்தல் என்பது ஒவ்வொரு கணமும் நியாயப் படுத்தப்பட்டாகவேண்டும். இன்று என்பது எந்தவகையிலும் நாளை என்பதால் கட்டமைக்கப்பட்டதாக நியாயப்படுத்தப் பட்டதாக இருக்கவே கூடாது. அதுபோல் நேற்று என்பதும் இன்று என்பதன் அடிப்படையில் வடிவமைக்கப்படக்கூடாது.'

நீட்சே சொன்ன இவையெல்லாம் நவீன மறைபொருள் மெய்யியல் உள்ளுணர்வுச் சிந்தனைகள் அல்லது ஒருமைக் கோட்பாட்டில் (அத்வைதம்) இருந்து தருவிக்கப்பட்ட சிந்தனைகள். 'நீயே

அதுவாக இருக்கிறாய்' தத்வமஸி என்ற பிராமணத் தத்துவத்துக்கு இவை நெருக்கமாக இருக்கின்றன.

நன்மை தீமைகளைக் கடந்து நிற்கும் மஹா புருஷர் பற்றிய கோட்பாடானது அவர் மலராகவும் தலைவராகவும் அவதாரப் புருஷராகவும் (மீட்பராகவும்) இருப்பதாகவே உலக வரலாற்றில் மீண்டும் மீண்டும் முன்வைக்கப்பட்டிருக்கின்றன. இந்தியப் படைப்புகளில் அவருக்குப் பல பெயர்கள் இருக்கின்றன: அர்ஹத் (உன்னத நிலை எட்டியவர்), புத்தர் (ஞான விழிப்பு உணர்வு பெற்றவர்), ஜைனர் (அனைத்தையும் வென்றவர்), தீர்த்தங்கரர் (கரை கண்டவர்), போதிசத்வர் (நல் ஒழுக்கங்களில் உயர்ந்தவர்), ஜீவன் முக்தர் (வீடு பேறு பெற்றவர்) என்றெல்லாம் சொல்லப் படுகிறார். இத்தகைய உன்னதத்தை எட்டியவர்களுடைய செயல்கள் நன்மை, தீமை என்ற எல்லைகளைக் கடந்தவை. விட்டு விடுதலையான நிலையில் இருந்து அவை முகிழ்த்துவருகின்றன.

நீட்சே, தான் முன்வைக்கும் அதி மனிதர் (ஜராதுஸ்ட்ரர்) பற்றி என்ன சொல்கிறார் என்று பார்ப்போம்: 'பொதுவிலிருந்து முகிழ்த்தெழுந்து அதி உன்னதம் நோக்கி முன்னேறுகிறார்; 'எல்லாமும் எனக்கே' என்று சொல்கிறார். எனக்குள் எழும் அச்சம் என்னை எச்சரிக்கிறது.'

இது சுய நல மோகத்தின் வெளிப்பாடா? அப்படியென்றால் உபநிடதங்கள் உலகில் உள்ள எல்லாமும் நமக்கானவையே என்று சொல்வதும் தவறுதானா?

உலகில் இருப்பவை எல்லாம் ஒரே பரம்பொருளே என்று ஒருமை வாதம் பேசுபவர்களின் பார்வையில் சுய நலம், சுய நலமற்றது என்ற வேறுபாடே கிடையாது. ஏனென்றால் எல்லா நன்மைகளும் விருப்பங்களும் ஒரேமாதிரியானவையே. ஆத்ம ஞானம் என்பது மகத்தான சாதனை; நாம் அதுவாக ஆவதுதான் நாம் செய்ய வேண்டிய உன்னதமான ஒரே செயல். இது லட்சியவாத தனிநபர் வாதம். இந்த உள்ளார்ந்த ஒத்திசைவு என்பது அனைத்துத் தளங்களுக்கும் பொருந்தக்கூடியதுதான். ஏனென்றால் நாம் எதைச் செய்கிறோம் என்பது அல்ல; நாம் எதுவாக இருக்கிறோம் என்பதே முக்கியம்.

அர்ட்ஸிபஸேயின் சாநின் (Sanine) படைப்பில், 'தனக்குள் ஆழ்ந்த அமைதி கொண்டவர் ஆன்மிக உயரிய நிலையை எட்டியவரில்லை யென்றாலும் மிகவும் போற்றுதலுக்கும் நேசிப்புக்கும் உரியவர்' என்று குறிப்பிடுகிறார்.

நீட்சே சொல்கிறார்: 'எல்லாமும் உனக்குள், உன்னை நோக்கி (மழைத்துளியாக) பாய்ந்து வரட்டும். அப்போதுதான் அவை எல்லாம் அன்பின் நீர் ஊற்றாக உனக்குள் இருந்து பொங்கிப் பிரவகித்து அனைவருக்கும் கிடைக்கும். ஆசிர்வதிக்கப்பட்ட அன்பு அனைத்தையும் தனதாக்கிக் கொள்ளும்; ஆனால் புனிதம் பற்றிப் பேசுபவர்கள் இதை சுய நலம் என்கிறார்கள்.... இன்னொரு சுய நலமும் இருக்கிறது. பரிதாபமானது, பசி மிகுந்தது; திருடனின் கண்களைப் போல் இன்பத்தைத் தூண்டும் அனைத்தையும் உற்றுப் பார்த்துத் தனதாக்கிக் கொள்ளும் (திருடும்). பசித் தீ கொழுந்து விட்டு எரிவதுபோல் அபரிமிதமாகக் குவித்து வைத்திருப்பவனை விழுங்கும். கொடுப்பவரின் மேஜைகளைச் சுற்றிச் சுற்றி வெறியுடன் அலையும்.'

ஏழ்மையை நீட்சே வெறுத்தார் என்பது உண்மையே. ஏனென்றால் அவருடைய பார்வையில் அது, ஒருவர் தான் அனுபவிக்கும் வேதனைகளை உணர்ச்சிமயப்பட்டு முன்வைப்பதாக அல்லது பிறருடைய வேதனைகளுக்கு மேலாக முன்வைப்பதாக அது இருக்கிறது. வாழ்க்கை மிகவும் சிரமமானதுதான். உயர்ந்த நிலையில் இருப்பவர்களுக்கு அது மேலும் சிரமமானதாகவே இருக்கும். 'என் துயரங்கள்... என் சக மனிதர்களின் துயரங்கள் எல்லாம் என்ன பெரிய விஷயங்களா? வாழ்க்கை என்பது வாழக் கடினமானதுதானே... காலைகளில் மகிழ்ந்தும் மாலைகளில் உள்ளொடுங்கியும் இருப்பதெல்லாம் எதற்காக?'

நீட்சே சொல்லும் இவை, 'எல்லையற்ற மகிழ்ச்சி எல்லையற்ற அளவில்' என்று மேற்குலக ஜனநாயகங்கள் தனது லட்சியமாக முன்வைத்திருப்பதிலிருந்து முற்றிலும் மாறுபட்டவை.

நம்முடைய கவிஞரும் தத்துவவாதியுமான நீட்சேயை ட்ரெய்ட்ஸ்க்ஸ் மற்றும் க்ராம்ஸுடன் இணைத்துச் சொல்வதையும் ஐரோப்பிய நீட்சேயிய போரின் பிரதானக் காரணிகளில் ஒருவராகச் சொல்பவர்களையும் பற்றிச் சொல்ல எதுவும் இல்லை. ஜெர்மனி மற்றும் இங்கிலாந்தின் அரைவேக்காட்டுத்தனங்களை நீட்சே எப்படியெல்லாம் விமர்சித்திருக்கிறார்; இன்றும் ஐரோப்பாவின் பண்பட்ட அறிவார்ந்த சமூகமாக ஃபிரெஞ்சு தேசமே இருக்கிறது எனப் புகழ்ந்தவிதம்; ஜெர்மனிய கலை ரசனைக் குறைபாட்டை ஃபிரெஞ்சின் ரசனையோடு ஒப்பிட்டு விமர்சித்துப்பேசியவை என்று இவை தொடர்பான சில மேற்கோள்களைக் காட்டி விமர்சிப்பது எளிது. எல்லாவற்றுக்கும் மேலாக அவர் ஐரோப்பாவின் ஒருமைப்பாட்டை - வேதனையின்

ஒருமைப்பாட்டை, உத்வேகத்தின் ஒருமைப்பாட்டை நன்கு புரிந்துகொண்டிருந்தார். இப்போதைய ஐரோப்பியத் தேசங்களுக்கு இடையிலான வெறுப்புகள் எல்லாம் தாற்காலிகமானவையே என்று சொல்லியிருக்கிறார். தேச பக்தியை அவர் கடுமையாக விமர்சித்திருக்கிறார்.

'மிகப் பெரிய பகைமைக்குக் காரணமாகும் தேச வெறியானது இதற்கு முன்னும் இப்போதும் ஐரோப்பியர்களைத் தூண்டிவிட்டு வருகிறது. குறுகிய சிந்தனையும் அவசரப் புத்தியும் கொண்ட அரசியல்வாதிகளினால் பகைமை பெரிதாகிக் கொண்டிருக்கிறது. இந்த வெறியைப் பயன்படுத்தி இப்போது அதிகாரத்தில் இருப்பவர்கள் ஐரோப்பாவை நெருக்கடிக்கு உள்ளாக்கி வருகிறார்கள். தேசப் பிரிவினைச் சார்ந்து இவர்கள் பேசக் கூடியவை எல்லாம் தற்காலிகமானவையே என்று இவர்கள் சிந்திப்பதே இல்லை. இப்போது சொல்லமுடியாத பல விஷயங்களும் நிலைமையை மோசமாக்கிவருகின்றன. ஐரோப்பா ஒற்றைத் தேசமாக இருக்கவே விரும்புகிறது என்பதன் தெளிவான தடயங்களையெல்லாம் இவர்கள் புறந்தள்ளிவிடுகிறார்கள். அல்லது தவறாக, மேலோட்டமாகப் புரிந்துகொண்டு நிராகரித்து விடுகிறார்கள்.'

'இந்த நூற்றாண்டின் மேதைமையும் விசால மனப்பான்மையும் கொண்டவர்கள் மற்றும் அவர்களுடைய தீவிரமான சிந்தனைகள் எல்லாம் புதியதொரு ஐரோப்பிய ஒன்றிணைப்பை உருவாக்குதல், எதிர்கால ஐரோப்பாவை உருவாக்குதல் என்ற நோக்கிலேயே முன்னெடுக்கப்பட்டுள்ளன. அந்தச் சிந்தனைகளின் நகலெடுப்பின் போது அல்லது அவை வலுவிழந்த நேரங்களில், முதுமையின் நேரங்களில் தமது தந்தையர் நாட்டின் புகழ் பாடினர். அவர்களுடைய ஆளுமை பின்வாங்கிச் சென்று அவர்கள் 'தேச பக்தர்கள்' ஆனார்கள்.'

ஐரோப்பிய ஒருமைப்பாடு பற்றி பத்தாண்டுகளுக்கு முன்பு இதைச் சொல்லியிருந்தாலும் ஏதோ மேம்போக்கான பொதுமைப்படுத்தல் என்றே சொல்லியிருப்பார்கள். ஆனால் அது இன்று வெறும் ஐரோப்பிய ஒருமைப்பாடு என்று மட்டுமே நின்றுவிடாமல் ஒட்டு மொத்த மனித இனத்தின் ஒருமைப்பாடு என்பதாக விசாலமடைந்திருக்கிறது. உலகம் ஒன்றுபடவேண்டும் என்ற நோக்கில் மாபெரும் மனிதர்களின் தீவிரமான முயற்சிகள் எல்லாம் மனித வரலாற்றில் அநேகமாக முதல் முறையாக, கைக்கு எட்டிவிடும் இலக்காக நம் ஆழ்மனதில் திரளத் தொடங்கியிருக்கின்றன.

நீட்சே முன்வைக்கும் ‘வலிமையை விரும்பும் சித்தம்’ (Will to Power) என்பது சர்வாதிகாரத்தோடு தொடர்புடையது அல்ல. அது மக்களின் அதிகாரம் போன்றது. அதிகாரவர்க்கத்தைச் சேர்ந்தவரின் சர்வாதிகாரம் போன்றது அல்ல. நமது வாழ்க்கையானது சுக துக்கங்களை நோக்கிய செயல்பாடுகளினால், எதிரெதிர் நிலைகளின் இருமைத் தன்மையினால் அலைக்கழிக்கப்பட்டு விடக்கூடாது என்று ‘வலிமையை விரும்பும் சித்தம்’ அறிவுறுத்துகிறது. அதேநேரம் அதை ஜீவன் முக்தியை நோக்கி ஆற்றுப்படுத்தவும் வேண்டும். அதுவே நன்மை தீமைகளுக்கு அப்பாற்பட்டது.

பகவத் கீதை இதையே சொல்கிறது: ‘அஷோச்யானன்வஷோசஸ்த்வம் - பார்த்தா, நீ தேவைப்படாத வற்றுக்காக வேதனைப்படுகிறாய். ஞானிகள் உயிருடன் இருப்பவர்கள் குறித்தோ இறப்பவர்கள் குறித்தோ கவலை கொள்வதில்லை.’ இதையேதான் வால்ட் விட்மன், ‘போர்கள் எல்லாம் எந்த உத்வேகத்தின் வெற்றி பெறுகின்றனவோ அதே உத்வேகத்தினாலேயே தோல்வியையும் தழுவுகின்றன’ என்று கூறுகிறார். ‘ஒருவனுக்குக் காயம்பட்டால் சக வீரர்களை முன்னேறிச் செல்லச் சொல்வான். தனக்கு ஆறுதல் சொல்லவோ சிகிச்சை தரவோ யாரையும் போரை நிறுத்தச் சொல்லமாட்டான். அவர்கள் இவன் சொல்வதைக் கேட்காமல் உதவிக்கு வந்தால் அவன் அவர்களைக் கடிந்துகொள்ளவும் மாட்டான். உங்கள் அன்பு என் மீது கொள்ளும் பரிதாபத்தைவிட அதிகமாக இருக்கட்டும்’ என்பான்.

இங்கு சொல்லும் அன்பு அவன்மீதான அன்பையோ அடுத்தவர் மீதான அன்பையோ ஏன் தேசம் மீதான அன்பையோ கூடக் குறிப்பிடவில்லை. அண்டை அயலார் மீதான அன்பைவிட யார் என்று தெரியாத தூரத்தில் இருக்கும் வருங்காலத்தில் இருக்கும் நபர்கள் மீதான அன்பே உயர்வானது. மனிதர்கள் மீதான அன்பைவிட உலக உயிர்கள் அனைத்தின் மீதான அன்பு அதி உயர்வானது. என்னைப் போலவே என் அண்டை அயலானையும் நான் நேசிக்கிறேனா? தன்னைத் தான் அடக்கி ஆள முடியாதவன் அடங்கி நடந்தாகத்தான் வேண்டும்.

நாம் விரும்பியதையெல்லாம் செய்தல், தனி வழியில் அனைத்தையும் செய்தல் என்பதில் இருந்து இது முற்றிலும் மாறுபட்டது. ‘எல்லாமும் எனக்கானவையே’ என்பதுதான் தன்னை மிக அதிகமாக அச்சுறுத்துவதாக அவர் சொல்கிறார்.

நீட்சேயின் போதனை அதி தூய நிஷ்காம தர்மமே.

பேரின்பத்தைத் தேடி ஓடுகிறேனா? நான் என் கடமையையே தேடி ஓடுகிறேன். இன்ப துன்பங்களின் அடிப்படையில் எல்லா வற்றையும் அணுகும் சிந்தனைகள் எல்லாம் அறியாமையில் இருப்பவர்களின் சிந்தனைகளைப் போன்றவையே. கலைஞர்களின் மனநிலை மற்றும் படைப்பூக்கத்தின் சக்தியை அறிந்தவர்கள் இதை வெறுத்து ஒதுக்குவார்கள். அதி புருஷர்கள் நன்மை தீமை என்ற இருமை நிலைகளினால் அலைக்கழிக்கப் படமாட்டார்கள்.

'விரும்பியதைச் செய்' என்பது அகம்பாவம் மிகுந்த கூற்றோ சுயநலமற்ற கூற்றோ அல்ல. அனைத்து உணர்வுத் தூண்டல் களுக்கும் இசைந்து நடப்பதாலும் புலனின்பத்துக்கு அடிமையாக இருப்பதாலும் அகம்பாவம் மிகுந்தது என்று இதைச் சொல்லமுடியாது. இந்த உணர்வு நிலையை நமது சுற்றுச்சூழலே வடிவமைக்கிறது. எல்லையற்ற ஆசைக்கு எதிர் நிலையானது இது. அதி புருஷர்கள் தன்னை, தன் உணர்வுகளை விட்டுக் கொடுக்கவே மாட்டார்கள். எனவே அது சுய நலமற்ற பொது நலச் சேவை போன்றதும் அல்ல. எனக்கு வெளியே எதுவுமே இல்லை என்ற மனநிலையில் பிறருக்கான சேவை என்பதற்கு இடமே இல்லை. எல்லாம் ஒன்று என்ற ஆன்ம போதமே அதி உயர்ந்த இலக்கு.'

நீட்சே சொல்கிறார், 'மருத்துவர்களே, உங்கள் நோய்களைப் போக்கிக் கொள்ளுங்கள். அப்போதுதான் நோயாளிகளின் நோயைப் போக்க முடியும்'.

சாங் ஸு பழங்காலத்தில் சொன்னது இதைத்தான். 'பழங்காலத்தில் துறவிகள் முதலில் தமக்கான தாவோ நிலையை எட்டினார்கள். அதன் பின்னர் அனைவருக்குமான தாவோ நிலையை வழங்கினார்கள். உங்களுக்கு அது கிடைக்காத நிலையில் பிற மனிதர்களுக்கானவற்றைப் பற்றி யோசிக்க உங்களுக்கு ஏது நேரம்? உங்கள் ஆன்மாவைப் போற்றிப் பாதுகாத்து வையுங்கள். மற்றவையெல்லாம் தானாக நடக்கும்.'

'உன் கண்ணில் இருக்கும் துரும்பை முதலில் நீ அகற்று' என்று இயேசு சொன்னதும் இதைத்தான்.

மானுட குல வழிகாட்டிகள் எல்லாம் ஒரு கடப்பாடின் அடிப்படையில் செயல்பட்டிருக்கிறார்கள். தேர்ந்தெடுக்கப்படாத

நபர்களுக்குக் கடப்பாடு / கடமை என்பது அதிக பிரச்னை வராத செயல்களைச் செய்து வாழ்க்கையை ஓட்டுவது என்பதாக இருக்கும். மேதைகள் விதிகளுக்குக் கட்டுப்படமாட்டார்கள். தமது உள்ளுக்குள் இருந்து எழும் அழைப்பை / அறைகூவலை ஏற்றுக்கொண்டு அதற்காகத் தம் வாழ்க்கையின் அனைத்தையும் அர்ப்பணிப்பார்கள். பிறருக்கு அவை தீமையாகத் தோன்றினாலும் அவர்கள் அதில் இருந்து விலகமாட்டார்கள்.

இயேசுநாதர் பணிந்து நடந்தவரா?
அல்லது பணிவின் தடயம் எதையேனும் காட்டியிருக்கிறாரா?
குழந்தையாக இருந்தபோது வீட்டை விட்டு ஓடினார்
பெற்றோரைக் குழப்பத்தில் ஆழ்த்தினார்
அவர் சொன்னார்:
'நான் என் பிதாவின் வேலையைச் செய்கிறேன்'.

ஒரு செயலின் மதிப்பு அதைச் செய்பவர் எவ்வளவு ஒத்திசைவுடன் ஆத்மார்த்தமாகச் செய்கிறார் என்பதில் இருக்கிறது. நாம் நம்முடைய உள்ளார்ந்த இயல்புக்கு இசைவாக இயங்கவேண்டும். அந்த இயல்பு தன் முழுமையை எட்டியிருக்கும் நிலையில் நம் மூலமாகத் தெய்வாம்சம் முழுமையாக வெளிப்படும்.

இப்படியான முன் தீர்மானங்களுடன்தான் நீட்சே உணர் வெழுச்சியில் சொல்கிறார்: 'சொல்லிச் சொல்லிச் சலித்துவிட்டது: சுய நலமில்லாத செயல்கள் எல்லாம் நல்லவையே. ஓ நண்பர்களே, உங்கள் சுய விருப்பம் உங்கள் செயலில், ஒரு குழந்தையில் தாய் கலந்திருப்பதைப்போல் வெளிப்படட்டும். உங்கள் நற்குணத்தின் அடிப்படை அதுவாகவே இருக்கட்டும்.'

சாக்ரடீஸூம் இதையேதான் சொன்னார்: 'வெளிப்புற மனிதரும் அக உலக மனிதரும் ஒன்றாக இருக்கவேண்டும். மற்றவை யெல்லாம் போலியே. தாழ் நிலை மனிதர்கள் புற அம்சங்களால் தன் வாழ்க்கையை நெறிப்படுத்திக் கொள்கிறார்கள். நீண்ட ஆயுள், மதிப்பு மரியாதை, முன்னிலை, வாரிசுகள் எனப் பல விஷயங் களுக்கான ஏக்கங்களால் சூழப்பட்டிருக்கிறார்கள். அவர் விடுதலையடைந்தவர் அல்ல. அதி புருஷர்கள் வேறு வகையானவர்கள்'.

சாங் சூவின் வார்த்தைகளில் சொல்வதென்றால் 'ஜின்ஸூகள் தமது உள்ளார்ந்த இயல்புக்கு ஏற்ப வாழ்கிறார்கள். இந்த ஒட்டு மொத்த உலகிலும் அவர்களுக்கு நிகர் யாருமில்லை. அக உலக

அம்சங்களினால் (உள்ளொளிகளினால்) அவர்கள் தமது உலகை ஒழுங்குபடுத்திக் கொள்கிறார்கள்'.

'அதி உன்னத மானுடர்களால் செய்ய முடியாததுதான் என்னே? அவர்கள் என்னவெல்லாம் செய்வார்கள் என்று யாருக்குத்தான் தெரியும். அவர்கள் எதையும் தமக்காகச் செய்துகொள்வதில்லை. அவர்களுக்கு மதிப்புக் கொடுத்து அவர்களின் உதவியைக் கேட்பவர்களுக்கு அதை நிறைவேற்றித் தருகிறார்கள். அதுவே அவர்களின் வாழ்க்கைப் பயணம். அவர்கள் அனைவருக்கும் பொதுவானவர்கள். அனைவருடனும் தொடர்புடையவர்கள். ஆனால் அனைத்துச் செயல்களைச் செய்தபோதும் தாமரை இலையில் ஒட்டாமல் உருளும் நீரைப்போல் அவர்கள் எதனுடனும் ஒட்டாமல் தனித்தே இருக்கிறார்கள்' என்று பிரேம சாகரம் சொல்கிறது.

'அதி உன்னத மனிதர் ஆழ் நிலையில் எந்தச் சிந்தனையும் அற்று இருப்பார்; செயல்களில் எந்தப் பதற்றமும் இன்றி இருப்பார்கள். சரி தவறு, நல்லது கெட்டது என்ற பேதங்கள் எதுவும் அவர்களிடம் இருக்காது. நான்கு கடல்களால் சூழப்பட்ட நிலத்தில் அனைவரும் இன்புற்றிருப்பதே அவர்களுக்கு மகிழ்ச்சியைத் தரும். அனைவரும் அனைத்தையும் பங்கிட்டுக்கொள்வதே அவர்களின் ஆழ்நிலைத் தியானம். தாயை இழந்த குழந்தைகள் பற்றிக் கொள்வதுபோல் மக்கள் அவர்களை இறுகப் பற்றிக் கொள்வார்கள். தமது வழியைத் தொலைத்தவர்கள் வழிகாட்டியைப் பின்தொடர்வதுபோல் அனைவரும் அவர்கள் பின்னால் செல்வார்கள். ஏனென்றால், அவருடைய வழிகாட்டுதலே அவர்களுக்குக் கிடைத்திருக்கும் ஆசிர்வாதம்' என்று சாங் சூ சொல்கிறார்.

அஸ்வகோஷா, 'நாங்கள் நிர்வாண நிலையை எட்டியதாகவும் அநிச்சையான பல செயல்களைச் செய்ததாகவும் சொல்லப் படுகிறது' என்கிறார். போதிசத்வர்கள் தமது நடத்தைகளுக்கான தார்மிக நெறிகள் பற்றி அக்கறை கொள்வதில்லை. 'தன்னியல்பாக, அநிச்சையாகச் செயலாற்றும் பரி பக்குவத்தை அவர்கள் எட்டி விட்டார்கள். ஏனென்றால் அனைத்துத் ததாதகர்களின் ஞானம் மற்றும் செயல்பாடுகளுடன் இவர்களுடையவை எல்லாம் முழு ஒருங்கிணைப்பு பெற்றுவிட்டிருக்கின்றன.'

'இயேசு நாதர் முழு நற்குணங்கள் கொண்டவராக இருந்தார். அவர் தன் உள்ளார்ந்த உந்துதல்களுக்கு ஏற்ப நடந்துகொண்டார். அரசுகள் வகுத்த சட்ட, விதிமுறைகளுக்கு ஏற்ப அல்ல.'

இந்த உலகின் அர்த்தம் என்பது அதி மானுடனே (ஜராதுஸ்ட்ரரே) என்று நீட்சே சொல்லும்போது நாம் போதிசத்வர் அல்லது ஜீவன் முக்தர் என்று யாரைச் சொல்கிறோமோ அவரையே குறிப்பிடுகிறார். இப்படியான மனித குலத்தின் அதி உன்னத நிலையை எட்டுவதென்பதை சுய மைய சிந்தனை கொண்ட மனங்களால் புரிந்துகொள்ளவே முடியாது. 'நன்மை தீமைகளைக் கடந்த ஒரு மனிதருக்கு அவர் சொல்வதே சட்டமாம். எவ்வளவு கெட்ட விஷயம் இது' என்று எளிய மனங்கள் வாய் விமர்சிக்கும். ஏனென்றால், நான் ஒழுக்க விதிகளுக்குக் கட்டுப்பட்டு நடக்கவேண்டும்; என் சுய ஆசைகளை அடக்கிக் கொள்ள வேண்டும். அதுவே என் கடமை என்று கருதுகிறேன் (எளிய மனிதர்களின் சிந்தனை இதுவே).

அப்படியாக நீட்சேயும் பிறரும் முன்வைக்கும் சுய நலம் என்பதை எல்லாச் செயல்களும் போற்றத் தகுந்ததாக இருக்கவேண்டும் என்று சொல்பவர்களின் வார்த்தைகளின் அடிப்படையில் பார்த்தால் நம்மால் புரிந்துகொள்ளமுடியாது. மனிதர்களின் செயல்பாடுகளைச் சட்ட திட்டங்களின் அடிப்படையில் அல்ல; பிரபஞ்ச விதிகளின் அடிப்படையில் எடைபோடவேண்டும். அது நமக்கு அதனுடைய உள்ளார்ந்த இயல்பையே தொடர்ந்து வெளிப்படுத்திய வண்ணம் இருக்கிறது. மல்லிகைப் பூக்களைப் பாருங்கள். அதுபோல் தன்னியல்புடன் இருக்கவேண்டும்...

அதி மானுடரிடம் கவர்ச்சி இருக்கிறது; ஆனால் அது உணர்ச்சிகள் அல்ல. வலிமைக்கான சித்தம் இருக்கிறது; ஆனால் அது சுய மையமானதோ சர்வாதிகாரமோ அல்ல; சுய நலம் இருக்கிறது. ஆனால் அது சுயநலமற்ற சேவையையும் விட உயர்வானது. நீட்சே இது தொடர்பான நுட்பமான வேறுபாடுகளை மிகுந்த கவனமுடன் முன்வைக்கிறார். திட்டமிட்டு அவற்றைப் புறக்கணித்தால் மட்டுமே அவை கண்ணில் படாமல் போகும்.

> 'தோல்வியுறும் அதி புருஷர்கள் பற்றிச் சொல்கிறார்: எப்போது அதி மானுடராகவேண்டும் என்ற எண்ணம் அவர்கள் மனதில் வருகிறதோ அப்போது அவர்கள் அந்த உயரத்தில் இருந்து கீழிறங்கி உணர்ச்சிகளில் சிக்கிக் கொள்பவர்களாகி விடுகிறார்கள். சுயத்தை வெல்பவரே அனைத்தையும் வெல்கிறார். அவரே புலன்களின் மேல் ஆதிக்கம் செலுத்துகிறார். நற்குணங்களின் அதிபதியாக இருக்கிறார்.
>
> நான் பரம்பொருளிடம் கேட்கிறேனா? விலங்குகள் உன் விருப்பத்தின்படி தேவையின்படிச் செயல்படுமா? அல்லது

தனிமை அல்லது அபஸ்வரம்..? புலனின்பத்தில் திளைப்பதை நான் மறுதலிக்கிறேன்; எச்சரிக்கிறேன். வலிமையை விரும்பும் சித்தம் என்பதை எதையும் பொருட்படுத்தாத, யாரைப் பற்றியும் கவலை கொள்ளாத தடித்தனத்துடன் குழப்பிக் கொள்வதை எச்சரிக்கிறேன். இந்த இரண்டும் முற்றிலும் ஒன்றுக்கொன்று எதிரானவை.

ஒருவர் தன்னை நேசிக்க வேண்டும் என்பது இன்றும் நாளையும் பின்பற்றவேண்டிய இறுதிக் கட்டளை அல்ல. நுட்பமான வெளிப்படையான அனைத்துக் கலைகளிலும் அதி முக்கியமானது. உண்மையான லட்சியவாத சுய நலம் என்பது நமது படைப்பூக்கங்கள் எல்லாம் அற்புதமான முடிவை எட்டும்வகையில் நம் ஆன்மாவைத் தொடர்ந்து கண்காணிப்பதாகவும் கட்டுப்படுத்துவதாகவும் இருக்கும்.'

சுய மன நிறைவு என்ற கோட்பாட்டின் அடிப்படையில் பார்த்தால், நாம் வலிமை உடையவராக இருந்தால், ஒருவிதத் தவம் அல்லது துறவு நிலையை நீட்சே நம்மீது திணிப்பவராக இருப்பார். பிராமணர்களுக்கு மிகக் கடுமையான விதிமுறைகளையும் சூத்திரர்களுக்கு மிக எளிய வழிமுறைகளையும் வகுத்த மனுவும் இதே பார்வையைத்தான் வெளிப்படுத்தியிருக்கிறார். இதைப் புரிந்துகொண்டதால்தான் நீட்சே ஜாதிக் கட்டமைப்பைப் பாராட்டியிருக்கிறார். உச்சியை நோக்கிச் செல்லச் செல்ல வாழ்க்கை குளிர் (புலனடக்கம்) மிகுந்ததாக இருக்கவேண்டும் என்பது சரி என்று அவர் கருதினார். மார்க்கண்டேய புராணம் சொல்கிறது: ஒரு பிராமணர் வெறும் கேளிக்கைக்காகவென்று எதையும் செய்யக்கூடாது.

மேற்கத்திய நாகரிகத்தின் வீழ்ச்சி மற்றும் சரிவைப் புரிந்துகொண்டிருப்பவர்கள் ஐரோப்பாவின் மனசாட்சி, நீட்சேயிடம் விழித்தெழுவதைப் புரிந்துகொள்வார்கள்.

13

இளைய இந்தியா

இளைய இந்தியாவைப் புரிந்துகொள்ளவேண்டுமென்றால் உலகை ஒருவர் புரிந்துகொண்டாகவேண்டும். நாகரிகச் சுழற்சியிலும் தனி நபர் விஷயங்களிலும் இளைய அல்லது வயது என்பதன் அர்த்தம் என்ன? உண்மையில் அது நாட்கள், வருடங்கள் ஆகியவை சார்ந்தது அல்ல; அனுபவங்கள் சார்ந்தது. அந்தவகையில் இந்தியா மிக மிகப் பழமையானது; அதே நேரம் அதி புதுமையானதும் கூட. மிக மிகச் செழுமையான பாரம்பரியம் கொண்டது; அதே நேரம் பரிதாபகரமாக ஒன்றுமே இல்லாத, தவழும் குழந்தை போன்றதும் கூட. தத்துவம், கலை, சமூக அமைப்புகள் ஆகியவற்றில் இந்தியாவின் மகத்தான சாதனைகள் எல்லாம் மறுக்கவே முடியாத மதிப்பைக் கொண்டவை. உலகின் எந்தவொரு நாகரிகமாக இருந்தாலும் மத்திய தரைக்கடல் நாடுகளின் செவ்வியல் கால கலாச்சாரத்தின் வேர்களைத் தேடிச் சென்றால் இந்த இந்திய நிலத்தில் ஊன்றியிருப்பதைப் பார்க்கமுடியும். இந்திய கலாச்சாரத்தைக் கட்டமைத்திருக்கும் அனுபவங்கள், வெற்றி, தோல்வி, யூகங்கள் ஆகியவை பேசியிருக்காத இன்றைய முக்கிய பிரச்னைகள் எதுவுமே இல்லை

என்றே சொல்லலாம். எனினும் நவீன இந்தியா புதிதாக எதையாவது உற்பத்தி செய்திருக்கிறது என்று சொல்லவும் முடியாது.

மேற்குலகில் 12 அல்லது 13-ம் நூற்றாண்டு வாக்கில் உச்சத்தைத் தொட்ட கிறிஸ்தவ நாகரிகத்தின் மாபெரும் சுழற்சி முடிவுக்கும் வரும் தருணத்தில் நின்றுகொண்டிருக்கிறோம். 12-13-ம் நூற்றாண்டு வாக்கில் மனிதர்களின் படைப்பூக்கச் சிந்தனையானது குறுகிய தனி மனித எல்லைகளையெல்லாம் தாண்டிச் சென்றது. கற்பனையான அல்லது நித்திய உலகம் ஒன்றின் விதிகளுக்கு ஏற்ப புற உலகில் ஒரு மாபெரும் ஒழுங்கைக் கொண்டுவர அரும்பாடுபட்டது. 13-ம் நூற்றாண்டு தொடங்கி 20-ம் நூற்றாண்டு வரையில் மனித வாழ்க்கை மெள்ள மெள்ள வீழ்ச்சியடைந்து வந்திருப்பதைப் பார்க்கமுடியும். சிருஷ்டிகரச் சிந்தனையானது, சமூகப் பிணைப்புகளை வலுவிழக்கச் செய்து சமூக அந்தஸ்தின் இடத்தில் சமூக ஒப்பந்தங்களைக் கொண்டுவந்திருக்கிறது. ஆன்மிக மதிப்பீடுகள் ஓரங்கட்டப்பட்டு லௌகிக மதிப்பீடுகள் முன்னிலை பெற்றிருக்கின்றன. தீர்க்க தரிசனங்கள் மங்கிவிட்டன. இன்றுவரையிலும் பெரும் குழப்பமும் கூச்சலுமே நீடிக்கிறது. வாழ்க்கையும் கலைகளும் இலக்கற்று உழன்ற நூற்றாண்டுகளின் சாட்சிகளாகிவிட்டிருக்கின்றன.

ஐரோப்பாவில் மூண்டிருக்கும் இப்போதைய போர் என்பது திடீரென்று ஏற்பட்ட துரதிர்ஷ்டமான நிகழ்வு அல்ல. ஐரோப்பிய நாகரிகத்தின் தவிர்க்க முடியாத பின்விளைவு. 19-ம் நூற்றாண்டு இறுதிவாக்கிலேயே இதன் தடயங்கள் விஸ்கவுண்ட் டோரியோவின் வார்த்தைகளில் தெளிவாக வெளிப்பட்டிருந்தன: ‘மேற்குலக நாகரிகங்கள் எல்லாம் இறுதியில் சோகத்திலும் வீழ்ச்சியிலும்தான் முடியும். மேற்கத்திய நாடுகள் அழிக்கப்பட்டு அதன் சிதைவுகளில் இருந்தும் மேற்கத்திய மக்கள் அழிக்கப்பட்டு அதன் சாம்பலில் இருந்தும்தான் அமைதியான சமத்துவத்தை அடையமுடியும்.’

இப்படியான நிலையில் அமைதி என்பதுபோர்க்களத்தில் தீர்மானிக்கப்பட முடியும் என்ற நிலை இரு தரப்புக்கும் ஏற்பட்டிருப்பதில் ஆச்சரியப்பட எதுவுமில்லை.

உலகில் இப்போது நடக்கும் இந்தப் போர், மாபெரும் சுரண்டலுக்கு உகந்ததாக உலகை மாறும் முயற்சியில்தான் நடப்பதாகத் தெரிகிறது. ஏதேனும் ஒரு தரப்பு பெறக்கூடிய இறுதி

வெற்றியின் மூலமே இது சாத்தியமாகக்கூடும். வெற்றியைத் தொடர்ந்து வெறுப்பு முளைக்கும். ஏனென்றால் தோற்றவர்கள் அதிருப்தியிலும் வேதனையிலுமே இருப்பார்கள்' ஏகாதி பத்தியத்தின் கௌரவத்தை அழித்து, பல நூற்றாண்டுகள் நீடித்து வந்திருக்கும் சுரண்டலுக்கு முடிவு கட்டும்வகையில் இந்தப் போர் நீண்ட காலம், வெற்றி தோல்வி யாருக்கு என்று எந்த முடிவும் எட்ட முடியாமல் நீடிக்கவேண்டும் என்றுதான் ஒருவர் மனதுக்குள் வேண்டிக்கொள்ளவேண்டியிருக்கும்.

ஜனநாயகம் என்பது பெரும்பான்மையின் சர்வாதிகாரம் என்று புரிந்துகொள்ளப்பட்டிருக்கும் நிலையில் அது சர்வாதிகாரத்தை விட சுதந்தரத்துக்கு நெருக்கமானதாக இல்லை. ஏனென்றால் அது அனைவர் மனதிலும் அது அடக்கி ஆளும் எண்ணத்தை விதைக்கிறது. பிரதிநிதித்துவ அரசாங்கமானது எல்லா நாடுகளிலும் ஆதிக்க சக்திகளின் வெற்றியாகவே இருந்துவருகிறது. புரட்சி களுமேகூட சுதந்தரத்தைக் கொண்டுவந்துவிடவில்லை.

> இரும்புக் கரங்கள் சர்வாதிகாரியின் தலையை உடைத்தன.
> பதிலுக்கு அவையே சர்வாதிகாரியாகிவிட்டன.

ஒடுக்கப்பட்ட நாடுகள் எல்லாம் வேறொரு நாட்டை ஒடுக்கு கின்றன. அல்லது வர்க்க ஒடுக்குமுறையை ஏற்றுக்கொள்கின்றன. எனவே நமது அக்கறையெல்லாம் ஒடுக்கப்படுபவர்கள் மீது மட்டுமல்ல; ஒடுக்குபவர் மீதும் குவியவேண்டும். ஏனென்றால், இரு தரப்புமே பிழையான சிந்தனைகள், மதிப்பீடுகளில் இருந்து விடுதலை பெற்றாக வேண்டியிருக்கிறது. அதிகாரத்தினால் கைப்பற்றப்படக்கூடிய அல்லது பணிந்து, பரிசு கொடுத்துப் பெறக்கூடிய விடுதலையைவிட நாம் விட்டுக் கொடுக்கும் விடுதலை மிக முக்கியமானது.

இந்த விமர்சனங்களில் நாம் ரஷ்யர்களை விட்டுவிடலாம் என்று நினைக்கிறேன். ஐரோப்பாவின் மதம் – பிளேக், விட்மன், நீட்சே ஆகிய மூவரின் லட்சியவாத தனிநபர் வாதச் சிந்தனைகள் எல்லாம் கலைகளிலும் செயல்களிலும் மிக மிகத் தெளிவாக அழுத்தமாக வெளிப்பட்டிருக்கின்றன. ஆயுதங்களைக் கீழே போட்டவர்கள் தவறிழைத்தவர்கள் அல்ல; மிகவும் சரியானதைச் செய்திருக் கிறார்கள் என்பது மிகவும் வேதனைக்குப் பிந்தைய புரிதலாக இருக்கிறது. இருந்தும் அதிகாரப் பிரயோகத்தை நாம் ஒரே நாளில் முடிவுக்குக் கொண்டுவந்துவிடமுடியாது. ஒரே வாரத்தில் சொர்க்கத்தைப் பூமியில் கொண்டுவந்துவிடவும் முடியாது.

சொர்க்கத்தைத் தேடிக் கண்டுகொள்ளமுடிவது தனி மனிதர்களுக்குத்தான் சாத்தியம். ஒரு முழு இனத்துக்கு அல்ல; அனைத்து அரசுகளையும் முடிவுக்குக் கொண்டுவர நம்மால் முடியாது. எனினும் ஆகக் குறைவான கட்டுப்பாடுகள் கொண்ட அரசாங்கத்தைக் கொண்டுவர முயற்சி செய்யமுடியும். அதுவே மிகச் சிறந்த அரசாக இருக்கும்.

நாம் அப்படியான அரசுடன் குறைவான அளவு சார்ந்து / கலந்து நிற்பதே நமக்கு நல்லது. அல்லது எந்த அளவுக்கு அந்த அரசில் நாம் நல்ல நிலையில் இருக்கிறோமோ அந்த அளவுக்கு அதில் அதிக ஈடுபாடு கொள்ளாமல் இருக்கவே விரும்புவோம். ஓர் அரசாங்கத்தை மறுதலிப்பதன் மூலம் நாம் கூட்டுறவுக்கு எதிர்ப்பு தெரிவிப்பதாக அர்த்தமில்லை. அதைச் சாத்தியப்படுத்த நாம் ஒருவருக்கு ஒருவர் உதவிக்கொண்டால் மட்டும் போதாது. நம்மால் முடியாததையும் செய்யத் தயாராக இருக்கவேண்டும்.

இந்தியாவில் இப்போது என்ன நடக்கிறது என்று கொஞ்சம் பார்ப்போம். இன்றைய இளைய இந்தியாவுக்கு அருகிலேயே எப்படி நம் பழங்காலம் தாக்குப்பிடித்துக் கொண்டு வாழ்ந்து வருகிறது என்பதையும் பார்ப்போம். இன்றைய இந்தியாவில் சந்தர்ப்பவாத, தொழில் மய சமூகம் நிலவிவருகிறது. மனிதர்களின் ஒட்டுமொத்தச் சக்தியும் வெறுமனே உயிர் வாழ மட்டுமே பயன்படுத்தப்படுகிறது. இதற்கு நேர்மாறாக, பாரம்பரிய இந்திய கலாச்சாரமானது மிகவும் நிலையான, மிகவும் ஆசுவாசமான ஒரு வாழ்க்கையை மிக அருகில் வாழ்ந்து காட்டவும் செய்கிறது. இது ஏதோ செயலற்ற தன்மையினால் உருவான சோம்பல் அல்ல. வாழ்க்கையின் அர்த்தம் மற்றும் இலக்கு தொடர்பான மிக மிகத் தெளிவான பார்வையின் விளைவாக (சரியோ தவறோ மிகவும் தீர்க்கமான பார்வையின் விளைவாக) உருவான ஆசுவாசமான வாழ்க்கைமுறை.

அரசாங்கத்தின் கொள்கை கோட்பாடுகள் எல்லாம் அதிகாரத்தில் ஆசை கொண்டவர்களால் அல்ல; அதன் மீது ஆர்வம் இல்லாதவர்களால் வடிவமைக்கப்பட்டிருக்கிறது. அதாவது எந்தச் சொந்த இலக்குகள் இல்லாத மற்றும் இந்தத் தேசத்தில் எந்தவொரு விருப்பு வெறுப்பு இல்லாத தத்துவவாதியால் அது வடிவமைக்கப்பட்டிருக்கிறது. அவரே விதிகளை வகுத்திருக்கிறார்; ஆனால் அவருடைய நிர்வாக அதிகாரம் மிக மிகச் சொற்பமே. நிலையான கூட்டுறவு மிகுந்த சமூகத்தில், வெறும் வாழ்க்கைத் தேவைகளை மட்டும் பூர்த்தி செய்துகொள்ளுதல் அடிப்படை பொருளாதாரத்

தேவைகளைப் பூர்த்தி செய்துகொள்ளுதல் என்பதெல்லாம் பெரிதாகப் பொருட்படுத்தப்படுவதே இல்லை. அங்கு வாழ்வின் உண்மையான இலக்குகளை நோக்கி முன்னேறிச் செல்ல அபரிமிதமான சக்தி கைவசம் அதிகமாக இருக்கிறது.

புருஷார்த்தம் எனும் உயரிய இலக்கு இந்தியாவில் வரையறுக்கப் பட்டுள்ளது. ஒருபக்கம் இது ஒருவர் செல்வத்தைத் சேர்த்தல்; புலன் இன்பங்களைத் துய்த்தல் என்பதற்கான தொழிலில் தற்காலிகமாக ஈடுபட்டுவரச் சொல்கிறது. அதே நேரம் மறுபக்கம் ஆன்மிக விடுதலையை நோக்கி ஒருவரை முன்னேறிச் செல்லவும் தூண்டு கிறது. இரண்டாவது இலக்கே உயர்ந்த மனிதர்கள் அனைவரின் பிரதான இலக்காகத் திகழ்கிறது.

புருஷார்த்த தீர்மானத்துக்கான தார்மிக அடிப்படையைச் சொல்கிறேன்: அதுவே அடிப்படை உரிமை. விரும்பு ஒன்றை அல்லது விரும்பும் அனைத்தையும் அடையவேண்டும் என்று சொல்லும். (எல்லாமே நல்லவையே என்ற அர்த்தத்தில்). அதே நேரம் ஒரு தனி நபருக்குப் பொருந்தாத விதிக்கப்படாத ஒன்றை அடைய விரும்புவது சரியல்ல. அல்லது பொருத்தமானதை அடையத் தவறுவதால் அது தவறாகிவிடுகிறது. சரி, தவறு என்பதை நாம் இங்குத் தனி நபர் சார்ந்ததாகவும் சந்தர்ப்ப சூழ்நிலை சார்ந்ததாகவுமே அலசுகிறோம். அனைவரும் ஒரே மாதிரி யானவர்கள் இல்லை. எனவே ஒவ்வொரு தொழில் குலமும் தமக்கென ஒருவித 'சுய தர்ம நியாயங்களை' கொண்டிருக்க வேண்டும். அதுவே கூட்டுத் தார்மிக உணர்வு. அதுவே தூய தனி நபர் வாதம் நோக்கியும் இட்டுச் செல்லும். ஆசியாவிலும் நவீன ஐரோப்பாவிலும் அதுதான் இறுதி இலக்காக இருக்கிறது.

இந்தியாவில் சுதந்தர மனிதர்களை ஜீவன் முக்தர்கள் என்று சொல்கிறோம். அவருக்குள் அவருடைய எந்தவொன்றும் முடங்கி யிருக்கவில்லை. இது அதி மானுடர் குறித்த கோட்பாடு. அதே நேரம் ஒவ்வொரு கட்டத்திலும் மனிதர்களின் முழுமையைக் கோரி நிற்கவும் செய்கிறது. இந்தியாவில் இந்த ஆன்மிக விடுதலை நிலையே அதாவது நம்மை நாம் உணர்ந்துகொள்வது என்பதே இந்தியாவில் மிக முக்கியமானதாக இருந்திருக்கிறது. எனவே அமெரிக்காவில் எதை வெற்றி என்று சொல்கிறார்களோ அதற்கும் இந்தியாவில் எதை வெற்றி என்று சொல்கிறோமோ அதற்கும் துளியும் சம்பந்தமே இருக்காது. அவற்றில் பொதுவான அம்சம் என்று எதுவுமே இருக்காது.

ஹிந்து சமூக அமைப்பின் இரண்டு வெளிப்படையான விஷயங்கள் பற்றிப் பார்ப்போம்.

முதலில் ஜாதி.

ஜாதி அமைப்பில், குலங்கள் சார்ந்தும் கலாச்சாரம் சார்ந்தும் (பொருளாதாரம் சாராமல்) வரையறுக்கப்பட்டிருக்கும் எல்லைக் கோடுகள் எல்லாம் ஒருவிதத் தொகுப்பைப் பிரதிநிதித்துவப்படுத்து கின்றன; பிரிவினையை அல்ல. உள்ளார்ந்த சமத்துவம் கொண்ட தொழில் குழுக்களாகவும் புற அளவில் ஒருவரை ஒருவர் சார்ந்தும் ஸ்வ தர்மம் சார்ந்து மற்றவர்களுக்குப் பதில் சொல்லக் கடமைப்பட்டவர்களாகவும் வடிவமைக்கப்பட்டுள்ளன. இது எப்படியென்றால் அமெரிக்காவில் இருக்கும் விவசாயிகள் எல்லாரும் உற்பத்தி சார்ந்து உருவாக்கித் தரப்பட்டிருக்கும் வழிமுறைகளின் அடிப்படையில் அமெரிக்க மக்களுக்கு நல்ல, போதுமான உணவுப் பொருட்களை உற்பத்தி தரும் கடமையை மட்டுமே செய்தால் போதும். அவர்களுடைய திருமணம், விவாகரத்து, கல்வி, சம்பளம், பணி நேரம் போன்றவற்றில் அவர்களுடைய குழுவினர் முழுவதும் சுதந்தரமானவர்களாகவே இருக்கலாம். ஒரு நாடு என்பது தாண்டிப் பல நாடுகளுக்குள் அல்லது உலகம் முழுவதுமான தொழில் குழுக்கள் தொழில் குணம் மற்றும் பரம்பரையாகப் பெறும் மனோபாவம் ஆகியவற்றின் அடிப்படையில் இதுபோல் உலகம் முழுவதுமான தொழில் குழுக்களை உருவாக்கலாம்.

ஒருவருடைய பிறப்பைப் பரம்பரையே பொருத்தமானவகையில் தீர்மானிப்பதாக இந்தியாவில் கருதப்பட்டது. பழங்காலத்தில் இந்தியாவில் இருந்தது போன்ற ஒழுங்குபடுத்தப்பட்ட சமூகத்துக்கு இந்தப் பார்வை சரியாக இருந்திருக்கலாம். ஆனால் பல கலாச்சாரங்கள், மதங்கள் வந்து கலந்துவிட்ட இன்றைய இந்தியாவுக்கு அது பொருந்தாது. புதிய தொழில் குழுமச் சித்தாந்தமானது கலப்புத் திருமணம், சுய விருப்பத் திருமணம், குறிப்பிட்ட சூழ்நிலைகளில் தொழில்களை மாற்றிக்கொள்ளுதல் ஆகிய அம்சங்களில் மரபான ஜாதி அமைப்பில் இருந்து வேறுபடுகிறது. இருந்தும் இன்றும் பெற்றோர்கள் நிச்சயிக்கும் திருமணங்களும் அகமண முறையும்தான் நம் தேசத்தில் பொதுவாகப் பலரால் விரும்பப்படுகிறது. மேற்குலகில் தொழில் சார்ந்த உள்ளுணர்வுக்கு அழுத்தம் தந்தும் கீழைத் தேய நாடுகளில் இருக்கும் ஜாதி விதியைச் சற்று நெகிழ்த்தியும் உலகு தழுவிய

தொழிலாளர்களின் பொதுவான சமூகக் கூட்டமைப்பு/ஒப்பந்தம் ஒன்றை நாம் வருங்காலத்தில் உருவாக்கமுடியும்.

இரண்டாவதாக, இந்திய சமூகத்தில் வெளிப்படையாக இருக்கும் விஷயம்: திருமணம்.

குடும்பமே இன்றும் இந்தியாவில் அனைத்து சமூகச் சிந்தனைகளின் அஸ்திவாரமாக இருக்கிறது. ஐரோப்பாவிலும் அமெரிக்காவிலும் இன்று இருக்கும் குடும்ப அமைப்பு வீழ்ச்சியடைந்துவிட்டது. இந்தியாவிலும் அதே அம்சங்கள் செல்வாக்கு செலுத்தினால் இங்கும் அதே நிலைமையே ஏற்படும். என்ன... இந்தியாவில் இருக்கும் இந்தப் பழங்காலக் கட்டமைப்பு மெதுவாக வீழ்ச்சியடையும். இந்தியத் திருமணங்கள் தனி நபர் சார்ந்தவை அல்ல. அது ஒருவிதச் சமூகக் கடப்பாடு; ஆண் பெண் இருவருமே ஒரே மாதிரியாகத் திருப்பிச் செலுத்தவேண்டிய கடன். சொந்த மகிழ்ச்சிக்கான அல்ல; மத, சமூகக் கடமை என்றவகையிலேயே திருமணங்களைச் செய்துகொள்ளவேண்டும். காதலின் அடிப்படையிலோ விருப்பத்தின் பேரிலோ அது அமைவதில்லை.

சொந்த விருப்பு வெறுப்புகள் தாண்டிய இலக்குகளைப் பூர்த்தி செய்யும் நோக்கில்தான் திருமணங்கள் செய்துகொள்ளப் படுகின்றன என்பதால் விவாகரத்தும் சாத்தியமில்லை. நல்ல கணவராக நல்ல மனைவியாக நடந்துகொள்ளவேண்டும் என்பது விருப்பப்பட்ட பாடத்தைத் தேர்ந்தெடுத்துப் படிப்பது போன்றது அல்ல. தார்மிக கலாச்சாரமானது கதாநாயக வழிபாட்டின் மூலமும் காவியப் பரிச்சயங்கள் மூலமுமே எட்டப்பட்டிருக்கின்றன. சுயத்தை அழித்துப் பெறும் முழுமையான ஒத்திசைவுதான் அடையப்படவேண்டிய இலக்கு; அற்புதமான இலக்கு. காதலின் மூலம் ஏற்படும் சுயங்களின் ஒத்திசைவைவிடப் பல மடங்கு உயர்வான ஒத்திசைவு. இன்றைய நவீன உலகில் அந்தக் காதலை அடிப்படையாகக் கொண்டே திருமண பந்தம் தீர்மானிக்கப் படுகிறது. ஆனால் அந்த நிலையற்ற விருப்பங்கள் எல்லாம் ஆன்மிக அம்சங்களைப் பூர்த்திசெய்பவையாக இருப்பதில்லை.

கடந்த காலம் தொடர்பான இன்னொரு கணிப்பு: கைவினைக் கலைகளின் தொடக்க நிலையில் ஆரம்பித்துச் செய் நேர்த்தியின் உச்சத்தை எட்டுவது தொடர்பானது. வெறும் எந்திரத்தனமான சாமர்த்தியம் அல்ல; தொழில்மய காலக் கலைகள் மிஞ்ச முடியாத செய்நேர்த்தியை எட்டியிருக்கின்றன. மாபெரும் பொருளாதார வெற்றிகளையும் குவிக்கின்றன. சிற்பக்கலை ஏற்கெனவே

வீழ்ச்சியுற்றுவிட்டது. 18-ம் நூற்றாண்டு வாக்கில் ஓவியமும் கட்டுமானக் கலையும் உயர்ந்த இடத்திலிருந்து வந்தன. இசை, கவிதை மற்றும் நடனம் ஆகியவை இன்றுவரை முடிந்தவரை தாக்குப் பிடித்துவருகின்றன.

கடந்த காலத்தின் சில அம்சங்கள் இன்றும் நிலைத்திருப்பதோடு 19-ம் நூற்றாண்டு தொடர்பாக வேறு முக்கியமான இரண்டு விஷயங்கள் பற்றியும் குறிப்பிடவேண்டும்.

முதலாவதாக, இந்திய கலாச்சாரம் ஏற்கெனவே வீழ்ச்சியடையத் தொடங்கிவிட்டது. அதாவது அனைத்துவகையான சூத்திரங்களுக் குள்ளும் வார்ப்புகளுக்குள்ளும் சிக்கிக்கொண்டு அவற்றின் தவிர்க்க முடியாத பின்விளைவுகளினால் பெருமளவுக்குப் பாதிப்புக் குள்ளாகிவருகிறது. அந்தச் சடங்கு, சூத்திரங்கள் எல்லாம் மரபாகக் கைமாறி வந்திருக்கின்றன. நாமே முயன்று உருவாக்கியவை அல்ல. பயண வழி என்ற நிலை இல்லாமல் அவையே இலக்கு என்றவகையில் ஆகிவிட்டன. அவற்றின் உள்ளார்ந்த அர்த்தங்கள், ஆன்மாக்கள் தொலைந்துவிட்டன. அவை மிகவும் வலுவிழந்து காணப்படுகின்றன.

இரண்டாவதாக, நம் தேசத்தில் தொழில் புரட்சியும் அரசியல் அடிமைப்படுத்தலும் ஒரே காலகட்டத்தில் நடந்தேறி விட்டிருக்கிறது. அதுமட்டுமல்லாமல் பயன்பாட்டு நடைமுறை அறிவியல் அறிவு என்பது வெறும் பொருளாதார வெற்றிக்கான வழியாகச் சுருங்கிவிட்டது. அது நம்மை எழும்பவிடாமல் அழுத்திக் கொண்டிருக்கிறது. ஐரோப்பாவில் ஐந்நூறு ஆண்டு களாக நடந்து வந்த தீமைகள் எல்லாம் நம் தேசத்தில் அரை நூற்றாண்டுக்குள் நம்மை முடக்கிவிட்டன. அனைத்து பாரம்பரிய மதிப்பீடுகளும் ஆக்கப்பூர்வமான முறையில் அல்லாமல் உள்நோக்கம் கொண்டவகையில் மாற்றியமைக்கப்படுகின்றன. மதிப்பீடுகளில் மிகப் பெரிய வீழ்ச்சியை அவை கொண்டு வருகின்றன. நம் சக்திகள் எல்லாம் திசை மாற்றப்பட்டு வீணடிக்கப்படுகின்றன.

இறைய ஐரோப்பியக் குழப்பங்களுக்குப் போர் காரணமல்ல. அது ஒரு சாட்சியாக, நிரூபணமாக மட்டுமே இருக்கிறது. ஐரோப்பாவுக்கு இருக்கும் உடனடியான ஆறுதல் என்னவென்றால் தரையில் விழுந்து கிடப்பவன் கீழே விழுந்துவிடுவோமோ என்று அஞ்சத் தேவையில்லை. மேற்கத்திய நாகரிகம் ஒரு புதிய இயக்கத்தின் தொடக்கப்புள்ளியில் நிற்கிறது. அதன் மதம் சார்

உத்வேகம் மறுமலர்ச்சி அடையவும் ஆரம்பித்திருக்கிறது. ஆனால் இந்தியாவின் நிலைமை மிகவும் வேதனைக்குரியதாக இருக்கிறது. ஏனென்றால் இந்தியாவில் ஒரு மகத்தான உயிர்த்துடிப்பு மிகுந்த நாகரிகம் இருந்துவருகிறது. மத்திய கால ஐரோப்பாவின் நாகரிகத்தைவிடவும் எல்லையற்ற அளவில் முழுமையடைந்ததாக இருந்திருக்கிறது. எனினும் அது இப்போது அழிந்து வருகிறது.

கணக்கிடமுடியாத அளவிலான பொக்கிஷங்களை பாரம் பரியமாகப் பெற்றிருக்கும் நம் தேசம் அளவிடமுடியாத அளவுக்கு வறுமையிலும் இருக்கிறது. இவையெல்லாவற்றையும்விட தனது வறுமை நிலையையே முன்னேற்றமாக வெகுளியாக நினைத்துக் கொண்டும் இருக்கிறது. மாபெரும் மரபின் உடைந்த துண்டுகளைப் பாதுகாப்பதைவிட இந்த அழிவு சீக்கிரமே வேகமாக நடந்து முடிந்துவிடாதா என்று கூடச் சொல்லவைக்கிறது.

கால காலமாக நீடித்துவரும் இந்திய வாழ்க்கையின் கண்ணிகள் எந்த அளவுக்கு அறுபட்டுவிட்டன என்பதை நம்மால் புரிந்து கொள்ளவே முடியவில்லை. ஒரே ஒரு தலைமுறை ஆங்கிலக் கல்வியானது நம் மரபின் கண்ணிகளை உடைக்கப் போதுமானதாக இருந்திருக்கிறது. வேர்களில் இருந்து முற்றாகத் துண்டிக்கப்பட்டு தனித்தன்மை இழந்து, மேலோட்டமான போலி வாழ்க்கை வாழக்கூடிய, ஒருவகையான திரிசங்கு அறிவுஜீவியாக ஆகி விட்டோம். கடந்த காலத்திலும் வேர் ஊன்றாமல் எதிர் காலத்திலும் கிளை விரிக்காமல் கீழைத்தேயராகவும் இல்லாமல் மேலைத் தேயராகவும் இல்லாதவராகிவிட்டிருக்கிறோம். இந்தியாவின் மாபெரும் அபாயம் என்பது தன் ஆன்மிக ஒருமைப்பாட்டின் வீழ்ச்சியே.

இந்தியப் பிரச்னைகளில் மிக மிகக் கடினமானதும் வேதனைக் குரியதாகவும் இருப்பது அதன் கல்வி வீழ்ச்சியே. இன்று அது அரசியல் சிந்தனைகளின் ஆதிக்கத்தில் சிக்கித் தவிக்கிறது. ஒரு ஆசிரியரின் ஆளுமையைவிட அடிமைத்தன விசுவாசமே பெரிதாகக் கருதப்படுகிறது. கல்லூரிப் பேராசிரியர்கள் கூட உளவுத்துறைகளின் கண்காணிப்புக்கு உட்படுத்தப்படுகிறார்கள். அவர்களின் செயல்பாடுகள் முடக்கப்படுகின்றன. பொருளாதார அம்சங்களே கல்வியைத் தீர்மானிக்கின்றன. மெக்மில்லன்கள் மற்றும் லாங்மன்கள் மற்றும் ஆங்கிலப் பல்கலைகளின் பட்டதாரிகள் ஆகியோரின் குறு மதியில் சிக்கித்தவிக்கிறது. மிஷினரி கல்வி என்பது கல்வியைவிட மதப் பிரச்சாரத்தில் அக்கறைகொண்டவர்களின் கைகளில்தான் இருக்கிறது.

குடும்பங்களின் விழுமியங்களுக்கும் லட்சியங்களுக்கும் பள்ளிகளின் லட்சியங்களுக்கும் இடையில் மிகப் பெரிய இடைவெளி ஏற்பட்டுவிட்டிருக்கிறது. நூறு ஆசிரியர்களில் ஒருவர் கூட மாணவர்களின் வாழ்க்கையில் ஆக்கப்பூர்வமான மாற்றத்தை உருவாக்குபவராக இல்லை.

ஒரே மாதிரியான உருப்படிகளை உருவாக்கும்படியாக கல்வி இருக்கக்கூடாது என்று நவீனக் கல்வியாளர்கள் சொல்கிறார்கள். 'ஒருவர் என்ன செய்ய விரும்புகிறாரோ அதை மிகச் சிறப்பாகச் செய்ய வைப்பதுதான் கல்வி' என்று ரஸ்கின் சொன்னது நூற்றுக்கு நூறு சரி. நம் தேசத்தில் இப்போது எந்தவொரு புதிய அம்சங்களும் கண்டடையப்படுவதில்லை. எல்லா அம்சங்களும் தலைகீழாகி விட்டன. இதை எதைச் சுட்டிக்காட்டுகிறது?

வீடு தொடங்கி உலகம் வரையிலும் பீஷ்ம பிதாமகர், ராம சந்திர மூர்த்தி போன்ற மகத்தான முன்னுதாரணங்களில் இருந்து கற்றுக் கொள்வதே ஒவ்வொரு மாபெரும் ஹிந்துவின் நோக்கமாகவும் இதுவரை இருந்துவந்திருக்கிறது. யோகக் கலையை கற்றுக் கொண்டு ராதை-கிருஷ்ணரின் மயக்கும் தெய்விகப் பாடல்களைப் பாடி இமயம் தொடங்கி குமரி வரையிலான பகுதிகளில் ஒருமைப்பட்டுப் பல ஞானங்களாகக் கிளைத்திருப்பவற்றைப் பெற்றுக்கொள்வதே இலக்காக இருந்திருக்கவேண்டும். இது தவிர்க்க முடியாத விஷயம் தான். மெக்காலே மற்றும் கிராம்ப் போன்றவர்கள் பல கெடுதல்கள் செய்த போதிலும் ஆங்கிலேயர்களை நாம் அதற்காக முழுவதுமாகப் பழிக்க முடியாது. கை நழுவிப் போனதாகத் தோன்றுவதைக் கை கழுவுவது சரி என்று சொல்லப்படுகிறது. பொருளாதார அரசியல் பிரச்னைகளைப் புறந்தள்ளிவிடமுடியாது.

மனித இனம் மற்றும் மனிதர்களின் உலகில் இன்னும் கண்டடையப்படவேண்டியவை எவ்வளவோ இருக்கின்றன. எனினும் இருக்கும் இந்த உலகில் அன்பு மிக மிகக் குறைவாக இருக்கிறது. பெருமளவுக்கு மேட்டிமை குணம் தலைவிரித் தாடுகிறது. ரசனை உணர்வுகள் மலினமாகிவிட்டன. எதிர்ப்பு/ மறுதலிப்பு என்பதே இல்லை. மகத்தான மனிதர்களின் அதி தீவிர முயற்சியிருந்தாலே இறந்த காலத்துக்கும் வருங்காலத்துக்கும் இடையிலான இணைப்பை உருவாக்க முடியும்.

இப்படியான சூழலின் மத்தியில் இந்திய தேசிய இயக்கத்தின், இளைய இந்தியாவின் எழுச்சி நடந்திருக்கிறது. அது,

அடிப்படையில் பல்வேறு இலக்குகள், நோக்கங்களைக் கொண்டதொரு அரசியல் இயக்கம். மிதவாதப் போக்கு கொண்டவர்கள் காலனிய அரசுக்குட்பட்ட சுய ஆட்சி நோக்கி படிப்படியாக முன்னேறவேண்டும் என்று முயற்சிகள் எடுக்கிறார்கள். தீவிரச் சிந்தனை கொண்டவர்களோ ஆங்கிலேயர்களை வெகு சீக்கிரமே இந்தியாவில் இருந்து விரட்டியடித்துவிடவேண்டும் என்று துடிக்கிறார்கள்.

இந்தியாவுக்குப் பல்வேறு புகார்கள், வேதனைகள் முன்பும் இருந்தன. இப்போதும் இருக்கின்றன என்பதில் எந்தச் சந்தேகமும் இல்லை. அவற்றில் சில அந்நிய ஆதிக்கத்தினால் வந்தவை. வேறு சில இப்போதைய சூழ்நிலையினால் வந்தவை. உதாரணமாக, கல்வி மற்றும் அரசுப் பணிகளில் உயர் அதிகாரம், உயர் சம்பளம் கொண்ட பதவிகளில் இருந்து இந்தியர்கள் பெருமளவுக்கு விலக்கிவைக்கப்பட்டிருக்கிறார்கள். அதேநேரம் இந்தியா முழுவதும் பிரிட்டிஷாரின் தங்கு தடையற்ற பொருளாதாரச் சுரண்டலுக்கு ஆளாக்கப்பட்டிருக்கிறது.

ஏகாதிபத்திய சாம்ராஜ்ஜியத்தின் பிற பகுதிகளில் இந்தியர்களின் குடியேற அனுமதிக்கப்படுவதில்லை. காவல் துறையின் உளவுப் பணிகள், வீடுகளுக்குள் அத்துமீறிப் புகுந்து சோதனைகள் நடத்துதல், தனி நபர் கடிதப் பரிமாற்றங்களை முடக்குதல், ஆயுதங்கள் வைத்துக்கொள்ளத் தடை, சிறைத்தண்டனைகள், செல்வாக்கு மிகுந்த தலைவர்களைத் தீர்ப்போ விசாரணையோகூட இன்றி நாடு கடத்துதல், வங்கப் பிரிவினை போன்ற செயல்பாடுகள் ஆகியவை எல்லாம் இயல்பாகவே பெரும் அதிருப்தியை உருவாக்கிவருகின்றன.

நிற வெறி மிகுதியாக இருக்கிறது. கல்வி பெற்ற இந்தியர்கள் எல்லாம் ரயில்களில் பயணம் செய்யும்போது ஆங்கிலேயர்களால் அவமானப்படுத்தப்படுகிறார்கள். ஆங்கிலேய-கற்றறிந்த சமுதாயத்தில் இருந்து முழுவதுமாக ஓரங்கட்டப்படுகிறார்கள். இந்தியாவை ஆங்கிலேயர்கள் தமது நாடாக ஒருபோதும் கருதவில்லை என்பதில் இருந்து இப்படியான பல அதிருப்திகள், புகார்கள் எழுகின்றன. ஆங்கிலேய வெற்றிக்குப் பின் இங்கு இந்திய மேட்டுக்குடிகளுடனான திருமணத்தின் மூலம் ஆங்கிலேய வம்சாவளி உருவாகவே இல்லை (அப்படி நடந்திருந்தால் இந்திய மேட்டுக்குடியினர் மிகவும் வேதனைப்பட்டிருப்பார்கள் என்பது வேறு விஷயம்). அது இந்தியர்களுக்கு நன்மை பயத்துவிடும் என்றே பார்க்கப்பட்டது. அப்படி இணைப்பு நடந்திருந்தால்

சமூகத்தில் இப்போது இருப்பதைவிட வலுவான பிணைப்புகள் ஏற்பட்டிருக்கும். மொகலாயர்களின் விஷயத்தில் அப்படித்தான் நடந்தது. ஆட்சி செய்பவர்களுக்கும் ஆளப்படுபவர்களுக்கும் இடையில் நல்லுறவு மற்றும் பொதுவான புரிதல் எல்லாம் ஐம்பது ஆண்டுகளுக்கு முன் இருந்ததைவிட வெகுவாகக் குறைந்துவிட்டிருக்கிறது.

இந்தியாவில் தற்போது நிலவும் பெருமளவிலான குழப்பங்கள் பொருளாதாரம் சார்ந்தவையே. ஆழ வேரூன்றிவிட்டிருக்கும் நவீனத் தொழில் துறை போட்டிகள், கைத் தொழில் சகாப்தத்தின் மீது நவீனத் தொழில்துறை ஏற்படுத்தும் தாக்கங்கள் ஆகியவையே முக்கிய காரணம். இப்படியான நெருக்கடிகளுக்கு அந்நிய ஆதிக்கத்தைக் காரணமாகச் சொல்லமுடியாது. உலகம் முழுவதுமே இப்படியான நவீனத் தொழில் மூலமாக, பொருளாதாரச் சம நிலை குலைந்துவிட்டிருக்கிறது.

உலகப் போரை எடுத்துக்கொண்டு பார்த்தால் அது நம்மை நேரடியாகப் பாதிக்கவில்லை. பிரிட்டனுடன் நமக்கு அரசியல்/ அரசாங்க ரீதியான தொடர்பு இருப்பதால் மறைமுகமாகத்தான் நம் தேசம் மீது பாதிப்பை ஏற்படுத்துகிறது. உலகப் போர் ஆரம்பித்ததையொட்டி இரண்டு முக்கியமான பிரச்னைகளுக்குத் தீர்வு கிடைத்துவிட்டது. பருத்தி மீதான ஏற்றுமதி வரி விலக்கிக் கொள்ளப்பட்டுவிட்டது. மிகச் சமீப காலமாக இந்தியர்கள், ராணுவ உயர் பதவிகளில் நியமிக்கப்படுகிறார்கள். போர் முடிவுற்றதும் இந்திய சுய ஆட்சி தொடர்பாக நல்ல தீர்மானங்கள் விரைவில் எடுக்கப்படும் என்று நம்பலாம். யதார்த்த நிலையின் அடிப்படையிலும் நேச நாட்டு சக்திகள் சொல்லியிருக்கும் சுதந்தரக் கோட்பாடுகள் ஆகியவற்றின் அடிப்படையிலும் அது விரைவில் முன்னெடுக்கப்பட்டாகவேண்டும்.

இந்த வருத்தங்கள், வேதனைகள், புகார்கள் எல்லாவற்றையும் ஒவ்வொன்றாகப் பட்டியலிட்டாக வேண்டியிருக்கிறது. அவை உருவாக்கும் அதிருப்திகள் பற்றியும் சொல்லியாக வேண்டிய நெருக்கடி உருவாகியிருக்கிறது. ஏனென்றால் இந்திய தேசிய லட்சியவாத இயக்கமானது இந்தப் புகார்களுக்கான தீர்வுகளையும் தாண்டி மாபெரும் இலட்சியங்களைக் கொண்டது.

மிதவாத தேசியம் அரசியல் களத்தில் மட்டுமல்ல; பொருளாதாரம், சமூக, கல்விச் செயல்பாடுகள் ஆகியவற்றிலும் கவனம் செலுத்துகிறது. ஸ்வதேசி இயக்கம் என்பது அடிப்படையில்

சமூகங்கள், தனி நபர்களிடையே லட்சியவாத கொள்கைகளை விதைக்க முயற்சி செய்யும் அதே நேரம், ஐரோப்பிய வணிகம், தொழில்கள் ஆகியவற்றுக்கு 'பதிலடி, கொடுப்பதையும் முக்கிய இலக்காகக் கொண்டிருக்கிறது. தரம் சார்ந்தோ பிற சாத்தியங்கள் சார்ந்தோ உற்பத்திச் சூழல்கள் சார்ந்தோ எதைப் பற்றியும் அதிகம் கவலை கொள்ளாமல். இந்தியப் பொருளாதார நிபுணர்கள் எல்லாம் ஆரம்ப விக்டோரிய கால சிந்தனைகளுடனே இருக்கிறார்கள். தொழிற்சாலை உற்பத்திகள் மீது மிகுந்த ஆர்வம் கொண்டவர்களாகவும் தொழில் சூழல் தானாகவே தன்னைச் சரி செய்து கொள்ளும் என்ற விட்டேத்தியான மனநிலை கொண்டவர்களாகவும் இருக்கிறார்கள்.

மேற்கத்திய பல்கலைகளில் படிப்பவர்களுக்குக்கூட நவீனக் காலச் சிந்தனைகளோடு தொடர்பு இருப்பதில்லை. இந்திய பல்கலைக் கழகங்கலைப் பற்றிச் சொல்லவே வேண்டாம். ஏற்றுக்கொள்ளப் பட்டிருக்கும் ஐரோப்பிய சிந்தனைகள் எல்லாம் உண்மையில் வெகுவாக பின்னடைவையே சந்தித்திருக்கின்றன என்பதைத் தெரிந்துகொள்ளும் வாய்ப்பு அவர்களுக்கு இல்லவே இல்லை. ஐரோப்பிய சமூகத்தில் ஏற்பட்டுவரும் அதி வேக மாற்றங்கள் எல்லாம் புரியவே இல்லை. அதிகார மமதையானது நகலெடுப்பை நோக்கியே அவர்களைப் பரிதாபகரமான நகர்த்திவருகிறது. அதிகபட்சமாக இது பிராந்திய நலன் சார்ந்ததாகவே இருக்கிறது. ஏனென்றால், இந்தச் சமூகவியல் மாற்றங்கள் எல்லாம் ஆடைகளில் வரும் நவ யுக மாற்றங்கள் போல், மூல நாடுகளில் அவை கைவிடப்பட்ட பின்னரும் உலகம் முழுவதும் பரவி நிலைக்கின்றன.

சமூக சீர்திருத்தமே இன்று முன்னேற்றம் என்று அழைக்கப் படுகிறது. குறிப்பாகத் தாழ்ந்த நிலையில் இருக்கும் மக்களை முன்னேற்றுதல், ஜாதியக் கட்டமைப்பைப் பலவீனப்படுத்துதல், பெண் 'விடுதலை' ஆகியவற்றில் அதிகக் கவனம் குவிக்கப் படுகிறது. உலகை வெறுக்கும் ஆரம்பக் கால பௌத்த சிந்தனைகளைக் கொண்ட, தூய்மைவாதம் நோக்கித் திரும்பும் முயற்சிகள் மேற்கொள்ளப்படுகின்றன. உண்மையில் அவை கிறிஸ்தவ மிஷனரி மற்றும் பூர்ஷ்வா அடிப்படைகளைக் கொண்டவையே. நவீன அமெரிக்காவில் ஆரம்பித்திருக்கும் இயக்கங்களைப் போலவே இவை எல்லாம் தேசிய உடைகளை அநாகரிகமானவை என்று பழிக்கின்றன. செவ்வியல் கலைகள், இலக்கியங்கள் ஆகியவற்றை அபத்தமான வாதங்கள் கொண்டு

நியாயப்படுத்துகின்றன. நடன மங்கைகள் எல்லாம் ஆலயங்களில் இருந்து தெருக்களுக்கு விரட்டப்பட்டுவிட்டார்கள்.

வங்காள தேசியக் கல்லூரி, புனாவில் இருக்கும் ஃபெர்கூஸன் கல்லூரி, பரோடாவில் வழங்கப்படும் கல்வி, ஆர்ய சமாஜிகள் செய்யும் சில பணிகள், செர்வண்ட்ஸ் ஆஃப் இந்தியா அமைப்பின் செயல்பாடுகள் இவையெல்லாம் இப்படியாகச் செயல் படுபவற்றில் சில. இவற்றின் விளைவாக உருவாகிறவை உத்வேகமூட்டுபவையாக இல்லை. சில நேரங்களில் ஏதேனும் ஓர் ஆங்கிலக் கல்வியாளர், இந்திய செவ்வியல் அல்லது வட்டார மொழிப் படைப்புகளை அவற்றுக்கு உரிய முக்கியத்துவம் தந்து இந்திய பாடத் திட்டத்தில் சேர்க்க முன்வந்தால் தேசியவாதிகளே அதற்குக் கடும் எதிர்ப்பு தெரிவிக்கிறார்கள். பனாரஸ் ஹிந்து பல்கலைக்கழகத்தின் நிர்வாகப் பொறுப்பில் நியமிக்கப் பட்டிருப்பவரும் நான் பெரிதும் மதிப்பவருமான திரு பேராசிரியர் பேட்ரிக் கெட்டஸ், ‘ஐரோப்பியமயமாக்கப்பட்ட இந்திய பட்டதாரிகளை இந்திய கல்வியைத் தீர்மானிக்கும் பொறுப்பில் விடக்கூடாது; நாம் ஏற்கெனவே செய்த தவற்றைத் தொடர்ந்து செய்வதாகவே ஆகும்; திருத்துவதாக ஆகாது’ என்று சொன்னது முற்றிலும் சரியான கூற்றுதான்.

மத விஷயங்களிலும் இணையான மாற்றங்கள் நடந்திருக்கின்றன. ஹிந்து மத தத்துவங்களை நவீனச் சீர்திருத்தக் கொள்கைகளுடன் இணைக்கும் ஒருவிதமான ஓரிறைக் கோட்பாட்டுத் தத்துவத்தை முன்வைக்கும் பிரம்ம சமாஜத்தின் எழுச்சி அதற்கான ஒரு நல்ல உதாரணமாகத் திகழ்கிறது.

இப்படியான செயல்பாடுகள், தேசியக் காங்கிரஸின் அரசியல் செயல் திட்டங்கள், மிதவாத ஊடகங்கள் இவை அனைத்துமே ஐரோப்பிய முன்மாதிரியை முழுமையாக ஏற்றுக்கொள்கின்றன; ஐரோப்பிய சிந்தனை மூலங்களையும் ஏற்றுக்கொள்கின்றன. பிறர் இதுவரையிலும் தமக்கு என்ன செய்துவந்திருக்கிறார்களோ... எதை இன்னும் செய்து முடிக்காமல் இருக்கிறார்களோ அதை விரும்பும் இந்தியர்களின் மனநிலையையே இவை பிரதிபலிக்கின்றன.

எதிர்கால ஐரோப்பியர்கள் சிலருக்கு இவை ஒருவகையில் உத்வேகம் இழந்தவையாகவும் போதுமானதாக இல்லாததாகவும் தோன்றுகிறது. ஐரோப்பியர்கள் செய்த அதே தவறுகளைக் கீழைத்தேய நாடுகளும் செய்துவிடவேண்டாம் என்று அவர்கள்

கருதுகிறார்கள்; ஏதேனும் ஒரு இனம் அல்லது நாட்டின் நன்மை என்று சுருங்கிவிடாமல் ஒட்டு மொத்த உலகமும் எதிர்கொள்ளும் பிரச்னைகளுக்கானத் தீர்வுகளை முன்வைக்கவேண்டும் என்று விரும்புகிறார்கள்.

இந்திய வாழ்க்கை என்பதன் அழகும் நியாயமும் கடந்த காலக் கனவாகிவிட்டது. 19-ம் நூற்றாண்டு மிகப் பெரிய வீழ்ச்சியையே கொண்டுவந்திருக்கிறது. உருப்படியாக எதையும் உருவாக்க வில்லை. இதற்கெல்லாம் அந்நியர்களே காரணம் என்று சொல்லும் போது யார் மூலம் இவை ஏற்பட்டன என்ற அடிப்படையிலேயே சொல்லவேண்டியிருக்கும். ஏதேனும் ஓர் இனத்தை, சமூகத்தை அடக்கி ஆள்வதென்பது எந்தவொரு நற்பெயரையும் நன்றியையும் பெற்றுத் தராது. இங்கிலாந்து எந்தவகையிலும் ஒரு புதிய வாழ்க்கைக்கு உத்வேகமூட்டுவதாக இல்லை. கட்டடக்கலை, இசை, கைத் தொழில்கள், வெகுஜன மற்றும் செவ்வியல் இலக்கியங்கள், தத்துவப் பிரிவுகள் முதலான இந்திய நாகரிகத்தைப் புரிந்துகொண்டு புரவலராக இருந்து பாதுகாத்ததை வேண்டுமானால் இங்கிலாந்து செய்த மிகப் பெரிய நன்மையாகச் சொல்லலாம். அதே நேரம் நம் கலாச்சாரம் மீது அக்கறையோ படைப்பூக்கச் சிந்தனையோ கொண்டிருந்ததாகச் சொல்ல முடியாது. அனைத்து மக்களுக்கும் ஆங்கிலேயரைப் போன்ற மனதை (சிந்தனைகளை) கொடுப்பதென்பது ஏகாதிபத்தியச் சாம்ராஜ்ஜியத்தின் இலக்காக இருந்திருக்கக்கூடாது.

மிதவாத சிந்தனை கொண்டவர்களை எதனால் லட்சியவாதி களிடமிருந்து பிரித்துச் சொல்கிறேன் என்றால், லட்சியவாதி களுக்கு மட்டுமே எதிர்காலம் குறித்த உண்மையான அக்கறை இருக்கிறது. லட்சியவாதிகள் பொறுமை இல்லாதவர்கள் அல்ல என்று தனியே சொல்லத் தேவையில்லை. சந்தர்ப்பவாதி களுக்குத்தான் தொலை தூர இலக்குகளைச் சென்றடையும் வரையிலான நிதானமும் பொறுமையும் இருப்பதில்லை. லட்சியவாதிகளையும் மிதவாதிகளையும் கறாராகப் பிரித்துக் காட்டும் கோடுகள் எதுவும் இல்லை. ஒரே நபரிடம் இந்த இரண்டு குணங்களும் இருக்கக்கூடும். அவர்களை எந்த வகையில் வேண்டுமானாலும் அடையாளப்படுத்தவும் முடியும். இன்றைய சூழலில் விசுவாசமின்மை, தேச துரோகம் ஆகியவற்றைத் தேவையற்றவை என்று விலக்கிவைக்கிறேன். விசுவாசம் என்பது உணர்ச்சிமயமானது அல்லது ஆர்வம் மிகுந்தது. விசுவாசமின்மை என்பது வெறும் எரிச்சலூட்டக்கூடியது மட்டுமே என்று வேறொரு

இடத்தில் சொல்லியிருக்கிறேன். விசுவாசம் என்றால் எப்போதைக்குமான நட்புறவு என்றும் விசுவாசமின்மை என்றால் விலகி, ஒதுங்கி நிற்பது என்றால் ஒருவர் இவற்றில் எதையுமே வரவேற்று ஏற்றுக்கொள்ளமுடியாது.

லட்சியவாதியின் முதல் எதிர்வினை என்பது அவருடைய அதிருப்தியாகவே வெளிப்படும். மக்கள் மகிழ்ச்சியில்லாமல் இருக்கவும் உத்வேகம் இல்லாமல் இருக்கவும் அரசாங்கம் காரணமில்லை. மக்களேதான் காரணம் என்று அவர் சொல்வார். அரசியலில் நம்பிக்கையை இழந்துவிடுவார். நேரடிச் செயல் பாடுகளில் இறங்குவார். பல நேரங்களில் போதனைகள் வழங்குவதாகவே அது அமையும். ஐரோப்பிய அதிகாரத்தையோ அதன் பெருமிதத்தையோ கண்டு அவர் மயங்கிவிடமாட்டார். அமெரிக்க, ஐரோப்பிய வாழ்க்கையை நன்கு கவனித்திருப்பார். அவர்கள் சொல்லும் 'முன்னேற்றம்', 'நாகரிகம்' ஆகியவற்றை விரும்பாதவராக அவற்றின் மேல் நம்பிக்கை இல்லாதவராகவே இருப்பார். விஷயங்களை அதனளவில் புரிந்துகொள்ள ஆரம்பிப்பார். இந்திய வாழ்க்கையை வெறுக்கமாட்டார். புதிய புரிதலுடன் பரிவுடன் பார்ப்பார். வாழ்க்கை ஒரு கலை. ஒரு மாபெரும் இலக்கை நோக்கிய பயணம். அதுவே இறுதியானது அல்ல என்று சொல்வார்.

தேசிய லட்சியவாதத்தின் முதல் இலக்கு கடந்த காலத்தை மீட்டுருவாக்கம் செய்வதுதான். ஐரோப்பியாவை நகலெடுக்கும் முயற்சியில் இருந்து விலகி நமது மரபான நம்பிக்கைகள், நம் பாரம்பரியக் கட்டுமானங்கள், சிற்பங்கள், இசை, இலக்கியம் ஆகியவற்றைப் பின்பற்ற ஆரம்பிக்கவேண்டும். ஒன்றுக்கொன்று பின்னிப் பிணைந்திருக்கும் சமூக மத அமைப்புகளை மீட்டெடுக்க வேண்டும். அவசர கதிக்கு மாற்றாகப் படைப்பூக்கத்தை முன் வைக்கவேண்டும். புத்துணர்ச்சியோடு செயலாற்றத் தொடங்கும் முன்பாகப் படைப்பூக்கம் மிகுந்த வகையில் மறு பரிசீலனை செய்துகொள்ளவேண்டும்.

நாம் எவற்றையெல்லாம் இழந்துவிட்டிருக்கிறோம் என்பது வெகு தாமதமாகவே நமக்குத் தெரியவந்திருக்கிறது. இது தவிர்க்க முடியாத விஷயம்தான். கடிகாரத்தைத் திருப்பிவைக்க நாம் விரும்பினாலும் அது வெறும் உணர்ச்சிமயமானக் கற்பனையாகவே இருக்கும். அதோடு காலத்தின் புதிய நீரோட்டம் தொடர்ந்து நம்மீது பாய்ந்தவண்ணமே இருக்கிறது. நாம் வெளியேற்றப்பட்டதைப் புரிந்துகொள்ளவேண்டும். இனி

நம்மால் அங்குத் திரும்பிச் செல்லவே முடியாது. ஐரோப்பாவைப் போலவே இந்தியாவிலும் பழங்கால நாகரிகத்தின் சிதிலங்களைக் கைவிட்டாக வேண்டும். கடந்த காலத்திலேயே நின்று கொண்டிருக்காமல் அங்கிருந்து புறப்பட்டு எதிர்காலத்தை நோக்கிச் சென்றாகவேண்டும். ஆனால் இவற்றையெல்லாம் அர்ப்பண உணர்வுடன், நாம் எதையெல்லாம் விட்டு வந்திருக்கிறோம் என்பதை நேசித்துப் புரிந்துகொண்டு முன்னேறுவதே நமக்கான அதிகாரத்தின் அஸ்திவாரமாக அமையமுடியும். புதிய மதிப்பீடுகளை உருவாக்கும் நேரம் இன்னும் வரவில்லையென்றால் – அதை இன்னும் தாமதிக்கவும் முடியாது – ஒன்றை மட்டும் நினைவில் கொண்டாகவேண்டும்: எல்லா சிருஷ்டிகளுக்கும் காலமும் நெருக்கடியும் மிகவும் அவசியம்.

தேசம் முழுவதும் இப்போது கல்வி அல்லது வரலாறு அல்லது சமூகவியல் பரிசோதனை முயற்சிகள், தேசியக் கல்விச் சிந்தனைகள் எல்லாம் பெரு ஊற்றாகப் பொங்கத் தொடங்கியிருக்கின்றன. உதாரணமாக வங்காளத்தில் சாஹித்ய பரிஷத் (நூலகம், எம்.எஸ்.எஸ். மற்றும் ஆராய்ச்சி) மத்தியப் பிராந்தியங்களில் நகரி பிரசாரிணி சபா (ஹிந்தி படைப்புகள் மற்றும் அகராதி), புனேயில் ஞான சமாஜம் (செவ்வியல் இசைக் கல்வி மற்றும் ஆதரவு), மதுரையில் தமிழ் சங்கம் (பழங்கால முப்பெரும் சங்கங்களை அடியொற்றி) ஆரிய சமாஜம் (ஓரளவுக்கு மதம் சார்ந்த) ராமகிருஷ்ண மடம், விவேகானந்த சேவை மையங்கள், தியாசஃபிகல் சொசைட்டி (ஓரளவுக்கு மதம் சார்ந்த) போன்ற மத அமைப்புகள்; இலங்கையில் பௌத்த மறுமலர்ச்சி எனப் பல நடந்துவருகின்றன.

பல்கலைக்கழகங்களிலும் கொஞ்சம் போல் உயிர்த் துடிப்பு தென்பட ஆரம்பித்துள்ளது. பனாரஸில் ஹிந்து பல்கலைக்கழகம் சமீபகாலத்தில் தொடங்கப்பட்டுள்ளது. இந்திய மற்றும் அந்நிய கல்விக்கு சம இடம் அங்குத் தரப்படுகிறது. அயல் நாட்டு மாணவர்கள் எல்லாம் தேடி வந்து கல்வி கற்ற நம் பழங்காலப் பல்கலைக்கழகங்களைப் போல் இன்றைய இந்திய பல்கலைக்கழகங்களும் செல்வாக்கு பெறவேண்டும்.

அதோடு ஏராளமான இந்திய ஆய்வாளர்கள் ஐரோப்பியர்களுடன் இணைந்து இந்திய அகழ்வாராய்ச்சித் துறையுடன் அல்லது பல்வேறு ஆசிய நிறுவனங்களுடன் சேர்ந்து அல்லது தனியாகப் பல நூல்கள், ஆய்வுக் கட்டுரைகள் வெளியிட்டுவருகிறார்கள்.

பழங்காலக் கலைப் பொருட் சேகரிப்புகளில் பல ஈடுபடுகிறார்கள். பழங்கால நினைவுச் சின்னங்கள் பாதுகாக்கப்படுகின்றன. அருங்காட்சியங்களில் இந்திய கலைப் பொருட்கள் மீது ஆர்வம் அதிகரித்திருக்கிறது.

தேசியக் கல்வியில் இந்தச் செயல்பாடுகளுக்கான அடிப்படை அம்சங்கள் இடம்பெறவேண்டும். பொதுவாகக் கீழைத்தேய மரபுக் கல்வியின் இலக்குகள் நோக்கித் திரும்பவேண்டும். வெறும் புத்தகக் கல்விக்குப் பதிலாக ஒருவருடைய ஆளுமை முழுமையாக மலர வழி செய்யவேண்டும். எல்லாவற்றுக்கும் மேலாக, பழங்கால ஞானங்களின் முறிக்கப்பட்ட கண்ணிகள் அனைத்தையும் ஒன்றிணைக்கவேண்டும். 'கல்வி பெற்றவர்கள்' வெறும் பெயரில் மட்டுமே இந்தியராக இருக்கும் நிலைக்கு முற்றுப்புள்ளி வைத்தாகவேண்டும். பெருமளவிலான பொது மக்களுக்கும் பெண்களுக்கும் அடிப்படை ஆரம்பக் கல்வி இல்லாமல் இருப்பதுபோலவே இந்தியாவில் கல்வி பெற்றவர்களின் உயர் கல்வி சார்ந்த விஷயங்களும் முடங்கிக் கிடக்கின்றன.

எளிய மக்களுக்கும் பெண்களுக்கும் மகத்தான தத்துவங்கள் நிரம்பி வழியும் இதிகாச, புராணங்கள் வாயிலாக, வாய் மொழி மரபின் மூலமாக அளவிடமுடியாத கல்விச் செல்வம் காலகாலமாகக் கிடைத்துவந்திருக்கிறது. ஆண்களில் முற்போக்கானவர்கள் இழந்துவிட்ட அந்தக் கல்விச் செல்வமானது இன்றும் எளியவர் களிடம் தொலையாமல் இருந்துவருகிறது. நாகரிகக் கல்வி பெற்ற விவசாயிகளையும் அந்தக் கல்விப் பயிற்சி இல்லாத தலைவர் களையும் கொண்ட நாடாக இந்தியாவைச் சொல்லலாம். நாக்ஸ் சொன்னதுபோல் 'இந்தியாவின் எளிய உழவர்களும் பண்ணைக் காரர்களும் அற்புதமாகப் பேசுகிறார்கள். விஷய ஞானம் மிகுந்தவர் களாகவும் இருக்கிறார்கள். கிராமப்புற மனிதருக்கும் மேல் நிலை அரசாங்கப் பதவியில் இருப்பவருக்கும் இடையில் திறமையிலும் பேச்சுத் திறமையிலும் எந்தவொரு வேறுபாடுமே இல்லை' என்று அவர் சொல்லியிருப்பதை நாம் சிறிது யோசித்துப் பார்க்க வேண்டும்.

தேசியக் கல்வி என்ற வகையில் இரண்டு மூன்று நிறுவனங்கள் பற்றிச் சிறப்பாகக் குறிப்பிட்டாகவேண்டும். சர் ரவீந்திரநாத் தாகூர் போல்பூரில் நடத்தும் பள்ளி, மசூலிப்பட்டிணத்தில் நடக்கும் கலாசாலை, ஹரித்வாரில் ஆர்ய சமாஜம் நடத்தும் குருகுலம். இவை எல்லாவற்றிலும் தாய்மொழியிலேயே கல்வி

தரப்படுகிறது. ஆங்கிலம் இரண்டாவது மொழியாக இருந்தாலும் மிகுந்த முக்கியத்துவத்துடன் கற்றுத் தரப்படுகிறது. எந்த மொழியிலும் தமது எண்ணங்களைத் தெளிவாக விவரிக்க முடியாத படித்த தலைமுறை உருவாகும் அபாயம் நிலவிவருகிறது.

ஆர்ய சமாஜத்தினர் நடத்திய குரு குலக் கல்வி முறையானது முழுமையான அளவில் பின்பற்றப்படும்போது, உலகில் எங்குமே அதைப் போல் ஆகச் சிறந்த கல்வி முறையே இல்லை என்று சொல்லும் அளவுக்கு உயர்வானது. அனைத்து ஜாதிகளைச் சேர்ந்த ஆண் குழந்தைகளுக்கும் அந்தக் கல்வி கிடைக்கிறது. உயர்ந்த ஜாதி, தாழ்ந்த ஜாதி என்று எந்தவொரு பேதமும் காட்டப்பட வில்லை. கல்விக்குக் கட்டணம் வசூலிக்கப்படவில்லை. ஆசிரியர்களுக்கு சம்பளம் தரப்படவில்லை. ஆரம்பப் பள்ளியில் முதல் ஏழு ஆண்டுகள் சமஸ்கிருதம், மதப் பாடங்கள், உடல் பயிற்சிகள் கற்றுத் தரப்படுகின்றன. அதன் பின் 12 ஆண்டுகள் மேற்கத்திய இலக்கியங்கள், விஞ்ஞானப் பாடங்கள், சோதனைச் சாலை பயிற்சிகள் தரப்படுகின்றன. 25 வயதில் ஒருவர் கல்வியை முடித்து வெளி உலகை எதிர்கொள்ளப் புறப்படுகிறார்.

கல்வி பெறும் இந்தக் காலகட்டம் முழுவதும் மாணவர்கள் முழுவதும் ஆசிரியரின் கண்காணிப்பில் குரு குலத்திலேயே இருக்கிறார்கள். வீடு திரும்புவதில்லை. அம்மாவைத் தவிர வேறு பெண்கள் யாரையும் சந்திக்க அனுமதிக்கப்படுவதும் இல்லை. பெண்களுக்கென்று தனியாக இது போன்ற கல்வி மையங்கள் இருக்கின்றன. ஆனால் அங்கு இப்படியான கடுமையான விதிமுறைகள் கிடையாது.

இந்தக் கல்வி முறைகளின் மிக முக்கியமான வெளிப்படையான அம்சம் என்னவென்றால், கலாச்சாரத்தின் தத்துவார்த்தப் பன்முகத் தன்மை வாய்ந்த கோட்பாடுகளைக் கற்றுத் தருதல், பழங்கால ஞானத்தை நவீன நடைமுறை அறிவுத்துறைகளுடன் இணைத்துக் கற்றுத் தருதல் என்பதாக இருக்கின்றன.

லட்சியவாதம் மீண்டும் முன்னுக்கு வந்ததைத் தொடர்ந்து இந்தியக் கலைகள், புராணங்கள், ஆகியவை மீதான புதிய ஆர்வம் எழுந்தது. அவை நவீனப் படைப்புகளில் படைப்பூக்கத்துடன் இடம்பெற ஆரம்பித்தன. சமூக சீர்திருத்தவாதிகளும் அரசியல் வாதிகளும் இவற்றை முற்றாகப் புறமொதுக்கியிருந்தனர். இந்தியாவில் இன்று நாம் காணும் நதிகள், கோவில்கள், வீடுகளில் தெருக்களில் நாம் காணும் அழகிய வாழ்க்கை எல்லாம் வெறுமனே

நமக்கு நம் முன்னோர்களால் கைமாற்றித் தரப்பட்டவையே. தவறான கல்வியைப் பெற்றிருக்கும் இந்தத் தலைமுறையோ மேற்கத்திய கடைகளில் கிடைக்கும் மலிவான கலைப் பொருட்கள், இசை அரங்குகள், லண்டன் புற நகர வீட்டுக் கட்டுமானம் ஆகியவற்றுக்கு நம் மரபான மாபெரும் பொக்கிஷங்களை விட்டுக் கொடுத்துவிடுவார்கள்.

வங்காளத்தில் ஓவியக் கலை உலகப் புகழ் பெற்ற கவியின் உறவினர் அபனீந்திரநாத் தாகூர் மற்றும் அவருடைய சகோதரர் ஆகியோரின்மூலம் புத்துணர்ச்சி பெற்றிருக்கிறது. இந்தக் கலை இயக்கம் மிகவும் முக்கியமானதுதான். ஆனால் அதன் முக்கிய நோக்கம் கலை ரசனையை வளர்ப்பதுதானே ஒழியப் புதிதாக உருவாக்குவது அல்ல. ரஃபேல்களுக்கு முந்தைய கால கட்டம் போல்தான் உருவாகியிருக்கிறது. பின் நவீனத்துவ இம்ப்ரஷனிஸ்ட்களுடைய ஓவிய இயக்கத்தைப் போன்றது அல்ல. அதற்கான காலம் இன்னும் கனியவில்லை. பழங்காலக் கடவுளைப் பார்க்காதவர்களால் அந்த உருவங்களை வரைய முடியாதுதானே. அவர்களின் சக்திகளைப் பார்க்கவோ கேட்கவோ செய்திருக்கவில்லை. வெறுமனே அவர்களுடைய நடனம் மட்டுமே மங்கலாக உணரப்பட்டிருக்கிறது.

இளைய இந்தியாவின் மகத்தான லட்சியவாதிகளுக்கு தேசிய வாதம் என்பது போதுமானதாக இல்லை. தேசப் பற்று என்பது ஒருவகையான மதம் போன்றது. மிகவும் தேய்வழக்கானதும் கூட. மகத்தான மனிதர்கள் அந்த உணர்வின் மூலம் நுட்பமான சாதனைகளைச் செய்யமுடியும்தான். ஆனால் மிஷனரிகளைப் போலவோ பிரச்சாரகர்களைப் போலவோ அல்ல. பிரிவினை பேசும் குழுக்கள் எல்லாம் வழக்கொழிந்துவிட்டன. நம்மில் ஒருவராக ஆகும்படி உலகில் உள்ளோர் அனைவரும் அழைக்கப்படுகிறார்கள்.

ஆயிரக்கணக்கான பாதைகளில் இன்னும் ஒற்றைக் காலடித்தடம் கூடப் பதியவில்லை. விஷயம் வாழ்க்கை தொடர்பானது. நமது விசுவாசத்தைக் கோரும் இந்திய வாழ்க்கை பற்றியது மட்டுமே அல்ல. கொஞ்சம் கூடுதல் சுதந்தரம் கிடைத்தால் போதும் என்று முடங்கிவிடமுடியாது. தனி நபரின் சந்தோஷம் அல்ல; லட்சியவாதிகளின் மகத்தான பணியே அவருக்கு முக்கியமானது. தொலை தூர உன்னத இலக்கை நோக்கி நடப்பவர்களுக்குத் தற்காலிகமானவற்றுக்கு ஒதுக்க நேரமே இருக்காது.

சுதந்தரம் என்பது விடுதலை பெற்றவர்களுக்கே சாத்தியம். எதிலிருந்து விடுதலை? ஐரோப்பிய லட்சியவாதிகள் எதை இலக்காகக் கொண்டிருந்தார்களோ அதுவேதான். லட்சிய வாதத்தில் பேதங்கள் எப்படி இருக்கமுடியும்? தேர்ந்தெடுக்கப் பட்ட வருங்கால மனிதர்கள் எந்தவொரு தேசத்தையோ இனத்தையோ சார்ந்தவர்களாக இருக்கமாட்டார்கள். ஐரோப்பிய இளைஞர்களின் ஆண்மையையும் ஆசிய இளைஞர்களின் நிதானத்தையும் இணைத்து உருவான உயர் குடியாக இருப்பார்கள்.

ஒவ்வொரு நாட்டிலும் இருக்கும் தலைவர்களுக்கு ஒருவரை ஒருவர் நன்கு புரிந்துதான் இருக்கிறது. எல்லா நாடுகளில் நடக்கும் போராட்ட இயக்கங்களும் சர்வ தேசத் தன்மை கொண்டவையே... உலகு தழுவியவையே. நாம் நினைப்பதைவிட அவை எப்போதுமே உயர்ந்த இலக்குகளைக் கொண்டவையே. போர் நிறுத்தம் அறிவிக்கப்பட்டதும் பிற நாட்டு லட்சியவாதிகளுடன் நமது தோழமையை நாம் புதுப்பித்துக்கொள்ளத் தயாராகக் காத்துக்கொண்டுதான் இருக்கிறோம். அதுவரையிலான காலகட்டங்களிலும் நாம் நிச்சயமாக நமது பொது இலக்குகளுக்கு துரோகம் இழைக்கவும் மாட்டோம்.

எந்தவொரு தனித் தரப்பின் வெற்றியைவிடவும் மானுடக் குல மலர்ச்சியே நமக்கு முக்கியமானது. இந்தியாவில் அல்லது உலகில் எந்தவொரு பகுதியிலும் உயிர்த்துடிப்பு மிக்க வாழ்க்கையை மீட்டெடுக்க வேண்டுமென்றால் அது பொருளாதார, அரசியல் வெற்றிகளாக மட்டுமே இருந்தால் போதாது. ஆன்மிக வெற்றியாக இருந்தாகவேண்டும். கிழக்கையும் மேற்கையும் பிரிப்பதாக நம்பப்படும் இடைவெளியின் மீதான பாலமாக இதுவே இருக்கவேண்டும்.

லட்சியவாதிக்கு எல்லா நலன்களும் ஒரே மாதிரியானவையே. ஏனென்றால் உலக வாழ்க்கை முழுவதுமே அவர்களுக்கு ஒன்றுதான். இளைய இந்தியாவின் உண்மையான ஒரே முக்கியத்துவம் என்பது பொதுச் சேவையில் தம் வாழ்க்கையை அர்ப்பணித்தவர்கள் மூலமே வெளிப்பட்டிருக்கிறது. ஒரு மகத்தான தத்துவஞானி, கவிஞர், ஓவியர், விஞ்ஞானி, அல்லது பாடகர் ஆகியோர் செய்த சாதனைகள் எல்லாம் நூறு ஆண்டுகளில் அனைத்துக் காங்கிரஸ்காரர்களும் பெற்றுக் கொடுத்த சலுகைகளையெல்லாம்விட பல மடங்கு உயர்வானதாகவே இருக்கும்.

தேசியக் கல்வி மற்றும் சமூக மறு சீரமைப்பு ஆகியவற்றில் ஈடுபட்டிருக்கும் அதே நேரம் இந்தியா, உலக அளவிலும் தன் பங்களிப்பைச் செய்தாகவேண்டும். உலகம் முழுமைக்குமான பொதுவான நாகரிகத்தை நாம் உருவாக்கவேண்டுமென்றால் உலகம் முழுவதற்கானப் பொதுவான பிரச்னைகளை இனம் கண்டுகொண்டாகவேண்டும். கூட்டாக இணைந்து ஒரு தீர்வைக் கண்டடைந்தாகவேண்டும்.

மேற்குலம் அடுத்ததாக என்ன நடக்கும் என்று யோசித்தபடியோ சோம்பல் நிறைந்த ஆர்வத்துடனோ ஆசியாவின் வளர்ச்சியிலிருந்து விலகி நின்றால் மட்டும் போதாது. ஆசியாவின் வீழ்ச்சி என்பது ஐரோப்பிய சமூக லட்சியவாதத்துக்கும் ஊறுவிளைப்பதாகப் போய் முடியும். ஏனென்றால் நவீன ஐரோப்பாவைவிட நவீன ஆசியாவில் லட்சியவாதத்தின் நிலைமை மிகவும் அபாய நிலையில் இருக்கிறது. ஐரோப்பிய தொழில் புரட்சிக்குப் பிந்தைய தொழில்துறையினர் எல்லாம் கீழைத்தேய நாடுகளில் வேரூன்றியிருக்கும் ஐரோப்பிய ஏகாதிபத்தியம் அல்லது தொழில்மயமாக்கத்தினால் தோற்கடிக்கப்பட்டால் அது விசித்திரமான புதிய நெருக்கடியாகிவிடும்.

மகத்தானவற்றை உருவாக்கும் சவால் எதுவும் இல்லாததால் மகத்தானதாக எதையும் செய்யாமல் வாழும் நவீன நகரத்துக் கலைஞரைப்போல் ஆசியா இருக்கிறது. நம்மை அவர் மகிழ்விக்கவும் ஆச்சரியப்படுத்தவும் செய்தாலே போதும். அவரிடமிருந்து நாம் வேறு எதையும் எதிர்பார்க்கவும் மாட்டோம். அமெரிக்காவும் ஐரோப்பாவும் நம்மைப் பற்றி இப்படியான ஒரு மயக்க மனப்பான்மையுடனே பார்த்திருக்கின்றன. மொழியியல் தொடர்பான பல்கலைக்கழக ஆய்வுகள் படிப்புகள் எல்லாம் சிருஷ்டிகரன மனங்களுக்கு எட்டாதவகையில் முன்னெடுக்கப் பட்டிருக்கின்றன. அதோடு முழுமையடையாத, புதிரான, பெண்மை மிகுந்த இந்திய சிந்தனைகள் எல்லாம் பலவகைகளில் திரிக்கவும் பிரபலப்படுத்தப்படவும்பட்டிருக்கின்றன. அதனால் அவற்றின் மதிப்பு குறைந்தும் போயிருக்கின்றன.

உணர்ச்சிமயமான அல்லது கல்விப்புல ஆய்வு ரீதியான அணுகுமுறைக்குப் பதிலாக நடைமுறை சார்ந்த அணுகுமுறையே மிகவும் அவசியம். எது மிகவும் முக்கியமானது என்பதை கிரஹிக்கும் சக்தியானது மிகவும் தவறான புரிதல் கொண்டவர்களின் பெருமளவிலான தெளிவான சிந்தனைகளினால் முடக்கப்பட்டுவிட்டது. கீழைத்தேய மரபின் சவால் மிகவும்

தெளிவானது: உங்கள் வாழ்க்கையின் லட்சியம் என்ன? இந்தக் கேள்விக்குப் பதில் கிடைக்காவிட்டால் மாற்றங்கள் மட்டுமே சாத்தியமாகும். முன்னேற்றங்கள் நடக்க வாய்ப்பே இல்லை.

இலக்கில்லாமல் பயணம் செய்தால் நாம் முடிவற்ற சுழலுக்குள் நம் காலடித் தடங்கள் மீண்டும் மீண்டும் சுழன்று கொண்டே கிடக்கும். இறுதியாக ஒன்றை நினைவுபடுத்தி முடிக்கிறேன்: இந்தியாவின் எதிர்காலம் என்னவாக இருக்கவேண்டும் (என்ன பங்களிப்பைத் தரவேண்டும்) என்பது இந்தியாவின் ஆன்மா என்னவாக இருக்கிறது என்பதையே பெருமளவுக்குச் சார்ந்திருக்கிறது.

14

தனித்தன்மை, சுதந்தரச் செயல்பாட்டு உரிமை மற்றும் செயல்பாடு

ஆட்சியாளர்கள் விரும்பும்வகையில் ஆளப்படுபவர்கள் நடந்துகொள்ளவேண்டும் என்பதே ஒரு அரசாங்கத்தின் நோக்கம். 'நல்ல' அரசாங்கம், 'கெட்ட' அரசாங்கம் இரண்டுமே இதே இலக்கைக் கொண்டவையே. ஒரு வெற்றியாளர், ஒரு முடியாட்சி வேந்தர், மக்களால் தேர்ந்தெடுக்கப்பட்ட பெரும்பான்மையின் ஆட்சி எதுவாக இருந்தாலும் அவற்றின் நோக்கமும் இதுவே.

சர்வாதிகாரத்தை எதிர்ப்பென்பது இறுதியில் பெரும்பான்மையின் அதிகாரத்தையும் எதிர்த்தாகவேண்டும். ஐந்து நபர்கள் கொண்ட குழு ஒன்றை எடுத்துக் கொள்வோம். இருவரைப் பாதிக்கும் படியான மூவரின் ஆட்சி அதிகாரம் என்பது நான்கு பேரை அடக்கி ஆளும் ஒருவரின் ஆட்சி அதிகாரம் போன்றதுதான். இரண்டையுமே மறுக்கத்தான் வேண்டும். மூவரின் ஆட்சி என்பது ஒற்றை நபரின் ஆட்சியைவிடப் புத்திசாலித்தனம் குறைவான தாகவும் இருக்கக்கூடும். ஆனால் வாக்குகளின் அடிப்படையில் மூவரின் ஆட்சி என்பது இருவரின் ஆட்சியாகவும் கூடும். மூவரின் மீதான இருவரின் ஆட்சி என்பது பெரும்பான்மையின் ஆட்சியாகும்.

ஐவருமே தனித்தன்மை வாய்ந்தவர்களாக இருந்தால் சிங்கத்துக்குச் சரி என்று இருக்கும் சட்டம் நரிக்குத் தவறாக/ஒடுக்குமுறையாக இருக்கும். ஐவருக்கும் சுய நிர்ணய உரிமை என்பதைத் தாண்டி எந்தவொரு முழுமையான தீர்வும் இருக்கவாய்ப்பே இல்லை. உலக நாடுகளுக்குப் பொருந்தும் இந்த விதிமுறையே தனி நபர்களுக்கும் பொருந்தும்.

ஒரு சர்வாதிகார ஆட்சியில் இருந்து இரண்டு வழிகளில் சுய நிர்ணய உரிமையைப் பெறலாம். ஐவரில் நான்குபேர் ஒன்று சேர்ந்து அந்த ஒற்றை நபரின் சர்வாதிகார ஆட்சிக்கு எதிராகப் புரட்சி செய்து சர்வாதிகார ஆட்சியை அப்புறப்படுத்திப் பெரும்பான்மையின் ஆட்சியை நிறுவலாம். மூவரின் பெரும்பான்மை ஆட்சி அமைந்த பின் எஞ்சிய இருவர் தமது சுய நிர்ணய உரிமையைக் கோரி போராடத் தொடங்கலாம். இறுதியாக ஐவருமே தனித்தனியாக சுய நிர்ணய உரிமையைப் பெறலாம். ஐவரும் தத்தமது இடங்களில் ஆயுதங்களை ஏந்தியபடி ஆக்கிரமிப்பாளரை எதிர்க்கத் தயாராக நிற்கலாம். பன்மைத்துவத் தத்துவம் முன்வைக்கக்கூடிய, தனித்து இயங்கும் கோட்பாடு என்று இதைச் சொல்லலாம்.

ஐவருக்குமே ஆட்சி புரியவேண்டும் என்ற எண்ணம் இருக்கும் (இதையே வேறு வார்த்தையில் சொல்வதென்றால் ஆட்சி புரிவது தம் கடமை என்று நினைப்பதாகவும் சொல்லலாம்). அடுத்தவர் எதிர்ப்பார் என்ற எண்ணமே அதைச் செயல்படுத்த முடியாமல் செய்கிறது. சரியான தருணம் வாய்த்ததும் ஆட்சிக்கட்டிலில் ஏறிவிடுவார்கள். ஒருவராக, இருவராக, மூவராக, நால்வராக என ஐவரில் அனைத்துவகையான குழுக்களும் தமக்கான ஆட்சி அதிகாரத் தருணம் வருவதற்காகக் காத்துக் கொண்டிருப்பார்கள் (பிரக்ஞாபூர்வமாகவோ அல்லாமலோ).

பொதுவான இலக்குகளை முன்வைத்து கூட்டுறவாகச் செயல்படுவதைப் பரஸ்பரச் சந்தேகங்கள், அவநம்பிக்கைகள் தடுத்துவிடும். ஐவருமே தனி நபர்களாக, ஒருவர் வாழத் தேவையான வேலைகள் அனைத்தையும் தனித்தனியே செய்தாக வேண்டியிருக்கும். ஐவருடைய பணிகளிலும் சொற்பமானது மட்டுமே தொழில் வடிவில் இருக்கும். பிறரை மறுதலிப்பதன் தவிர்க்க முடியாத பின் விளைவுகள் இவை. ஆட்சி அதிகாரத்தைப் பெற வேண்டும் என்ற ஆசையே வாக்குகளைப் பெற வேண்டும் என்ற பெயரில் வெளிப்படுகிறது.

சுய நிர்ணய உரிமையினால் உருவாகும் இந்த அரசின்மை நிலையானது குழப்பங்கள் மலிந்த அரசின்மையாகவே இருக்கும்.

பிறரை மறுதலித்தல், எதிர்ப்பு, எவ்வளவுதான் தவிர்க்க முடியாது என்றாலும் அது ஒருவகையான நிலையற்ற சமநிலையையே உருவாக்கும். நிலைமை இப்போது இருக்கும்படியாகவே தொடரட்டும் என்ற தேக்க நிலையைக் கொண்டுவரும்.

இன்னொரு வகையான சுய நிர்ணயமும் இருக்கிறது. அது ஆட்சி செய்யும் அதிகார விருப்பத்தை முழுவதுமாகத் துறக்கும் மனநிலை. ஐந்து பேர் என்று ஓர் உதாரணத்தை எடுத்துக்கொண்டிருக்கிறோம். எனவே இந்த அதிகாரத்தைக் கைவிடும் மனநிலையானது ஐவரில் முதலில் ஒருவருக்குத் தோன்றவேண்டும். அதன் பின் ஒவ்வொருவராக அந்த நிலையை அடையவேண்டும். இதற்கு எத்தனை காலம் ஆகும் என்பதைக் கொஞ்சம் விட்டுவிட்டுப் பார்ப்போம். பிறரால் ஆளப்படுவதை வெறுக்கும் அதே அளவுக்குப் பிறரை ஆளும் எண்ணத்தையும் இவர்கள் வெறுத்துக் கைவிட்டுவிட்டதாக ஒரு பேச்சுக்கு வைத்துக்கொள்வோம்.

இப்படியான நிலை எட்டப்பட்டுவிட்டால் பொதுவான இலக்குகள் என்ன என்பதைத் தீர்மானிப்பதிலோ அதற்காகக் கூட்டுறவுடன் செயல்படுவதையோ தடுக்கும்படியாக எதுவுமே இருக்காது (கூட்டுறவு என்பது அரசாட்சி அல்ல). ஒருமைக் கோட்பாடு அதாவது அத்வைத கோட்பாடு முன்வைப்பதுபோல் அனைவருடைய நன்மையின் அடிப்படையிலான ஒருமைப்பாடே அதன் அடிப்படை. ஐவரில் யாரும் அடுத்தவரிடமிருந்து எதையும் கொடுக்காமல் எதையும் பெற விரும்பவே மாட்டார்கள். அதேநேரம் பரஸ்பர உதவி அல்லது கூட்டுறவு என்பது ஒவ்வொருவரையும் அவரவருடைய கடமையைச் செய்துமுடிக்க வைக்கும். செயல் என்பது தொழிலாக இருக்கும். அதையும் விருப்பத்துடன் செய்வார்கள்.

இந்தவகையில் எட்டப்படும் அரசின்மை என்பது தன்னார்வ அரசின்மையாக இருக்கும். ஆட்சி அதிகாரம் செய்யும் மன நிலையைத் துறந்தால்தான் நிலையான சமநிலை உருவாகமுடியும். அந்தவகையில் சுய நிர்ணய உரிமைகளை விரும்பும் ஒவ்வொரு தேசியக் குழுக்களும் ஒரு அரசின்மைக் குணம் கொண்டதுவே. முற்று முழுதான விடுதலை என்பது சாத்தியமே இல்லை என்பதை நாம் முதலில் நன்கு புரிந்துகொண்டாகவேண்டும். ஏனென்றால் ஆட்சி அதிகாரம் செய்ய வேண்டும் என்ற எண்ணத்தை முழுவதுமாக மனதில் இருந்து அகற்றவே முடியாது. எனினும் அதிகாரம் மூலமான கட்டுப்படுத்தலைவிட அரசின்மைக்

கோட்பாடு சார்ந்து (அதாவது ஆட்சி புரியும் எண்ணத்தை விட்டுக் கொடுப்பதால் உருவாகும் நிலை) தீர்மானமாகும் செயல்பாடுகள், (தொழில்கள்) உடனடியான மற்றும் நடைமுறை சார்ந்த வகையில் செய் நேர்த்தி மிகுந்ததாக இருக்கும். போயர்களுக்கு மிக அதிக சுய நிர்ணய உரிமைகளைக் கொடுத்ததையும் அயர்லாந்தினருக்கு ஆட்சி அதிகாரத்தைக் கொடுக்காததால் ஏற்பட்ட விளைவுகளையும் ஒப்பிட்டுப் பார்த்தால் உண்மை புரியும்.

திமித்ரி மெரெஜிகோவ்ஸ்கி என்ன சொல்கிறாரென்றால், 'எதிர்கால அரசின் இறுதி இலட்சியம் என்பது புதிய சிந்தனைகள், செயல்பாடுகளைக் கொண்ட புதிய மத வடிவில்தான் இருக்கமுடியும். தனிநபருக்கும் சமூகத்துக்கும் இடையிலான புதிய பிணைப்பு. எல்லையற்ற அன்பு மற்றும் எல்லையற்ற சுதந்தரம் கொண்டதாக அது அமையவேண்டும்'. அப்படியான ஒரு சகாப்தத்தை அடைவது முடியாமலேகூடப் போகலாம். ஆனால் எங்கு செல்ல வேண்டும் என்று தீர்மானிக்காதவருக்குக் கடலில் பயணம் செய்ய முடியாது. எந்தக் காற்று நல்லது எந்தக் காற்று அபாயமானது என்பது தெரியாமல் போய்விடும். நமது விருப்பத்துக்குரிய புகலிடம்/கரை எது என்பது தெரிந்து பயணிப்பதே அறிவார்ந்தது. ஒவ்வொருவருக்கும் எவ்வளவோ செய்ய முடியும். தன்னைத் தவிர வேறு யாரையும் ஆள நினைக்காத ஒருவரே உண்மையான தனி நபர்.

'ஆளும் விருப்பம்' என்பதை 'வலிமை மீதான விருப்பம்' என்பதுடன் குழப்பிக் கொண்டுவிடக்கூடாது. ஆளும் விருப்பம் என்பது பிறரை அடக்கி ஆளும் விருப்பம். வலிமை மீதான விருப்பம் என்பது தன்னைத் தானே ஆளும் விருப்பம்.

சுதந்தரமாக இருக்கவேண்டும் என்று விரும்புபவர்களுக்கு வலிமை மீதான விருப்பம் இருக்கவேண்டும். அடக்கி ஆளும் விருப்பம் இருக்கக்கூடாது. ஆட்சி அதிகாரத்தில் யாரேனும் இருந்துதான் ஆகவேண்டும். ஆனால், வலிமை மீதான விருப்பம் கொண்ட அதே நேரம் ஆட்சி ஆளும் விருப்பம் இல்லாதவர்கள், ஆட்சி அதிகாரத்தில் இருப்பவர்களுக்கு ஆலோசனை வழங்கும்படியாக நியமிக்கப்பட்டால், அதுவே ஒரு சமூகத்தில் / நாட்டில் நடைமுறை சாத்தியமான அளவுக்கு மிக அதிகச் சுதந்தரம், நீதி ஆகியவற்றைக் கொண்டுவரும்.

⚛

www.ingramcontent.com/pod-product-compliance
Lightning Source LLC
LaVergne TN
LVHW060615051026
849519LV00002B/610
9789386737946